साहित्याचे निकष बदलावे लागतील

(समीक्षा)

डॉ. शरणकुमार लिंबाळे

दिलीपराज प्रकाशन प्रा. लि.
२५१ क, शनिवार पेठ, पुणे - ४११ ०३०.

Sahityache Nikash Badlave Lagtil
By Sharankumar Limbale
sharankumarlimbale@yahoo.com

प्रकाशक
राजीव दत्तात्रय बर्वे
मॅनेजिंग डायरेक्टर,
दिलीपराज प्रकाशन प्रा. लि.
२५१ क, शनिवार पेठ, पुणे - ४११०३०.

प्रथमावृत्ती - १५ ऑक्टोबर २००५

द्वितीयावृत्ती - १५ जून २००७

प्रकाशन क्रमांक - १३६४

ISBN - 81 - 7492 - 501 - 9

मुद्रक
Repro India Ltd, Mumbai.

मुखपृष्ठ
भारती पाडेकर

रेखाटने
धनंजय गोवर्धने

लक्ष्मणरेषा ओलांडणाऱ्या तमाम पावलांना

भूमिका

'साहित्याचे निकष बदलावे लागतील' ह्या ग्रंथाच्या शीर्षकातच ह्या पुस्तकाचा विषय, आशय आणि वैशिष्ट्ये स्पष्ट झालेली दिसतील. शीर्षकाच्या अनुरूप अशीच ह्या ग्रंथाची मांडणी केलेली आहे. दलित साहित्यातील गाजलेल्या पुस्तकांचे परीक्षण करावे एवढ्या माफक हेतूने ह्या पुस्तकाच्या लेखनाला सुरुवात केली होती. जसजसे लेखन पूर्ण होत गेले तसतशी एक भूमिका पूर्णत्वाला येऊ लागल्याचे जाणवू लागले. मग अशा भूमिकेलाच केंद्र मानून या अभ्यासाचा आराखडा आखून घेतला.

लक्ष्मण गायकवाडांनी माझ्याकडे 'राघववेळ' मधील भाषेची स्तुती केली होती, म्हणून मी हे पुस्तक वाचले. मलाही 'राघववेळ' मधील भाषा, पुस्तकाची एकूण रचना आणि लेखकाची आपल्या लेखनावरील जबर पकड ह्यामुळे हे पुस्तक आवडले. तथापि ह्या पुस्तकात काही अवास्तवपणाही जाणवला. एकाचवेळी एक पुस्तक चांगलेही वाटते आणि त्यातले दोषही नजरेआड करता येत नाहीत, असे अनेकवेळा घडते. 'राघववेळ' च्या बाबतीत असेच घडले. 'राघववेळ' मधल्या चांगल्या वाईटाचा शोध घेण्याच्या उद्देशाने मी ह्या पुस्तकाचे परीक्षण केले. बाबूराव बागूल ह्यांच्या 'सूड' बाबतही असाच अनुभव आला. त्याचेही मी परीक्षण केले.

दलित साहित्यातील पुस्तके गाजतात. दलित लेखकांची वारेमाप स्तुती होते. पण त्यांच्या लेखनातील दोषांकडे दुर्लक्ष होते. दलित साहित्याच्या समीक्षकांकडे दलित लेखकांच्या लेखनातील त्रुटी दर्शविण्याचे धाडस नाही, की त्यांना ह्या दोषांचे आकलन होत नाही, ह्या विषयी माझ्या मनात असमाधान निर्माण झाले. दलित साहित्याच्या तटस्थ आणि वस्तुनिष्ठ मूल्यांकनाची गरज भासू लागली. ह्या गरजेतूनच मी दलित साहित्यातील गाजलेल्या पुस्तकांचे पुनर्वाचन करण्याचे मनावर घेतले. मराठी दलित साहित्यात बहुचर्चित ठरलेल्या निरनिराळ्या वाङ्मयप्रकारांतील काही निवडक कलाकृतींची निवड करून त्या आधारे दलित साहित्याचे स्वरूप, प्रयोजन, वैशिष्ट्ये आणि भूमिका समजून घेण्याचा प्रयत्न केला. कविता, कथा, कादंबरी आत्मकथा, नाटक प्रवासवर्णन व सदर लेखन अशा वाङ्मयप्रकारांतील काही महत्त्वांच्या पुस्तकांची चिकित्सा करून दलित साहित्याच्या निराळेपणाचे अवलोकन केले. दलित साहित्यातील गाजलेल्या पुस्तकांची चिकित्सा करण्याबरोबरच ह्या साहित्याने दलितांच्या समग्र जीवनाला कसा स्पर्श केला आहे हेही तपासण्याचा प्रयत्न केला. स्वातंत्र्योत्तर कालखंडात लिहिल्या गेलेल्या दलित साहित्याचे विवेचन करताना ह्या काळातील

दलितांच्या सामाजिक स्थित्यंतराचाही मागोवा घेण्याचा प्रयत्न केला. दलित साहित्याचा अभ्यास केवळ 'साहित्य' म्हणून करता येणार नाही, तर ह्या साहित्यात व्यक्त झालेल्या 'समस्या' आणि 'विचार' यांचीही गांभीर्याने दखल घ्यावी लागणार आहे, अशी भूमिका घेऊनच हे सगळं लेखन केलं आहे.

दलित साहित्यात अनेक पुस्तके गाजलेली आहेत. त्या सगळ्या पुस्तकांचा ह्या अभ्यासात समावेश केलेला नाही. ज्या पुस्तकांचा अभ्यास करावयाचा आहे, त्याची एक सूची तयार केली आणि एकामागून एक पुस्तके अभ्यासली. काही पुस्तके एका बैठकीत वाचून झाली, तर काही पुस्तके अनेक बैठकीत वाचून पूर्ण करावी लागली. काही पुस्तकांचे परीक्षण एका बैठकीत सहजपणे पूर्ण झाले, तर काही पुस्तकांची परीक्षणे पूर्ण करण्यासाठी अनेक दिवस लागले. ही सर्वच परीक्षणे पुन:पुन्हा लिहून काढली आहेत. ह्या अभ्यासामागे एक निश्चित मेहनत आहे. पुस्तके वाचून काढणे, त्यातील मुद्दे काढणे, ह्या मुद्द्यांच्या आधारे परीक्षण करणे हे जसे घडले, तसे पुस्तके वाचणे आणि पुस्तकांचा मनावर झालेल्या एकूण परिणामाचा विचार करणे, त्यांची संगती लावणे आणि त्याआधारे परीक्षण करणे असेही घडले आहे. जी परीक्षणे एकापेक्षा अधिक बैठकीत पूर्ण झाली त्यात त्या पुस्तकांच्या अनेक बाजूंचा विचार झाला आणि जी परीक्षणे एकाच बैठकीत पूर्ण झाली, त्यात उत्स्फूर्त लेखन झाल्याचा मनस्वी आनंद झाला. काहीवेळा असेही घडले की एका पुस्तकाचे कच्चे परीक्षण लिहून दुसरे पुस्तक वाचायला घेतले आणि त्यावर परीक्षण लिहिले. त्यानंतर पहिल्या लिहिलेल्या कच्च्या परीक्षणावर संस्कार केले. पुस्तक वाचून त्यावर लगेच लिहिण्यात एक जिवंतपणा, उत्स्फूर्तपणा असतो. त्यामुळे अशा लेखनात तटस्थता जाणवत नाही. पुस्तक वाचून काही काळ झाल्यानंतर लेखनात संयतपणा आणि गांभीर्य येते. अशा दोन्ही प्रकारच्या लेखनाचा प्रयोग म्हणून इथे समावेश केलेला आहे. काही पुस्तकांवर चांगले लिहून झाले आहे, तर काही पुस्तकांवर लिहिलेल्या लेखनाविषयी एक अंधुकसे असमाधानही वाटते आहे.

सदर पुस्तकांची ग्रंथासाठी निवड करतांना ह्या पुस्तकांची झालेली चर्चा लक्षात घेतली आहे. पण अभ्यासात मात्र ह्या चर्चेची दखल घेतली नाही. हे स्वतंत्रपणे केलेलं लेखन आहे. असे असले, तरी प्रत्येक पुस्तकातील लेखनाचा विवेचनासाठी भरपूर आधार घेतलेला आहे. त्यामुळे प्रत्येक पुस्तक तपशिलाने समजून घेण्याचा केलेला प्रयत्न कळू शकेल. ह्या ग्रंथासाठी निवडलेली पुस्तकेच गाजलेली आहेत, अन्य नाहीत असा गैरसमज कोणी करून घेऊ नये. ह्या पुस्तकाचे स्वरूप केवळ पुस्तक परीक्षणपर होऊ नये याचीही काळजी घेतली आहे. ही पुस्तक परीक्षणे लिहिताना, त्या अनुषंगाने, जे जाणवले ते इथे प्रामाणिकपणे नोंदले आहे. ही पुस्तके

जशी मिळतील, तशी वाचली आहेत.

सदर परीक्षणांचा विवेचनासाठी उपयोग करावयाचा आहे असा विचार पक्का करून ही परीक्षणे लिहिली नाहीत. अगोदर ही परीक्षणे लिहिली आहेत. त्यानंतर ह्या परीक्षणांचे विश्लेषण करण्याचा विचार सुचला आहे. प्रत्येक परीक्षण स्वतंत्र आहे. लेखन जसे जसे अंतिम टप्प्यावर येऊन पोहचत होते, तशी मनात एक भूमिका पूर्णत्वाला येत होती.

दलित साहित्याच्या अगदी उदयापासून एक भूमिका अगदी दृढपणे व स्पष्टपणे व्यक्त झालेली दिसते. दलित लेखकांनी आपल्या साहित्याच्या मूल्यांकनासाठी सतत वेगळ्या निकषांची मागणी केल्याचे दिसेल. रूढ निकषांविषयी असमाधान व्यक्त केल्याचेही जाणवते. दलित साहित्याच्या समीक्षेत व्यक्त झालेला हा एक प्रमुख स्वर आहे. मला ह्या दलित लेखकांच्या मागणीने नेहमीच आत्कृष्ट केलेले आहे. दलित लेखकांनी साहित्याचे निकष बदलण्याची जी भूमिका घेतली आहे, त्या भूमिकेची पुष्टी करण्याच्या दिशेने ह्या संपूर्ण लेखनाची मांडणी करण्याचे ठरवले आणि तसे केले. दलित साहित्यातील गाजलेल्या साहित्यकृतींची समीक्षा करून त्यातील वेगळेपणा शोधून काढणे आणि ह्या वेगळेपणाच्या आधारे वेगळ्या निकषांची गरज पटवून देणे ह्या उद्देशाने ह्या ग्रंथातील मूल्यमापनाची मर्यादा ठरवून घेतली आणि आपल्या भूमिकेचे समर्थन करण्यासाठी तसे दुवे, आधार शोधण्याचा प्रयत्न केला.

सदर ग्रंथात नवबौद्ध, महार, मातंग, ढोर, चर्मकार, भटके, विमुक्त आणि आदिवासी लेखकांच्या साहित्यकृतींचा अभ्यास केलेला आहे. त्यातही नवबौद्ध लेखकांचीच संख्या अधिक आहे. दलित लेखिकांच्या लेखनाचा समावेश करण्याची मनापासून इच्छा असूनही तसे करता आले नाही. केवळ 'जात' किंवा 'लिंग' ह्या आधारे ही निवड केली नाही. ही निवड त्या कलाकृतींची केवळ लोकमान्यता लक्षात घेऊनच केलेली आहे. अशा निवडीमध्ये वरील जातींच्या लेखकांचे लेखन समाविष्ट झालेले आहे.

दलित साहित्याच्या सुरूवातीच्या काळात अनेक लेखक नावारुपाला आले. एकेका पुस्तकाने सुप्रसिद्ध लेखक झाले, पण पुढल्या काळात त्यांच्याकडून लेखन झाले नाही. अनेक दलित लेखकांच्या लेखनात सातत्य दिसून येत नाही. काही लेखक गाडाभर लिहूनही त्यांचे एखादेच पुस्तक लोकांच्या पसंतीला उतरल्याचे दिसेल. काही चांगले लेखक हातचे सुटले आहेत, ह्याची खंत वाटते. तथापि बाबूराव बागूल, नामदेव ढसाळ ह्या पहिल्या पिढीतल्या लेखकांपासून भुजंग मेश्राम, लोकनाथ यशवंतसारख्या अलीकडच्या काळात नावलौकिक मिळवलेल्या लेखकांपर्यंतचे लेखन ह्या ग्रंथात समाविष्ट झाले आहे, ही समाधानाची बाब आहे. मला आशा आहे, हे लेखन वाचक व अभ्यासकांना निश्चित आवडेल.

डॉ. शरणकुमार लिंबाळे

सहा

अनुक्रमणिका

❑ शरणकुमार लिंबाळे यांचे प्रकाशित साहित्य

कविता : उत्पात (१९८२), श्वेतपत्रिका (१९८९).

कथा : बारामाशी (१९८८), हरिजन (१९८८), रथयात्रा (१९९३), दलित ब्राह्मण (२००४).

कादंबरी : भिन्नलिंगी (१९९१), उपल्या (१९९८), हिंदू (२००३), बहुजन (२००६).

आत्मनिवेदने : अक्करमाशी (१९८४), राणीमाशी (१९९२), पुन्हा अक्करमाशी (१९९९).

संपादने : दलित प्रेम कविता (१९८६), दलित पँथर (१९८९), दलित चळवळ (१९९१), दलित साहित्य (१९९१), प्रज्ञासूर्य (१९९१), भारतीय रिपब्लिकन पक्ष (१९९२), मराठी वाङ्मयातील नवीन प्रवाह (१९९३), विवाहबाह्य संबंध : नवीन दृष्टिकोन (१९९४), गावकुसाबाहेरील कथा (१९९७), ज्ञानगंगा घरोघरी (२०००), शतकातील दलित विचार (२००१), साठोत्तरी मराठी वाङ्मय प्रवाह (२००६).

समीक्षा : दलित साहित्याचे सौंदर्यशास्त्र (१९९६), साहित्याचे निकष बदलावे लागतील (२००५), ब्राह्मण्य (२००६).

❑ शरणकुमार लिंबाळे यांच्या साहित्याचे भाषांतर

इंग्रजी : द आऊटकास्ट (२००३), टुवर्डस् अॅन अॅस्थिटिक्स ऑफ दलित लिटरेचर (२००४).

हिंदी : अक्करमाशी (१९९१), देवता आदमी (१९९४), दलित साहित्य का सौंदर्यशास्त्र (२०००), नरवानर (२००३), हिंदू (२००४), दलित ब्राह्मण (२००४).

कन्नड : आक्रम संतान (१९९२).

पंजाबी : अक्करमाशी (१९९६).

मल्याळम : अक्करमाशी (२००५), हिंदू (२००५).

तमिळ : अक्करमाशी (२००३).

साहित्याचे निकष बदलावे लागतील

डॉ. शरणकुमार लिंबाळे

गोलपिठा

नामदेव ढसाळ हे दलित साहित्य आणि चळवळीतलं एक आघाडीचं नाव आहे. नामदेव ढसाळांमुळं 'दलित पँथर' आणि 'दलित कविता' बहुचर्चित ठरली. विशेष करून गोलपिठ्यामुळे त्यांची ख्याती पसरली. मराठी समीक्षक 'रसाळ नामदेवांपासून ते ढसाळ नामदेवांपर्यंत' किंवा 'दुसरे मर्ढेकर' अशी ढसाळांची तरफदारी करताना दिसले. 'ढसाळ' आणि 'विद्रोह' ह्या एकाच नावाच्या दोन बाजू असं साहित्यचर्चेत समीकरण मांडण्यात आलं. ढसाळांचा 'गोलपिठा' हा संग्रह मराठी कवितेमधला एक मैलाचा दगड ठरला आहे. पुढल्या काळात अनेक दलित कवींनी ढसाळांचं अनुकरण करीत कविता लिहिल्या. पण ढसाळांइतकी उंची कुणालाच गाठता आली नाही. खुद्द ढसाळांनाही 'गोलपिठा' इतकी उंची पुढल्या संग्रहातून ओलांडता आली नाही.
नामदेव ढसाळ ही दलित कवितेची चर्चित सुरुवात आहे. ढसाळांपासून विद्रोही दलित कवितेचा उगम होतो. ढसाळांच्या कवितेनं कवितेविषयी असलेली पारंपरिक समजूत बाद करून टाकली आणि कवितेला एक नवीन चेहरा आणि आवाज दिला.

ढसाळांचे जग आणि जाणिवा ह्या इथवरच्या मराठी कवितेत व्यक्त झालेले नव्हते. ढसाळांचा अनुभव आणि जाणीव ही मराठी कवितेत विलक्षण वेगळी ठरली, त्यामुळे त्यांची कविता चर्चित ठरली. ढसाळांची कविता ही मुक्तछंदातली कविता आहे. ह्या कवितेमध्ये समकालीन असलेल्या नारायण सुर्वेंच्या कवितेत आढळणारा हिंदी बोलीचा वापर जसा आहे, तशी नवकवींच्या कवितेतील दुर्बोधताही आहे. ढसाळांची कविता ही त्यांची अस्सल अभिव्यक्ती आहे. ही कविता वासना आणि विद्रोहाच्या रसायनाने तप्त झालेली आणि ढसाळांच्या जगातील तपशिलाने खचाखच भरलेली आहे. ही कविता गतिमान आणि आवेशपूर्ण अशी आहे. कुठलाच विधिनिषेध न बाळगता निर्णायकपणे व्यक्त झालेली भावना ह्या कवितांमधून वाचकांना भेटत राहाते. ढसाळांच्या प्रतिमा, प्रतीके आणि त्यांच्या बोलीतील असंख्य शब्द ह्यामुळे ही कविता क्लिष्ट वाटते. म्हणून प्रस्तावना लिहिताना विजय तेंडुलकर म्हणतात,'तिच्यातले अनेक शब्द, प्रतिमा न कळूनही ती अस्सल, कसदार आणि अस्वस्थ करणारी वाटली. (पृ. ६) ढसाळांची कविता दुर्बोध आहे हे जितक्या ठळकपणे जाणवते, तितक्याच ठामपणे ती माणसाच्या मुक्तीच्या ध्यासातून प्रकट झाली आहे हेही कळते. 'गंगाजमनी, विद्रूप, मोडक्या तोडक्या परंतु अतिशय ओघवत्या आणि मनस्वी भाषेत नामदेव ढसाळ ह्यांचे जगणे एक अनावरपणे आणि सहजपणे काव्यरूप घेते. या जगण्यातला असह्य दाह कवितारूप घेतो.' हे तेंडुलकरांचे प्रस्तावनेतील विधान त्यामुळे उचित वाटते. (पृ. १०)

'रक्तात पेटलेल्या अगणित सूर्यांनो
किती दिवस सोसायची ही घोर नाकेबंदी?
मरेपर्यंत राहायचे का असेच युद्धकैदी?
ती पाहा रे ती पाहा, मातीची अस्मिता आभाळभर झालीय
माझ्याही आत्म्याने झिंदाबादची गर्जना केलीय
रक्तात पेटलेल्या अगणित सूर्यांनो
आता या शहराशहराला आग लावीत चला'

(रक्तात पेटलेल्या अगणित सूर्यांनो, पृ. १३)

ढसाळांची कविता आवेशपूर्ण विधानांची कविता आहे. त्यांच्या कवितेतून संतप्त प्रतिक्रिया व्यक्त होताना दिसते. ते देव, धर्म आणि देशालासुद्धा धारेवर धरताना दिसतात. कसलाच मुलाहिजा न ठेवता ते जाब विचारतात. त्यांचे प्रश्न भेदकपणे भिडणारे आहेत.

'पंधरा ऑगस्ट एक संशयास्पद महाकाय भगोष्ट
स्वातंत्र्य कुठल्या गाढवीचं नाव आहे.
रामराज्याच्या कितव्या घरात आपण ऱ्हातोत
उद्गम विकास उंची संस्कार संस्कृती
कंचा मूलभूत अर्थ स्वातंत्र्याचा.'

(निमित्त १५ ऑगस्ट ७१, पृ. ७२)

नामदेव ढसाळ शब्दांचीच मोडतोड करतात असे नाही तर ते कवितेतल्या काव्याची, काव्याबरोबर अर्थ आणि आशयाची देखील मोडतोड करताना दिसतात. प्रचंड मोडतोडीतून त्यांची कविता एका अवघड पण विलोभनीय कोलाजसारखी प्रकटताना दिसते. ही कविता एका चेहऱ्याची कविता नाही. तिला अनेक चेहरे, अनेक स्वर, अनेक अवयव आणि संदर्भ लगडलेले दिसतील. ही कविता किती वेळाही वाचली तरी ती आपली होत नाही. ती अखेरपर्यंत ढसाळांचीच कविता राहाते. ही केवळ ढसाळांची कविता आहे. ती वाचकांच्या तावडीतून हर प्रयत्नाने निसटताना दिसते.

'आत्ता आम्ही तुझ्याकडे पाठ फिरवीत आहोत
आत्ता आम्ही कत्तलखोर होत आहोत
घर सोडताना दरवाजेही नेत आहोत
तुझ्यावरून रणगाडे सर्कवित आहोत'

(घर सोडताना, पृ.८)

ढसाळांची कविता आणखी एका अर्थाने अंगावर येणारी आहे. ढसाळ बिनधास्तपणे आपल्या कवितांमधून अर्वाच्य शिव्यांचा भडिमार करताना दिसतात. *'त्यांची दया फॉकलंड रोडवरच्या भडव्याहून उंच नाही.'* (पृ.१) किंवा *'तुमच्या पापाचे छिनाल घट फोडण्यासाठी'* (पृ. ६) अशा ओळी त्यांच्या कवितेमध्ये जागोजागी आढळतील.

'शेठसावकारांची आय झवून टाकावी नात्यागोत्याचा
केसाने गळा कापावा जेवणातून विष घालावे मूठ मारावी
माणसाने कुणाच्याही आयभयणीवर केव्हाही कुठेही
चढावे.
पोरीबाळींशी सइंद्रिय चाळे करावे म्हातारी म्हणू नये
तरणी म्हणू नये कवळी म्हणू नये सर्वांना पासले पाडावे

व्यासपीठावरून समग्र बलात्कार घडवून आणावे.
रांडवाडे वाढवावेत!: भाडखाव व्हावे : स्त्रियांची नाकं थानं
कापून मुड्या गाढवावर बसवून जाहीर धिंडवडे काढावेत'

(माणसाने, पृ.३०)

ढसाळांच्या कविता शिष्टसंकेत धुडकावणाऱ्या आहेत. जे शब्द कवितेतच काय चारचौघात बोलताना देखील वापरले जाणार नाहीत, ते ढसाळांच्या कवितेत सर्वत्र सर्रास आढळतील. ढसाळांची कविता बीभत्स आणि कठोर आहे. हा कवी शिल अश्लिलाचा विचार करताना दिसत नाही.

'खद्रया मैनांनो
तुमच्या उद्धवस्त पुच्यांचा मी नि:पक्ष भाष्यकार'

(उघडझाप चालूहे, पृ. ५)

'जिवाचे नाव लवडा ठेवून जगणाऱ्यांनी
खुशाल जगावे
मी तसा जगणार नाही'

(रस्त्याच्या कडेकडेने, पृ. १४)

'हाण रे सख्या तुझीच बारी
लोकशाही मेली तर डेंगण्या मारी'

(कॉम्रेड अर्थात १२ बलुतेदारांसाठी, पृ. ७१)

ढसाळांची कविता वाचकांना धक्के देणारी आणि त्यांची दमछाक करणारी आहे. ही कविता तांडवनृत्यासारखी आहे. प्रचंड चक्रीवादळात अडकलेल्या झाडाझुडुपांसारखी वाचकाची अवस्था होताना जाणवेल.

'मी तुला शिव्या देतो, तुझ्या ग्रंथाला शिव्या देतो, तुझ्या संस्कृतीला
शिव्या देतो, तुझ्या पाखंडीपणाला शिव्या देतो
इव्हन मी आईबापांना देखील शिव्या देतो
बांबलीच्यांनो इथं जन्म घेऊन तुम्ही बर्बाद झालात
आता मलाही जन्म देऊन तुम्ही बर्बाद केलेत.'

(बेंबीचा देठ ओला होणाऱ्या वयात, पृ.११)

ढसाळ जाणूनबुजून, ठरवून आपल्या कवितेला नवा चेहरा देताना दिसतात. हा चेहरा आक्रमकाचा आहे. माणसासाठी सूक्त गाणाऱ्या कवीचा आहे. क्रौर्य आणि करुणेची वीण असलेली ही कविता आहे. ढसाळांच्या कवितेतील विद्रोहाला त्यांच्या कवितेतील करुणेमुळे भव्य उंची प्राप्त झालेली दिसेल.

'चंद्रसूर्य फिके पडतील असे सचेत कार्य करावे
एक तीळ सर्वांनी करंडून खावा माणसावरच सूक्त रचावे
माणसाचेच गाणे गावे माणसाने'

(माणसाने, पृ. ३२)

केशवसुतांची, 'तुतारी', सावरकरांची 'सागरा प्राण तळमळला' किंवा कुसुमाग्रजांची 'पृथ्वीचे प्रेमगीत' ह्या कविता वाचकाच्या मनात जशा ठाण मांडून आहेत, तशी ह्या पंक्तीला ढसाळांची 'माणसाने' ही कविता जाऊन बसते. ह्या कवितेत असे आहेच काय? एका संतप्त जमावाने शहरात भीषण दंगल करावी, तशी ही कविता आहे. ही कविता सुनितासारखी आहे. हे ढसाळाचे सुनित आहे. पसायदान आहे. ह्या कवितेचा नव्वद टक्के भाग विध्वंसाचे, सर्वनाशाचे, अनाचाराचे धक्कादायक तपशील देणारा आहे. एका माथेफिरू दंगलखोराच्या कृत्यासारख्या ह्या कवितेतल्या ओळी आहेत. कवितेचा शेवट मात्र अत्यंत सुंदर आणि समर्पक असा झाला आहे. प्रचंड विध्वंसानंतर माणूसपणाची प्रचिती यावी अशी ही कविता आहे. दरोडेखोर वाल्या कोळ्याचा जसा महान वाल्मिकी व्हावा, तशी ही कविता वाल्याकडून वाल्मिकीकडे प्रवास करताना दिसते. हा प्रवास रौद्रसुंदर असा आहे. ढसाळांचा वाल्मिकी क्रौंच वधाने हळहळणारा नाही, तो शंबुकाच्या वधाने व्यथित झालेला आहे. त्यामुळेच ढसाळांच्या शिव्या ह्या ओव्यांचे रूप घेताना दिसतात अशी भलावण मराठी समीक्षक करताना दिसतात.

'हे वाद्या! तू माणसालाच असे हीन केलेस
तुला वेशीबाहेरला आक्रोश ऐकू आला नाही का?
पेटलेला माणूस दिसला नाही का?
उदासीनतेचा विराटपणा तुला स्पर्शला नाही का?
विजेचा लोळ वेशीची तटबंदी फोडून येतोय रे
सांग का देत नाहीस त्याला कडकडून मायेचे आलिंगन ?'

(बेंबीचा देठ ओला होणाऱ्या वयात पृ. १०)

ढसाळांच्या विद्रोहाला आंबेडकरी विचारांची तात्विक बैठक आहे. आंबेडकरी विचार आणि प्रेरणेमुळे संपूर्ण दलित साहित्य प्रकाशमान झाले आहे. ढसाळांनी

'गोलपिठा' मध्ये बाबासाहेब आंबेडकरांविषयी आपली श्रद्धा व्यक्त केलेली दिसून येते.

'जो युनिव्हर्सिट्यांचे चिरेबंद ढिले करतो
जो स्वतंत्रतेकडून स्वतंत्रतेकडेच जातो
असा तू एकुलत्या एक आमच्या रथाचा सारथी
जो दिग्विजयी तंद्रेतून आमच्यात उतरतो
नि शेतातून गर्दीतून नि मोर्च्यातून नि लढ्यातून
आमच्याबरोबर असतो.
नि आम्हाला शोषणात सोडवतो
तो तू'

(डॉ. आंबेडकर, पृ. ५५)

'सूर्यफुले हाती देणारा फकीर हजारो वर्षानंतर लाभला
आता सूर्यफुलासारखे सूर्योन्मुख झालेच पाहिजे.'

(आता, पृ. १२)

'कालच तो गुहेच्या तोंडाशी ठेवून गेला पिसाळलेला जाळ
मी शिलगावीत जाणार आहे यापुढचा काळ'

(बेंबीचा देठ ओला होणाऱ्या वयात, पृ. ११)

ढसाळ हे एका जहाल आणि उग्र दलित चळवळीच्या कार्यकर्त्यांच्या रूपात वावरताना दिसतात. दलित पँथरचे तप्त रसायन त्यांच्या मस्तकात भिनलेले आहे. त्यामुळे त्यांची कविता सोडावॉटरच्या बाटल्या फुटाव्या, अश्रुधुरांच्या कुप्या फोडल्या जाव्या, दंगलीत हाहा:कार माजावा किंवा कर्फ्यू लादलेल्या भयावह वातावरणात इशारे दिले जावे तशी व्यक्त होताना दिसते. म्हणूनच ही कविता आजवर व्यक्त न झालेल्या कवितेपेक्षा निराळी आहे. ह्या कवितेला लोकसाहित्याचा बाज आहे. लोकम्हणी, बोलीभाषेतील शब्द ह्यामुळे ह्या कवितेला कधी कधी पारंपारिक धाटणी लाभताना दिसते. (कॉम्रेड अर्थात १२ बलुतेदारांसाठी) ढसाळांची शिवराळ शैली, बेडर विधाने, मुक्तछंदाचा स्वैर वापर ह्यामुळे यांचे विशेषपण नजरेत भरते. ढसाळांची कविता चळवळीची कविता आहे, ही तिची वेगळी ओळख आहे.

गोलपिठा - नामदेव ढसाळ, नीलकंठ प्रकाशन, पुणे ३०.,
दुसरी आवृत्ती - १९७५, पृष्ठे - ७८ किंमत - सात रुपये.

उत्थानगुंफा

यशवंत मनोहर आणि नामदेव ढसाळ ह्यांनी दलित कवितेला विद्रोही चेहरा दिला आहे. विद्रोहाला शब्दरूप देणे अवघड असते. मनातील अनावर संतप्त भावना कवितेमध्ये तितक्याच परखडपणे प्रकट करणे, ही कसोटी असते. यशवंत मनोहरांनी आपल्या मनातील जहाल जाणिवा काव्यातून प्रकट केल्या आहेत. मनोहरांची कविता, ही युद्धावर निघालेल्या सैनिकांच्या आवेशातली आहे. मनोहर दलितांचे पक्षधर होऊन आपल्या मनातील क्रांतीविषयीची बांधीलकी उच्चरवाने व्यक्त करताना दिसतात.

'येऊ दे माझ्यावर त्यांच्या वंदनीय भोंदूंचा मोर्चा
ही मारेकऱ्यांची महावस्त्रे धुंवाधार मी फाडत जाईन
कत्तलखोरांच्या या सर्वच राहुट्या बेगुमान मी जाळत जाईन
परमेश्वरपुत्रांची ही मिरासदारी लाथेखाली आता तुडवीत जाईन'

(पृ.३३)

मनोहरांच्या कवितेत अशा प्रकारचा

उत्थानगुंफा / १७

'निर्वाणीचा निर्दय संताप' व्यक्त होतो. कारण धुपत्या चुलीप्रमाणे त्यांचे आयुष्य आहे. त्यांनी प्रस्थापितांच्या बोटांपुढील दिशा नाकारली अहे. ते स्वत:ला आंबेडकरांच्या ओठांवरील प्रलंयकारी सूर्य समजतात. त्यामुळे त्यांच्या कवितेत उग्र भावना स्फोटासारख्या व्यक्त झालेल्या दिसतात. त्यांच्या कवितेत दाहक जाणीव वावरताना जाणवते.

'ज्यांनी इथल्या सूर्याला, दगडांनाही
ऐहिक स्वार्थासाठी अध्यात्माचे रंग दिले
संचित निश्चित केले
त्या हरामखोर परंपरांवर मी विध्वंसाचा नांगर धरतो.' (पृ. १५)

मनोहर एकीकडे विषमतेचा पंचनामा करत आहेत, व्यवस्थेच्या विरोधात आग ओकत आहेत, त्याचबरोबर आपल्यावर झालेला अमानुष अन्यायाचा तपशीलही सांगत आहेत. त्यामुळे त्यांच्या कवितेत वेदना आणि विद्रोहाची बेमालूम सरमिसळ झालेली दिसते.

'माझ्या आयुष्याची भ्रूणहत्त्या केली आहे ह्या भूमीने
माझ्या बहिष्कृत स्फुरणांच्या अनाहूत अक्षरांवर
उठविल्या आहेत तिने संतप्त शापमुद्रा' (पृ.४)

जातिव्यवस्थेत भरडलेल्या जीवनाचे हे चीत्कार आहेत. मनोहर म्हणूनच आपल्या कवितेत म्हणतात *'येणाऱ्या प्रत्येक दिवसाच्या पाठीवर, मला खाली पाहायला लावणारा कत्तलखोर इतिहास असतो.'* (पृ.४६) हा कवी आपल्या भूतकाळाला विसरू शकत नाही. त्याचा भूतकाळ हा तप्त आहे. कालचा पाऊस ह्या कवीच्या गावात आलाच नाही. त्याने आपले आयुष्य आसवांवर काढले आहे. (पृ.९१) असा भोगवटा वाट्याला आल्यामुळेच कवी चिडतो. संतापतो. आक्रस्ताळा होतो.

'तुमचा असहाय्य बळी होण्यापलीकडे
संबंध नाही इथे कशाशीही माझा' (पृ. ४३)

किंवा

'देवाच्या गळ्याचा । घेईन मी घोट
चिताडीन पाठ । खेटराने ' (पृ. ५०)

किंवा

'पाखंड्यांनो आता । नका मारू थापा
आम्ही झालो गुंफा । उत्थानाच्या' (पृ. ५१)

किंवा

'मी उठलो त्यांच्या देवांच्या मुळावर
मी हसलो भेसूर अडाणी तत्त्वज्ञानांना
मी धिक्कार केला विश्वविख्यात कमाईचा त्यांच्या' (पृ. ४१)

मनोहरांनी आपल्या कवितेत देवाधर्मावर आगपाखड केलेली आहे. त्यामुळे त्यांच्या सगळ्याच कवितांमध्ये ताठरपणा, उद्दामपणा व्यक्त होताना दिसतो. इथे एक मात्र आवर्जून नोंदवावे लागेल, आपला विद्रोह व्यक्त करताना मनोहरांनी ढसाळी शब्दांचा अजिबात उपयोग केलेला नाही. ढसाळ आपल्या मनातील विद्रोह व्यक्त करण्यासाठी अश्लील शब्दांचा बेमुर्वत वापर करताना दिसतात, पण मनोहर मात्र हाच विद्रोह अश्लीलतेशिवाय व्यक्त करताना दिसतात. त्यांच्या कवितेत टणत्कार सतत जाणवत राहातो.

मनोहरांची शब्दांवर खास हुकमत आहे. त्यांनी आपल्या भावना व्यक्त करण्यासाठी शब्दांची जमवाजमव केलेली आहे. त्यामुळे त्यांच्या कवितेत 'उद्दामपणा' बरोबरच 'मुद्दामपणा' ही जाणवतो. शब्दांची चमत्कृती अनेक ओळीतून व्यक्त होताना दिसते. त्यामुळे त्यांची कविता कधी कधी शब्दबंबाळ झालेली दिसते. त्यांच्या कवितेत शब्दांचा झंझावात प्रकट होताना जाणवतो. मनातील आक्रोश आणि प्रखर नकाराची भावना ह्या कवितांमध्ये व्यक्त झाल्याने ह्या कवितेत ओघ जाणवतो. आवेश जाणवतो. लढाऊ बाणा जाणवतो. मनोहरांची कविता संघर्षप्रधान आहे.

मनोहरांनी काही कविता अखंडासारख्या लिहिल्या आहेत. ह्या कवितांमध्ये भावनांचा प्रामाणिकपणा सहजपणे व्यक्त झालेला दिसेल. त्यामुळे ह्या कविता मनाला भावतात. अशा कवितांमध्ये वेदना -विद्रोहाबरोबरच मनोहरांचे कविमन ठळकपणे नजरेत भरते.

'काळ्या गोऱ्या साऱ्या । वाळल्या पोटांनी
बेहिशोबी वन्ही । व्हावे आता ॥' (पृ. ५२)

यशवंत मनोहरांनी काही दीर्घ उद्देशिकाही लिहिल्या आहेत. बांग्लादेश, मारुती कांबळे, पावसाळी मोसमांनो, सिद्धार्थ गौतम बुद्ध, कार्ल मार्क्स, ज्योतिबा गोविंदराव फुले, भीमराव रामजी आंबेडकर ह्यांना उद्देशून मनोहरांनी कविता लिहिल्या आहेत. मनोहरांच्या कवितांची नावे जरी वेगवेगळी असली, तरी त्यांच्या सर्वच कवितांमधून वेदना आणि विद्रोहाचा स्फोट होताना जाणवतो. त्यांच्या दीर्घ कवितांमध्ये शब्दांचा लखलखाट आणि कडकडाट जाणवतो. ह्यामध्ये भीमराव रामजी आंबेडकर ह्यांना उद्देशून लिहिलेली कविता मनस्वी वाटते.

'अरे या बेशरम अत्याचारांना फाडताना आम्ही विजयी होऊत
असे विजांचे शस्त्रसाठे तू कुठे ठेवलेस?' (पृ. ८८)

मनोहरांच्या कवितांमधला स्वर प्रस्थापितांना 'उद्दाम' आणि 'मग्रूर' वाटणारा आहे, पण ही दलित जाणीव आहे. हजारो वर्षे चिरडलेल्या अस्मितेचा हा स्वाभिमानी उद्‌गार आहे. ह्यामुळेच मनोहरांची कविता चर्चित झाली आहे. दलित कवितेतील स्वातंत्र्योद्‌गार हाच सौंदर्योद्‌गार आहे.

उत्थानगुंफा - यशवंत मनोहर. कॉन्टिनेन्टल प्रकाशन, पुणे.
पहिली आवृत्ती - १९७७ किंमत ८ रु., पृ. १०३

आता होऊन जाऊ द्या !

लोकनाथ यशवंत ह्यांचा 'आता होऊन जाऊ द्या!' हा कवितासंग्रह दलित कवितेचा निराळा चेहरा आहे. आजवरच्या दलित कवितेमध्ये शिवराळपणा, भडकपणा आणि आक्रोशाची रेलचेल दिसून येत होती. दलित कवी आपली व्यथा, वेदना आणि संताप व्यक्त करण्यासाठी कविता लिहिताना दिसतो, त्यामुळे त्याच्या कवितेत वेदना आणि विद्रोहाचा उग्र आविष्कार व्यक्त होताना जाणवतो. *'आता होऊन जाऊ द्या!'* हे दलित कवितेतील एक वेगळं वळण आहे. ह्यापूर्वी अर्जुन डांगळे ह्यांचा *'छावणी हलते आहे'* अशा नावाचा कवितासंग्रह चर्चित झाल्याचे दिसून येते. ही हलणारी छावणी पुढे चालून आल्यावर *'आता होऊन जाऊ द्या!'* ची घोषणा करताना दिसते. *'आता तुम्ही आमच्यासोबत सांभाळून वागलं पाहिजे. झाले ते फार झालं'* (पृ. ६३) असं सांगणारी ही कविता आहे. *'लवकरच आमचा दिवस येतो आहे.'* (पृ. ६७) असे सूचित करणारी ही कविता आहे. ह्या संग्रहाच्या शीर्षकातूनच या कवीचा आणि त्याच्या कवितांचा स्वभाव कळून येईल. एका निर्णायक अवस्थेतली ही कविता आहे.

आता होऊन जाऊ द्या! / २१

'जोहार करणारे आमचे हात
आम्ही कापून फेकले
आता शस्त्राशिवाय हातात काहीच नाही.' (पृ. ५६)

कवीने आपल्यातील लाचारीला कायमची तिलांजली दिलेली आहे. लाचारी, अगतिकता, असहाय्यता, दौर्बल्य ह्याचा त्याने समूळ नि:पात केला आहे. हजारो वर्षांपासून चालत असलेला लाचारीचा रिवाज त्याने मोडीत काढला आहे.

लोकनाथ यशवंत आपल्या संपूर्ण संग्रहात कोणाशी तरी बोलताना, संवाद साधताना, स्वगत व्यक्त करताना दिसतात. त्यामुळे ह्या कवितांना आत्मनिवेदनाचा सूर लाभला आहे. दलित कवींच्या कविता एक प्रकारे त्यांच्या आत्मकथाच असतात. त्यांनी भोगलेल्या दु:खाचा हिशेब त्यांच्या कवितांमधून जागोजागी दिसून येईल.

'अनादी काळापासून एक प्रस्थापित काठी
सतत आपल्या पाठीवर उगारून आहे.' (पृ. २०)

अनादी काळापासून दलितांचा अमानुष छळ करणारी प्रस्थापित व्यवस्था ही शत्रुस्थानी असल्याचे दिसते. ह्या व्यवस्थेला उद्ध्वस्त करण्याचा इरादा आणि इशारा ह्या कवितांमध्ये व्यक्त झाला आहे. सर्वच कविता युद्धाच्या घोषणा करणाऱ्या आणि मानवमुक्तीचा जाहीरनामा उद्‌घोषित करणाऱ्या आहेत. त्यामुळे ह्या कवितांमधून एका मुसळधार पावसाची दमदार लय ऐकू येताना जाणवते.

'संतप्त जनांचा समूह रस्त्यावर येतो.
तेव्हा निरर्थक पडलेले दगड शस्त्र बनतात.' (पृ.२५)

संतप्त जनांच्या समूहांमुळे रस्त्यावर पडलेल्या निरर्थक दगडांनाही अर्थ प्राप्त होतो. 'निरर्थकता' आणि 'दगड' ह्या दोन अवस्थांना संतप्त जनांच्या समूहांमुळ 'धारदार शस्त्राचे' रूप लाभले आहे. मुर्दाड दगडांमध्ये एक नवी चेतना निर्माण झाली आहे. दगडातून देवत्व आकाराला येण्याचे दिवस आता संपले आहेत.

'गावात दगडाचे देव
आणि दगडाचीच देवालये
तू आणि मी हाडामासाचे बाहेर कसे?' (पृ. २२)

लोकनाथच्या कवितेतील हाडामासांची माणसं संतप्त होऊन रस्त्यावर आली आहेत म्हणून त्यांच्या ओठात प्रश्नांचं आग्यामोहोळ घोंघावताना जाणवते आहे. हे प्रश्न अस्वस्थ करणारे, विचारप्रवृत्त करणारे आहेत. हजारो वर्षे विचार न करण्याची सवय जडलेल्या मनाला प्रश्न विचारण्याची हिंमत देणारे आहेत. दलितांच्या मुस्काटदाबीविरूद्ध उच्चारलेला उद्‌गार म्हणजे ही कविता आहे.

'डांबलेल्या गुरांचा काही दिवस हंबरडा ऐकू यायचा
नंतर नेहमीसाठी बुजून जायचा
मी तर काहीच म्हणलो नाही
कोंडवाड्यापुढच्या भाषणात फक्त एवढेच बोललो
हे कुठपर्यन्त चालणार?' (पृ. २७)

'हे कुठपर्यन्त चालणार?' हा प्रश्न बंदुकीचा चाप ओढावा तसा आहे. 'आता हे थांबलेच पाहिजे' असा डाफरणारा, भेडसावणारा स्वर ह्या कवितांमध्ये व्यक्त झाला आहे. परंपराशरण वृत्तीला पौरुष प्रदान करणारा हा आवाज आहे.

'कमजोरांना दुनिया जगू देत नाही
आपण आपल्या शरीरात
लोखंड उतरवून घ्यावे.' (पृ. ५७)

कवी आपल्या लढाईची मजबूत तयारी करताना दिसतो. असे असले तरी अवतीभवती विकली जाणारी, भ्याड आणि नामर्द प्रवृत्तीचीही माणसं विपुल आहेत. अशा स्वकीयांविरूद्धही कवीची उपरोधिकवृत्ती धारदार होताना दिसते.

'एक मोर्चा
नायक होऊन आम्ही घेऊन गेलो
आम्ही पुढे, मोर्चा मागे
●
एकाएकी मोर्चाचे संतुलन जाऊ लागले
समोर पोलिसही शस्त्रसज्ज
आम्ही नायक सावध! मोर्चा पुढे, आम्ही मागे
●
अटीतटीच्या वेळी मोर्च्यातून आम्ही पळ काढला.

आणि
रस्त्यावरील एका छक्क्याने आम्हाला गांडू म्हटले. (पृ. १८)

लोकनाथ यशवंतने आपल्या प्रियेला उद्देशून ज्या कविता लिहिल्या आहेत, त्यातली आत्मधून उत्कट आहे. ही प्रिया पारंपरिक स्वरूपाची प्रणयिनी किंवा विरहिणी नसून ती बरोबरीची जोडीदारीण आहे. कवी तिला साद देताना म्हणतो

'ए, एक सांग! इतकी तप्त तप्त जागृत मुळं घेऊन
तू कशी शीतल शीतल शांत शांत' (पृ. २८)

किंवा

'सामान्यपणे माझे डोळे निर्विकार दिसत आले तरी
त्यात आत डोकावण्याचा प्रयत्न करू नकोस
सामाजिक बांधीलकीच्या सगळ्या शोकांतिका तिथे एकवटल्या आहेत.'
(पृ. ५२)

लोकनाथाच्या कवितेतील 'तू' आणि 'मी' चे स्वरूप असे वेगळे आणि विराट आहे. सामाजिक संदर्भातून हे 'तू मी' चे युग्म आकाराला आले आहे. लोकनाथच्या कवितांना एका शहराची पार्श्वभूमी आहे. ह्या शहरात 'तो' आहे. 'ती' आहे, हे शहर कवीच्या संतप्त मनात ढासळताना दिसते आणि त्याच्या मनात एका नव्या नगराचे स्वप्न आकाराला येताना दिसते.

'आता होऊन जाऊ द्या!' मधील बहुतांश कविता ह्या शहराच्या पार्श्वभूमीवर उदयाला आलेल्या दिसतात. कारखानदार, मजूर, औद्योगिक वसाहत, जाहिरात फलक, बॅनर, कॉम्रेड, लाल निशाण, पत्रके चिटकावणारे कार्यकर्ते, मोर्चा, पुतळे, येशू ख्रिस्त, क्रूस, झेंडा, असंख्य माणसांचा तप्त समूह, घोषणा, मुठी, आंदोलन, पोलिस, लाठीहल्ला, कचेरी, आमसभा, नसानसातील वेदना, आक्रोश अशा शब्दसमूहातून ह्या कवितेचा चेहरा जसा घडताना दिसतो, तसा प्रिया, पत्रे, गझल, गजरा, अश्रू, समुद्र, स्वप्न, ओठ, लाटा, यार, गालिब, नफिसा, संध्या देशपांडे अशा वर्णनातून कवीच्या मनातील उग्र उत्कटता व्यक्त होताना जाणवते. प्रेम आणि संघर्ष ह्या मुशीतून ह्या कविता स्फुरल्या आहेत. बंदूक, तलवार, धनुष्य, शस्त्रे, काडतुसे, चाकू, चाप, मॅन, लाठीहल्ला, ट्रिगर, संगीन, लढाई अशा शब्दांतून कवीच्या मनातील संघर्षप्रवण मानसिकता दिसून येते. पत्रापासून ते पोस्टरपर्यन्त, स्वप्नांपासून ते लाठीहल्ल्यापर्यंत,

नफिसापासून ते संध्या देशपांडेपर्यंत असे अनेक संदर्भ ह्या कवितेला लगडलेले दिसतील. गझल आणि गजरा ह्या अत्यंत नजाकतीच्या रुपकामधूनही कवीने स्फोटक बारुद आणि अंगार भरून ठेवलेला आहे.

लोकनाथ यशवंतच्या कवितेमध्ये प्रियेबरोबर लहान मुलांचेही संदर्भ येताना दिसतात.

'लहान मुलांचा मोर्चा रक्तवाहिन्यासारखा गावात पसरला
आणि आश्चर्य
सगळ्यांच्या जिभेला शब्द फुटले' (पृ. ४२)

लोकनाथाच्या कवितेमधील लहान मुलं ही क्रांतीच्या ठिणग्या वाटणारी आहेत. ही मुलं उद्याच्या उजेडाच्या रक्तवाहिन्या आहेत. मोर्चा सोडून पळून जाणाऱ्या नायकाच्या पार्श्वभूमीवर रक्तवाहिन्यांसारखा पसरणारा लहान मुलांचा मोर्चा समजून घेतला पाहिजे. विषम वर्तमानाला सुंदर स्वप्नांचं स्वरूप बहाल करणाऱ्या भविष्याचे शिल्पकार म्हणून ह्या लहान मुलांकडे पाहता येईल.

लोकनाथ यशवंतची कविता शब्दबंबाळ आणि प्रतिमा, प्रतीकांमध्ये अडकून पडताना दिसत नाही. ती साध्या सरळ भाषेतून व्यक्त होते. त्यामुळे ती क्लिष्ट, दुर्बोध वाटत नाही. कविता केवळ भावगर्भ असून चालत नाही, तर भाववाहकही असावी लागते. अन्यथा कवितेतील आशय आणि अर्थ कवितेच्या दुर्बोधतेमध्ये गुंतून पडण्याचा धोका असतो. खरी कविता रसिकाच्या मनाला साद घालते. त्याच्या काळजाला भिडते आणि त्याच्या मनात कार्यप्रवणता निर्माण करते. लोकनाथची कविता ही न्याय अन्यायाची शहानिशा करणारी आणि वाचकाच्या मनात न्यायाची बाजू भक्कम करणारी आहे.

लोकनाथ यशवंतच्या कवितांचं स्वरूप विधानांसारखं आहे. ही विधानांची कविता आहे. काही विधानांना काव्याची खोली आणि चिंतन बैठक प्राप्त झाली आहे, तर काही विधाने कवितेची लांबी रूंदी वाढवण्यासाठी आलेली वाटतात. काही विधाने तर गद्याचा अवतारच वाटतील.

'नफिसा, त्या नवीन शहरात गोंधळू नकोस
तुला सांगतो ते नीट ऐक
त्या शहरातला कुठलाही रस्ता विसरलीस तरी घाबरू नकोस
कारण, तिथला प्रत्येक छोटा रस्ता हा मुख्य रस्त्याला येऊन मिळतो.'
(पृ. ३

'नफिसा' ह्या कवितेतील ओळी बस स्टेशनवर निरोप द्यायला जाणाऱ्याने बोलावे तशा स्वरूपाच्या आहेत. ह्या ओळी एका खाली एक लिहिल्या म्हणून त्यात काव्य आहे, असे म्हणता येणार नाही.

'पाय ताणून हात वर केले की, आळस निघतो
अशा काही अगदी साध्या क्रिया असतात
साध्या साध्या गोष्टीही समजून घेण्याच्या
मन:स्थितीत आपण नसतो.' (पृ. ३४)

'एका मोर्चाचा शेवट' ह्या कवितेतील वरील ओळींमध्ये कसले काव्य व्यक्त झाले आहे? अशा शुष्क आणि गद्यप्राय विधानांमुळे ही कविता कंठाळी रूप धारण करताना दिसते. लोकनाथची कविता ही विधानांची कविता असल्याने ह्या विधानांना धारदार स्वरूप प्राप्त झालेले आहे. 'लीडर' कवितेवर बा. सी. मर्ढेकरी छाप जशी दिसते, तसा 'प्रार्थना' ह्या कवितेवर नामदेव ढसाळांच्या 'माण्साने' ह्या कवितेचा प्रभाव स्पष्टपणे जाणवतो. तरीही लोकनाथ यशवंतची कविता ही त्यांची स्वत:ची वेगळी अनुभूती आहे. त्यामुळेच त्यांची कविता दलित कवितेतील लक्षणीय भर वाटते.

आता होऊन जाऊ द्या! - लोकनाथ यशवंत. मुक्तछंद प्रकाशन, नागपूर.
पहिली आवृत्ती - १९८९ पृष्ठे - ७५ किंमत - ६० रुपये

ऊलगुलान

भुजंग मेश्राम ह्यांचा 'ऊलगुलान' हा कवितासंग्रह दलित कवितेच्या वाटचालीतील एक महत्त्वाचा टप्पा आहे. भुजंग मेश्राम हे जन्माने आदिवासी असल्याने त्यांच्या कवितांना आदिवासीत्त्वाची जन्मखूण लाभलेली दिसते. ह्या कवीने प्रमाण मराठीबरोबर आदिवासी बोलीतही कविता लिहिल्या आहेत. त्यांच्या कवितेत अन्य दलित कवींपेक्षा वेगळा जीवनाशय व्यक्त झाला आहे. तथापी त्यांची कविता दलित जाणिवेची कविता आहे.

संत तुकारामांपासून ते मारुती चितमपल्लींच्या साहित्यापर्यंत निसर्गाची विविध विलोभनीय रूपं व्यक्त झाली आहेत. ना. धो. महानोरांच्या कवितेतही निसर्गाचे आगळेवेगळे रूप पाहायला मिळते. मराठी साहित्य निसर्गप्रेमाने भरलेले आहे. मराठी साहित्यामध्ये महानगरांमध्ये राहून कल्पनेने निसर्गावर केलेल्या जशा कविता आहेत, तशा प्रत्यक्षात रानात राबून केलेल्या नारायण सुमंत सारख्या कवींच्या कविता आहेत. ह्या पार्श्वभूमीवर भुजंग मेश्रामांच्या कवितेतील निसर्ग वेगळा वाटतो. हा निसर्ग वन्य जिवांपेक्षा पशुतुल्य जीवन जगणाऱ्या

आदिवासींच्या आकांतानं गजबजलेला दिसून येईल.

'फक्त जगत राहिलो झाडीपट्टीच्या वादळी आयुष्याचं गणित
फुलवत राहिलो अरण्यबेटाचं क्षितिज' (पृ. १४)

मेश्रामांनी पाहिलेला आणि जगलेला निसर्ग जितका रम्य आहे, तितकाच रौद्रही आहे. जंगलात जन्मलेला जीव जेव्हा जागृत होतो, तेव्हा त्याच्याबरोबर सभोवतालचा निसर्गही सजीव होऊ लागतो. जंगलाला एक चरित्र लाभतं, जंगलाचं स्वत:चं असं एक तत्त्वज्ञान निर्माण होतं. जंगलाचा इतिहास आणि वर्तमान ह्याला अर्थ प्राप्त होऊ लागतो.

'झाड म्हणजे ते नव्हे
जे कधीही उपटता येते शिव्यांमधून
झाड म्हणजे हृदयात रुतलेल्या श्वासांची रंध्रे
झाड म्हणजे उत्क्रांतीमधील अपभ्रंश बोली
जी वाहते वर्तमानाकडे, इतिहासातून' (पृ. १९)

किंवा

'त्यांना काय ठाऊक निसर्ग म्हणजेच मोठा देव
अन् आपण अस्वस्थ पाखरं' (पृ. ११२)

भुजंग मेश्रामांची कविता जशी निसर्गाविषयी, निसर्गातल्या पशुपक्ष्यांविषयी बोलते, तशी निसर्गातल्या वन्य जीवन जगाव्या लागणाऱ्या आदिम आदिवासी माणसाच्या सुखदु:खांविषयीही बोलते.

'प्रजासत्ताक नि स्वातंत्र्यदिनाला आदिम कला राजधानीत नाचते
त्यावेळी संस्कृती महालामध्ये कॅब्रे करते.' (पृ. ८५)

मेश्रामांनी आपल्या कवितेत सत्ता आणि व्यवस्था ह्यावर मर्मभेदी प्रहार केले आहेत. प्रदर्शनासाठी आदिवासींचा उपयोग होतो. प्रदर्शन संपले की आदिवासींना विसरले जाते, त्यांचा कोणी वाली होत नाही, ही खंत ह्या कवितेतून प्रकट झाली आहे.

२८ / साहित्याचे निकष बदलावे लागतील

'निसर्गाचा समतोल राखण्यासाठी
राहावे लागते काहींना निसर्गप्रेमी
काहींना निसर्गदत्त, तर काहींना निसर्गावस्थेत' (पृ. ७४)

एकीकडे वन्य जिवांची काळजी वाहणारे प्राणीमित्र, जंगलतोडीला विरोध दर्शविणारे वृक्षमित्र, पर्यावरण धोक्यात येईल म्हणून टाहो फोडणारे निसर्गप्रेमी ह्यांची एक मध्यमवर्गीय वर्तमानपत्री मोहीम चालू असते, तर दुसरीकडे वन्य जिवांची शिकार करणारे हौशी शिकारी, बेकायदा वृक्षतोड करणारे ठेकेदार, आदिवासींचे अधिक शोषण करणारे सावकार आणि बेमुर्वतखोर वन अधिकारी ही मंडळी जंगलाच्या जिवावर उठली आहेत. जंगलातला आदिवासी लोकशाही, स्वातंत्र्य ह्यापासून कोसो योजने दूर आहे.

'या गर्भार रात्रीच्या अंगावरचा सुळका कापूस तेवढा वेचून काढ
म्हणजे तुला उमजेल काजव्यांचा आदिम मोहोळ
अन् डंखासारखी भिनणारी
माझ्या बोलीची ओळ न ओळ' (पृ. ४१)

आदिवासींना 'वनवासी' ठरवणारा संघ परिवार, समाजसुधारकांच्या आविर्भावात त्यांच्या धर्मपरिवर्तनाची गरज प्रतिप्रादणारे ख्रिश्चन मिशनरी किंवा आदिवासींच्या हातात शस्त्र देऊन उठाव करणारे नक्षलवादी हे सगळेच कसे धूर्त आहेत, ह्याचा बुरखा फाडणारी ही कविता आहे. कुपोषण, साथीचे रोग, अज्ञान, निरक्षरता, सावकारी पाश ह्या विळख्यात अडकलेल्या आदिवासी माणसांची बाजू घेणारी ही कविता आहे.

'बस्स, इतकेच निमित्त पुरे असते त्यांच्यासाठी
अन् असेंब्लीच्या हौदात एखादा खडा पडतो निषेधी
त्यापलीकडे आणखी काही नाही' (पृ. ४७)

आदिवासींच्या अन्यायाचे भांडवल करून प्रसिद्धी मिळवणाऱ्या राजकीय स्टंटबाजीवर कवीने कठोर उपहास केला आहे. आदिवासींच्या प्रश्नांचा दूरगामी विचार करून त्यांच्या विकासाची हमी दिली जात नाही, केवळ मतापुरता त्यांचा सौदा केला जातो. अशामुळे आदिवासींचे मूळ प्रश्न सुटणार नाहीत.

'गाव बांधणी म्हणजे यवढे शिकाचं हाये

येवस्थेच्या छाताडावर या आग्यामोहोळावानी
बसाचं हाये' (पृ. ७२)

आदिवासींचा उद्धार करण्यासाठी कोणी प्रेषित येईल असं कवीला वाटत नाही. आपल्या प्रश्नांवर आपल्यालाच लढावं लागेल आणि त्यासाठी संघर्षाची पूर्वतयारी करावी लागेल ह्याची जाण ह्या कवीला आहे.

'लोक कुडकुडत असले म्हंजी
आपन रस्त्यावर सेकोटी होऊन जावं' (पृ. ६२)

भुजंग मेश्राम हे आदिवासींचे प्रवक्ते बनले आहेत. त्यामुळेच त्यांनी आपल्या कवितेतून आदिवासींच्या व्यथा वेदना मांडल्या आहेत. आपल्या अंर्तबाह्य बदलासाठी ही शोधयात्रा निघाली आहे.' (पृ. ८३) अशी ह्या कवितेमागची भूमिका आहे. क्रांतीचा जागर करण्यासाठी कवीने आपला इतिहासपुरुष बिरसा मुंडा ह्यांना हाका मारल्या आहेत.

'मी कधी कधी जेव्हा आश्रमशाळेमध्ये जातो
मुले विचारतात, 'काका बिरसा मुंडा कुठे राहातो?'
मला सांगता येत नाही त्यांच्या स्वप्नाळू भाषेत उत्तर
तेव्हा मी बयान टाळणारा आरोपी होतो.
मुलांपर्यंत तर तू पोचलास आहेस बाराखडीसारखा
कुणी सांगावं, मुलांच्या स्वप्नातही
तू जात असशील तुझी रहस्ये सांगायला
परंतु त्या तमाम लोकांचे काय
जी त्या मुलांसारखीच तुझी वाट पाहात आहेत.' (पृ. ४५)

मेश्रामांनी बिरसा मुंडांवर लिहिलेली कविता अप्रतिमच आहे. बिरसा हा मेश्रामांच्या कवितेचा प्राणबिंदू आहे. ह्या कवितेवर बिरसा मुंडांच्या इतिहासाच्या अमिट मुद्रा उमटल्या आहेत.

'आईच्या मोळी बाजारात, तेंदू पानांच्या खळ्यावर
व्याजात गेलेल्या शेतावर, मजुरीच्या बटवड्यावर
इतकेच नव्हे कोडपाखिंडीच्या पोळात

बस्तूरच्या गोटूलवर, इंदर वस्तीच्या बाजारात
चंद्रपूरच्या अरण्यात, तूच दिसतोस रे आमच्यासोबत
सांग, तुला विसरावं तरी कसं?' (पृ. ४४)

नामदेव ढसाळ आणि भुजंग मेश्राम यांच्या कवितेत अनेक ठिकाणी कमालीचे साम्य दिसून येते.

ढसाळांच्या कवितेची त्वचा महानगरीय आहे, तर मेश्रामांच्या कवितेची त्वचा ही अरण्यबेटाची आहे. ढसाळांच्या कवितांच्या ओळींची धाटणी, कवितेतला आवेश आणि आवेग,प्रमाण आणि बोलींच्या मिश्रणातून तयार झालेली वेगळी भाषिक शैली ह्या करामती मेश्रामांच्या कवितेतूनही दिसून येतात. परंतु मेश्रामांच्या कवितेला आदिवासींचे ओठ लाभले आहेत, हेही लक्षात घ्यावे लागेल.

'आज गोरे नाहीत, ती स्वप्नांतील राज्ये नाहीत
आमच्या दाट डोळ्यांगत अरण्ये नाहीत
तू नाहीस
आहे फक्त अरण्यात वाढणारा असंतोष
अन् ओठांवर तूच दिलेलं छोटं गीत
ऊलगुलान ! ऊलगुलान ! ऊलगुलान !'

मेश्रामांच्या कवितेतील आदिवासी ओठ 'ऊलगुलान ' चा नारा देत आहेत. ढसाळ आणि मेश्रामांच्या कवितेतील सामाजिक विषमतेचे तपशील वेगळे असले, तरी ह्या दोघांचे वैचारिक कुळ एकच आहे. त्यांची क्रांतिकारी जाणीव एकच आहे.

'मी साकारतो अंतर्बाह्य बोधीवृक्ष जिथे विसावू शकेल त्रिकाल सत्य'
(पृ. १८)

किंवा

'तुझ्या डोळ्यातील पंचशील ओळी मात्र
सावलीसारख्या असतात पाठीशी' (पृ. ४७)

मेश्रामांची कविता अंतर्बाह्य बोधिवृक्षाचं रूप घेऊ इच्छिते. त्रिकाल सत्याच्या सोबत राहाण्याची आकांक्षा बाळगते. त्यामुळेच त्यांच्या कवितेतून उन्हातल्या सावलीसारखे पंचशील सोबत करताना दिसते. म्हणून मेश्रामांची कविता केवळ 'अभयारण्याची'

नसून ती 'जेतवनाची' देखील आहे, हे लक्षात घेतले पाहिजे.

'जेव्हा कळतो मातीतल्या थरांचा भयाण इतिहास
पायच बोलतात डोळ्यांची बोली
अन् पेटलेली झाडे वारूळ पेरीत जातात मनात' (पृ. ५०)

मेश्रामांना मातीतल्या थरांचा भयाण इतिहास ज्ञात झाल्यामुळे ते मुळांना हात घालणारे अस्वस्थ प्रश्न विचारताना दिसतात. हे प्रश्न भीषण वास्तवाची जाणीव करून देणारे आणि शोषणाविरूद्ध कृती कार्यक्रम जाहीर करणारे आहेत. 'कुठल्या गत्यात्म नियमांनी बांधली जाते ही भूक?' (पृ. ५४) 'आपण कुणीच कसे बनू शकत नाही त्यांचे शरीर, त्यांची व्यथा?' (पृ. ५५) 'कुठल्या दिशेकडून येतात ही दु:खाची चक्रीवादळे? कुठले समुद्र उपसावेत म्हणजे सापडतील गाळहीन कुळे?' (पृ. ५५) 'त्यांच्या चष्म्यातून कसे सुटतात ऊनेरी लोक? त्यांना ऐकू येत नाही का मातीतल्या लाव्हांचा गाज' (पृ. १५) 'आता कोन्ता धडा पोराले सिकवू?' (पृ. २३) 'बापू, यकायकी हे धुंदाड कसे सुटले बप्पा?' (पृ. २९) 'याले म्हंतेत का रे गाव बांधणी?' (पृ. ७२) 'अल्पवयीन मुलीवर लादावा विवाह तशी बांधता येते का एखादीची समाधी?' (पृ. ७४) 'तू वाहशील तुझ्यातून असंतोषाचे पाट?' (पृ. ७५) 'ग्रँडफादर, बुद्धाशी तुमची ओळख आहे की नाही?' (पृ. ८५) 'येडीया आल्यावर कोंबड का कापतात भिया?' (पृ. ९६) तरीपण तुम्ही जांगड कसे रे?' (पृ. १२२) अशा प्रश्नांची नौबत ह्या कवितेत व्यक्त झाल्याची दिसेल.

भुजंग मेश्रामांच्या कवितेत प्रतिभेचा उत्सवच मांडलेला दिसून येतो. त्यांचं चिंतन वास्तवाचे अनेक दाहक पदर घेऊन व्यक्त झालं आहे. त्यांच्या कवितेतील तरल लालित्य मोहवणारे आहे. कवीने प्रतिमा, प्रतीकांची मुक्तहस्ते उधळण केलेली दिसून येईल. मेश्रामांच्या कवितांना अदिवासी लोकगीतांची आणि नृत्यांची एक लय लाभलेली आहे.

'आपण काटा टोचल्यागत एकमेकांना उठवतो, रोड क्रॉस करावा तसं आपण सहज स्वत:ला ओलांडून गर्दीत उतरतो, फुटपाथवरून चालताना थबकणं पाहिलं की तुला किती स्वप्नं पडत असतील याचा येतो अंदाज, पुनरावृत्ती टाळावी तशी टाळतेस झोपडपट्टी, पोटजातीत राहिल्यागत आवडू लागते पोटभाडोत्रीपण, तुझ्यातला सावकार मला दिसतोय स्पष्ट जसा पेगातल्या बर्फाचा तुकडा किंचित पाण्याबाहेर, गावात प्रेमाने चांगले होते शोषण, चांदणे होत नाही जोंधळे, कापूस म्हणजे मन पेटवण्याची एक प्रतिमा आहे, म्युझिअमच्या हिरवळीवर आपण कुणालाच आवडत नाही, मी ह्या शहरावर असा तळपत उभा' अशा शब्दांच्या रचनांमधून एक अनोखी मैफल भेटत

राहाते.

'रान कटाईचा संकल्प
तक्षका, अटळ असू दे नकार तुझा
तू एक वारूळ मी एक वारूळ मु. पो. केसलगुडा' (पृ. ३९)

मेश्रामांच्या कवितेतील जंगलझडी, त्यांचे वास्तव्य असलेली झाडीपट्टी, आदिवासी बोली आणि अरण्यबेटांचा तपशील त्याचबरोबर मेश्रामांनी निर्माण केलेली अवघड शब्दसृष्टी त्यामुळे ही कविता सामान्य वाचकाच्या आवाक्याबाहेरची वाटू लागते. पण प्रत्यक्षात ही कविता समजून घेऊन वाचली तर काळजाचा घड होताना दिसते. ह्या कवितेने दलित कवितेला एक समृद्ध आयाम दिलेला आहे, हे मात्र निश्चित.

ऊलगुलान, भुजंग मेश्राम, साकेत प्रकाशन, औरंगाबाद,
पहिली आवृत्ती - १९९०, दु. आ. १९९५, पृष्ठे - १४६,
किंमत ६० रुपये.

गल्ली बदललेला मोर्चा

राम दोतोंडे ह्यांचा 'रापी जेव्हा लेखणी बनते' हा पहिला कवितासंग्रह सन १९७८ मध्ये प्रकाशित झाला तेव्हा त्याची विपुल चर्चा झाली होती. मुळातच ह्या संग्रहाचे शीर्षक क्रांतिकारी होते. रापी आणि लेखणीचा ह्यापूर्वी कधीच संबंध आलेला नव्हता. कातड्यावर चालणारी रापी आणि कागदावर चालणारी लेखणी ह्यांना एकत्र करून दोतोंडे ह्यांनी आपल्या कवितेत एक वेगळेच रसायन निर्माण केलेले होते. कातडं अस्पृश्याचं प्रतीक, तर कागद ब्राह्मणाचं प्रतीक. रापी चांभाराच्या जगण्याचं साधन तर लेखणी ब्राह्मणाच्या जगण्याचं साधन. दोतोंडेच्या कवितेनं इतकी सांस्कृतिक भिन्नता असलेली दोन टोकं सांधली होती. कवीने लेखणीला रापीसारखे वापरले होते. हा लोकशाहीतील अभूतपूर्व देखावा होता.

राम दोतोंडे ह्यांचा दुसरा कवितासंग्रह 'गल्ली बदललेला मोर्चा' तब्बल एका तपानंतर प्रकाशित झाला आहे. दलितांतर्गत असलेला तीव्र कलह आणि जातिभेद ह्याचे कासावीस करणारे वास्तव 'गल्ली बदललेला मोर्चा'त प्रकट झाले आहे. जगल्या भोगल्या क्षणांच्या अस्वस्थ

करणाऱ्या नोंदी ह्या कवितेमध्ये प्रकट झाल्या आहेत.

।।१।।

राम दोतोंडेंनी आपल्या कवितेमध्ये आभाळाची विविध सामाजिक रुपं टिपली आहेत. आभाळ ही एक वृत्ती आहे. आभाळाच्या गबाळपणाची कवीने गंभीर नोंद घेतलेली दिसून येते.

'ज्याला पटत असेल
आभाळाची वैश्विकता
ते सर्व मूर्ख आहेत
माझ्या घरावरचं आभाळ
रोजच म्हणतंय
'पाय लागू मायबाप' (पृ. ३२)

दोतोंडेंनी आभाळाचं गलिच्छ आणि दळभद्री रूप इथे निर्देशित केलेलं आहे. दोतोंडेंच्या कवितेतील आभाळ हे नागवं आहे, उलट्या करणारं आहे, संदर्भ बदलणारं आहे. हे आभाळ डोळ्यात साठणारं आहे, खिशात मावणारं आहे. दोतोंडेनी आपल्या कवितेत आभाळाचा अनेक अर्थी वापर केलेला दिसून येतो. कवी आभाळाखाली राहून घराशी नातं सांगणं पसंत करतो. त्याला आभाळ कवेत घ्यावंसं वाटत नाही, कारण ते कवेत घ्यावं इतकं आत्मीय नाही. इथला माणूसही आभाळलेला नाही अशी कवीची तक्रार आहे. 'मी तर आभाळ होऊ शकत नाही' (पृ. ३३) अशी कबुली कवी देताना दिसतो. आभाळाचं मायावी, अनाकलनीय आणि ढोंगी वैश्विक रूप ह्या कवितेत गडदपणे अभिव्यक्त झालेले आहे.

'जिथे होतास तिथेच रहा
पन्नास पावलं पुढं आलास
शंभर पावलं मागं सरक' **(पृ. ३६)**

अशा मग्रूर धमकीखाली जीवन जगण्यालाच 'स्वातंत्र्य' असे नाव दिले गेले आहे. ह्या अन्यायाविरूद्ध बोलावे तर आपल्या पाठीशी उभे राहणारे आभाळ त्यांनी कधीच खिशात घातलेले असते. ही कविता विकाऊ वृत्तीवर कडाडून हल्ला करणारी आहे. अत्यंत टोकाचा उपरोध आणि उपहासाने ही कविता शिगोशीग भारलेली

दिसते. एकीकडे विद्रोहाचा स्वर तीव्र करायचा आणि दुसरीकडे त्याचवेळी उपरोधाची उग्र रूपं मांडत जायचं अशी ही दुधारी स्वरूपाची कविता आहे

।।२।।

दलित कवितेमध्ये स्त्रीवादी स्वर उमटलेला दिसून येतो. दलितांप्रमाणेच स्त्रीचेही शोषण झालेले आहे. प्रस्थापित समाजव्यवस्थेत स्त्री, शूद्रांचे स्थान हे दुय्यम दर्जाचे आहे. त्यामुळे दलित कवी समदु:खी स्त्रीच्या बाजूने उभा राहाताना दिसेल. दोतोंडे ह्यांना आपल्या आईच्या रूपातही स्त्रीचे होणारे शोषण दिसते.

'आईनं द्यायचा असतो चहा
द्यायचं असतं पाणी
आणि थापायच्या असतात
सर्वांसाठी भाकरीसुद्धा
हेही कळलं
न कळणाऱ्या वयात' **(पृ. ४२)**

दोतोंडे ह्यांनी स्त्रियांच्या होणाऱ्या शोषणाला काव्यरूप दिले आहे. त्यांनी आपल्या प्रियेविषयी ज्या कविता लिहिल्या आहेत, त्या प्रेमाऐवजी पुरुषी वृत्तीचा उपहास करण्यासाठी लिहिल्या आहेत, असे दिसते.

'तो म्हणजे पेढा
तू म्हणजे बर्फी
तो म्हणजे उत्सव
तू म्हणजे साल' **(पृ. ४५)**

दोतोंडे ह्यांनी आपल्या कवितेमधून स्त्रीपुरुषांमधलं विषम वास्तव चित्रित केलं आहे. दोतोंडे ह्यांचा विद्रोही स्वर हा उपरोधगर्भ असल्याने तो अधिक भेदक वाटतो. कवी आपल्या प्रियेला म्हणतो.

'चूल तेवढी
समजून घे
उतारवयात मी
घडवून आणीन

तुझा सत्कार
एक आदर्श पतिव्रता म्हणून' (पृ. ४९)

किंवा

'तू लक्ष्मी
तू कबूतर
खरे म्हणजे
तू गाडी
म्युन्सिपाल्टीची' (पृ. ५१)

दोतोंडे ह्यांची कविता ही स्त्रियांची बाजू घेताना दिसते. तिच्या शोषणाचा उच्चरवाने धिक्कार करताना दिसते. स्त्रीला गौण मानणाऱ्या पुरुषसत्ताक समाजाविरुद्ध ही कविता विद्रोह करताना दिसते. दलित कवी स्त्रीकडे भोगदासी किंवा मादी म्हणून पाहात नाही, तर तिला आपली साथीदारीण मानताना दिसतो.

'हात नको पायाजवळ
खांद्याबरोबर उभी राहा
समतेसाठी लढू आपण' (पृ. ६०)

समतेसाठी लढणाऱ्यांनी इतरांनाही समतेने वागवणे महत्त्वाचे असते. घरात विषमता आणि दाराबाहेर समता असे तत्त्व स्वीकारता येत नाही. म्हणूनच कवी आपल्या प्रियेला तिचे स्थान पायाजवळ नसून खांद्याबरोबर आहे असे सांगताना दिसतो. इतकेच नव्हे तर, तिला आपल्या लढ्यामध्ये सामील करून घेताना दिसतो.

||३||

राम दोतोंडे ह्यांच्या कवितेतून काही उत्कट आणि तिखट चित्रे व्यक्त होताना दिसतात. आपला गाव, माय, वडील, बाबासाहेब आणि स्वत:विषयी लिहिताना कवी भावुक होताना दिसतो. त्याच्या भावुकतेतही व्यंग व्यक्त होताना दिसते. हे ह्या कवीचे वेगळेपण आहे. कवी प्रहार करताना आपला आणि दुजा असा भेदभाव करत नाही.

'वच्छे, घेती कावं
चांभारीन मायची भाकर?
न्हयी ते असं कर
मीच घेते...
मही तुह्या आंगं घ्ये' (पृ. ४१)

गावाकडच्या बायकांना चांभारीण मायीविषयी आपुलकी वाटत असली, तरी तिचा विटाळही वाटतो. दया आणि द्वेषाचं हे अजब मिश्रण आहे. कवीच्या मनातही आपल्या गावाविषयी अशाच प्रकारच्या संमिश्र भावना आहेत.

'हे गाव आपले माय
रुतते काळजात
परसात वाढवले त्याने
ठेवून जरी मनी जात' (पृ. ९५)

आपला गाव म्हणून आपल्या गावाविषयी कवीला वाटणारी आत्मीयता आणि आपल्या गावाने आपल्याला अस्पृश्य म्हणून वागविले ही तीव्र खंत, एकत्र व्यक्त झाल्याने ही कविता दाहक बनली आहे. कवीला शिक्षणामुळे आपल्यावरील अन्यायाची जाणीव झाली आहे. गावाकडे त्याला अस्पृश्य म्हणून वागवले जाते, तर स्वसमाजात 'दलित ब्राह्मण' म्हणून हिणवले जाते.,

'ये दलित ब्राह्मणा
बाहेर ये
बायकोच्या साडीत
लपलास का भडव्या?

माझ्या भरल्या घरावर
उठू नका रे ऽऽ
माझा सुखी संसार
लुटू नका रे ऽ ऽ
चार घास खाऊ द्या
आनंदात राहू द्या
वाटल्यास मी देतो

दहा रुपये महिन्याचे
फिरू द्या चक्र
समाज परिवर्तनाचे (पृ.७९)

कवीने एकीकडे दलित ब्राह्मणांचं कारुण्य व्यक्त केलं आहे, तर दुसरीकडे चळवळीच्या नावाने खंडणी वसूल करणाऱ्यांना धारेवर धरले आहे. नोकरी करणाऱ्या पांढरपेशा वर्गाविषी असलेली आकसाची भावना इथं व्यक्त झाली आहे. दलित कर्मचाऱ्याला आपल्या अनेक नातेवाईकांना मदत करावी लागते. त्याचे जगणे हे फाटलेल्या आभाळासारखेच असते. ह्या पार्श्वभूमीवर दलित कर्मचाऱ्याच्या वडिलांचे मनोगत जाणून घेणे महत्त्वाचे आहे.

'पोरा
आमालाबी
बरंच वाटतं
तुहा मांडवावरचा
चढता येल पाहून
तिचं येडीचं
कई ध्यनात नको घ्यु
तू तरी कोणा कोणाच्या
जल्माला पुर्णार हईस?' (पृ.७७)

'आपल्या मुलाने साहेबासारखं राहावं, सुखाचा संसार करावा, त्याने आपल्याकडे लक्ष दिले नाही तरी चालेल' अशा प्रकारची भावना पित्याच्या ठायी दिसून येते. त्यातून जुन्या पिढीचा त्याग दिसून येतो.

दलितांच्या राखीव जागांविषयी सवर्णांच्या मनात असंतोषाची भावना धुमसत असते. 'दलितांचे किती लाड करणार?' असा प्रश्न नेहमीच विचारला जातो. सवर्णांचा दलितांच्या राखीव जागांना असलेला विरोध हा देखील एक चिंतेचा विषय आहे. ह्याविषयी पुढील ओळी लक्षणीय आहेत.

'तुझ्या लेकराबाळाच्या
उद्धारार्थ तुझं त्यांच्याकडं
साठलेलं रक्त, 'सवलत' म्हणून
परत देताहेत तुला

अरे केवढे हे औदार्य' (पृ. ७२)

दोतोंडे ह्यांच्या कवितेतील उपरोध किती भेदक आहे, ह्याचं प्रत्यंतर वरील ओळीतून येईल. कवीने ह्यातून आपल्या वडिलांनाही वगळलं नाही.

"बा, बाबासाहेब
कोण होते?
माझा उत्सुक प्रश्न
'म्हार व्हते ना जणू' "(पृ. ८९)

आपल्या वडिलांचे उत्तर ऐकून कवी विचलित होतो. जात किती खोलवर रूजली आहे ह्याचा हा नमुना आहे. दलितांतर्गत असलेल्या जातींमधील अस्पृश्यता किती चिवट आहे, ह्याचं वर्णन ह्या कवितांमधून आलं आहे.

॥४॥

'गल्ली बदललेल्या मोर्चा'ची प्रमुख घोषणा ही दलितांतर्गत असलेल्या कडव्या जातीय भावनांविरोधी आहे. दलितांमधल्या दुहीचा, दडपशाहीचा आणि गटबाजीचा धिक्कार करणारा स्वर ह्या कवितांमधून सापडतो. कवी आंबेडकर चळवळीची झालेली वाताहत पाहून अस्वस्थ झाला आहे.

'या ना रे एकदा
चवदार तळ्याच्या पाण्यावर
ज्याची त्याची खुराडी सोडून' (पृ.९१)

चळवळीच्या उदात्त ध्येयावर प्रेम करणारी आणि चळवळीचे तुकडे पाडणाऱ्या स्वार्थी नेतृत्वाची निंदा करणारी ही कविता आहे. ही कविता रोखठोक भाषेतून व्यक्त होते. सत्ता आणि स्वार्थाच्या चिखलात बरबटलेल्या नेत्याच्या घराकडे पाठ फिरवणारी आणि आपल्या मोर्च्याला नवीन वळण देणारी ही कविता आहे. कवी जातींच्या बंद दरवाजांवर लाथा घालतो, पण हे चिरेबंदी दरवाजे उघडत नाहीत. कवीला आपला म्हणून आलिंगन देत नाहीत. दलित चळवळीला एका जातीपुरते मर्यादित करणाऱ्या नेतृत्वाविरूद्ध ही कविता बंड करताना दिसते.

'मी परत निघालोय

दरवाजा बंदच राहू द्या हवा तर
मोर्चानं गल्ली बदललेली दिसतेय' (पृ. ९६)

'*गल्ली बदललेला मोर्चा*' हा गटातटाच्या दारात न जाता नव्या दिशेने, नव्या वाटेने निघाला आहे. आता तो कोण्या नव्या गल्लीत तर जाणार नाही ना? हा अस्वस्थ करणारा प्रश्न अनुत्तरितच राहातो.

_____

गल्ली बदललेला मोर्चा - राम दोतोंडे, सुगावा प्रकाशन, पुणे ३०.
पहिली आवृत्ती - मार्च २०००, पृष्ठे - ९६, किंमत - ५० रुपये.

जेव्हा मी जात चोरली होती.

बाबूराव बागूलांचा *'जेव्हा मी जात चारली होती'* हा कथासंग्रह सन १९६३ मध्ये प्रकाशित झाला. हा काळ दलित साहित्याच्या उदयाचा काळ होता. त्या काळात ह्या कथासंग्रहाची विपुल चर्चा झाली. बाबूराव बागूलांच्या ह्या कथासंग्रहाने दलित साहित्याच्या पायाभरणीला सुरुवात केली. एकूण दहा कथांचा हा संग्रह असून यातील पाच दलित कथा आणि पाच सर्वसाधारण विषयावरील कथा आहेत. *'काळोखाचे कैदी'* ह्या कथेत एका अस्पृश्य जातीच्या मुलीने गावाच्या देशमुखाकडे रखेली म्हणून राहण्याचा विषय आला आहे. 'गुंड' ह्या कथेत झोपडपट्टीतल्या एका इथोपिअन गुन्हेगाराचे चित्रण आहे. 'बोव्हडा' ह्या कथेत गावातल्या महारांनी सोंग नाचवल्याचे वर्णन आहे. 'वाटेवरची' ही कथा एका वेश्येच्या जीवनावर आधारलेली आहे. 'दसऱ्याचा रेडा' ह्या कथेत दसऱ्याच्या दिवशी महारांनी खवळलेला रेडा कसा रोखून धरला, ह्याचे वर्णन आहे. 'वानर' ही कथा एका पहेलवानावर आधारलेली आहे. 'पेसूक' ही कथा एका निपुत्रिक जमीनदाराच्या पत्नीवर आधारलेली आहे. 'स्पर्धा' ह्या

कथेत सासू-सुनेच्या धंद्यातील स्पर्धा चित्रित केलेली आहे. 'विद्रोह' ह्या कथेत एका सुशिक्षित भंगी तरुणाची घालमेल दर्शविली आहे. तर 'जेव्हा मी जात चोरली होती' ह्या कथेत जात चोरून राहाणाऱ्या एका सुशिक्षित दलित तरुणाची मानसिकता व्यक्त झालेली आहे.

'जेव्हा मी जात चोरली होती' ह्या संग्रहातील कथांचा जोड्या लावून विचार करणे अभ्यासाच्या दृष्टीने सोयीचे होईल. 'गुंड' आणि 'वानर' ह्या कथांचा जसा एकत्रित विचार करता येतो तसा 'बोव्हडा' आणि 'दसऱ्याचा रेडा', 'काळोखाचे कैदी' आणि 'पेसूक', 'वाटेवरची ' आणि 'स्पर्धा', 'विद्रोह' आणि 'जेव्हा मी जात चोरली होती' ह्या कथांचा विचार करता येईल.

'गुंड' ह्या कथेतला एक आंतरराष्ट्रीय इथोपिअन गुन्हेगार एका झोपडपट्टीत राहात असतो. महाकाय शरीराचा व गुन्हेगारी रूबाबाचा असा हा गुन्हेगार आहे. त्याच्याकडे कोणीही जात नाही. गेल्या वीस वर्षात त्याने स्त्रीचा चेहरा पाहिला नाही. जर्मन वेश्येने त्याला त्याची महाकाय देहयष्टी पाहून नकार दिलेला असतो. अशा गुन्हेगाराकडे एका रात्री जयंतीबेन जाते आणि रडू लागते. कारण तिला तिच्या आईच्या अंत्यसंस्कारासाठी पैसे हवे असतात. इथोपिअन गुन्हेगार बोहरा सावकाराकडे जातो. त्याला धमकावून पैसे घेऊन येतो आणि जयंतीबेनच्या आईची अंत्ययात्रा काढतो. प्रेताला स्वत: खांदा देतो. त्याला रडावेसे वाटू लागते. आयुष्यात तो पहिल्यांदाच असा रडणार असतो. अशी ही कथा आहे. 'गुंड' आणि 'जयंतीबेन' दोघेही झोपडपट्टीत राहाणारे आहेत. ह्या झोपडपट्टीत सर्व जातींची, प्रांतांची, धर्माची माणसं कामाला लागली होती. माड बांधायची तयारी चालली होती' (पृ.२४) असे हे वातावरण आहे. वेळप्रसंगी जात धर्म विसरून माणसं कशी एकत्र येतात आणि एकमेकाला मदत करतात, अशावेळी अट्टल गुन्हेगारही कसा सहृदयतेने वागतो ह्यावर प्रकाश टाकणारी ही कथा आहे. गुन्हेगाराने जयंतीबेनला मदत करण्यासाठी बोहरा सावकाराला दम भरला हे मात्र नजरेआड करावे लागते. हिंदी सिनेमातले नायक अशाप्रकारे गरिबांना मदत करत असतात. ही दलित कथा नाही.

'वानर' ही कथा एका पहेलवानावर आधारलेली आहे. बापू पहेलवानाला त्याच्या सासुरवाडीतील कोळ्याच्या पहेलवानाने कुस्तीच्या डावात हरवलेले असते. त्यामुळे बापू पहेलवान कोळ्याच्या पहेलवानाला कुस्तीत हरवण्यासाठी वर्षभर व्यायाम करत असतो आणि त्यासाठी त्याची आई खर्च करत असते. कुस्त्या उद्यावर आलेल्या असतात. बापू पहेलवानाची पत्नी सखू त्याचे जेवण घेऊन त्याला भेटण्यासाठी जाते. वर्षभर बायकोपासून दूर असलेला बापू पहेलवान तिला जवळ ओढतो. त्याचा संयम सुटतो. तो बायकोचा भोग घेतो. त्यावेळी त्याची आई तिथे पोहचते. ती चिडते, *'मेल्या मुडद्या टाक, टाक तिला खाली टाक. मेल्या उद्या कुस्त्या हायेत आन् आज तुला ही*

अवदसा आठवली.' (पृ. ५०) बापू पहेलवानाला त्याचे ब्रह्मचर्य नष्ट झाल्याचा राग येतो. त्याची आई त्याला भडकावते, *'अरे येड्या दगडा, तू कुस्तीत हरावा, तुझा तपभंग व्हावा म्हणून ही आली होती. माह्माराच्या कोळ्याच्या इजयाकरता ही आली होती.'* (पृ. ५१) असे स्पष्टीकरण त्याची आई देते आणि आईचे ऐकून तो बायकोला मारून रक्तबंबाळ करतो. दुसऱ्या दिवशी कुस्तीच्या डावात पराभूत होतो आणि आईचे ऐकून प्रतिस्पर्धी पहेलवानाचा खून करण्याच्या तयारीला लागतो. महाकाय शरीराचा आणि वानराच्या मेंदूचा बापू पहेलवान ह्याच्याविषयी ही कथा आहे. ही कथाही दलित कथा नाही.

'काळोखाचे वैरी', 'पेसूक', 'वाटेवरची', आणि 'स्पर्धा' ह्या चार कथा नायिकाप्रधान कथा आहेत. 'काळोखाचे कैदी', आणि 'वाटेवरची' मधल्या स्त्रिया दलित आहेत, तर 'पेसूक आणि 'स्पर्धा' मधील स्त्रिया सवर्ण आहेत.

'काळोखाचे कैदी' आणि 'पेसूक' मधल्या नायिका पुरुषप्रधान व्यवस्थेच्या बळी आहेत, तर 'वाटेवरची' आणि 'स्पर्धा' मधील नायिका दारिद्र्याच्या बळी ठरल्या आहेत.

'काळोखाचे कैदी' मधील नायिका बानू, हलक्या जातीची मुरळी आहे. तिच्या वडिलांनी तिला खंडोबाला सोडले आहे. ती देवदासी आहे. ती तरुण आहे, रुपवान आहे. तिला दौलत नावाचा एक मुलगा आहे, पण नवरा नाही, कारण ती देवदासी आहे. देवदासी ही गावाची दासी समजली जाते. त्यामुळे बानूच्या वडिलांना तिची चिंता आहे. बानू वेश्या होऊ नये असे बानूच्या वडिलांना वाटत असते.

बानूला एक मुलगा आहे. ह्याचाच अर्थ तिच्याकडे येणाऱ्या जाणाऱ्या पुरुषाकडून तिला अपत्यप्राप्ती झाली आहे हे स्पष्ट आहे. तिच्याकडे जाणाऱ्यांनी तिच्या रुपाची आणि सौंदर्याची चर्चा केल्यामुळे गावच्या रामराव देशमुखाला ही माहिती कळते आणि तो बानूच्या वडिलांना धन आणि वचन देऊन बानूला रखेली म्हणून ठेवून घेतो. बानू आपला लहान मुलगा दौलतला सोडून रामराव देशमुखाची रखेली होते. त्याच्याबरोबर वीस वर्षे रखेली म्हणून राहाते. बानू वाड्यात आल्यामुळे देशमुखाची पत्नी मरते. वाड्यातील मंडळी वाडा सोडून जातात.

रामराव देशमुखाचा मृत्यू होतो. आणि रामरावचा मुलगा देवराम, बानूचा सूड घेण्यासाठी वाड्यात घुसतो. तिला ठार करण्यासाठी हातात बंदूक घेतो, पण त्याला बानूचे रूप पाहून बानूविषयी मोह निर्माण होतो. तो तिला ठार मारण्याऐवजी रखेली म्हणून वापरण्याचा विचार करू लागतो, पण बानू देवरामला मुलासमान मानत असते. ती देवरामच्या इच्छेला नकार देते. देवराम चिडतो आणि तिच्यावर बलात्कार करण्यासाठी तिला आवळून धरतो. देवरामची बायको कमळा त्याला पकडते. बानू स्वत:ची सुटका करून घेते आणि वाड्याबाहेर पळून जाते.

बानू रस्त्याने सैरावैरा धावू लागते. गावातील गर्दी तिला पकडून तिची नग्न धिंड काढण्याचा प्रयत्न करत असते. बानू जीव मुठीत घेऊन पळत असते. आपल्या मुलाला, दौलतीला हाका मारत असते. वाटेतील एक बाई म्हणते, *'काश्या, धर फेड लुगडं, नीच जातीची मुरळी असून देशमुखीण बनली होती'* (पृ. १८) काशीनाथ मारुतीच्या मंदिरातून बाहेर येतो आणि बानूला धरून विवस्त्र करू लागतो. अशावेळी बानूचा मुलगा दौलत तिथे येतो आणि हातातल्या गुप्तीने काशीनाथचा खून करतो. इतक्यात देवरामही तिथे पोहचतो आणि बानूला पकडून भर रस्त्यावर तिच्यावर जबरदस्ती करू लागतो. दौलत देवरामचाही खून करतो. दौलत सर्वांचा खून करेल म्हणून तिथं जमलेल्या गर्दीतले लोक त्याच्यावर तुटून पडतात. आणि त्याचा खून करतात. बानू दौलतच्या हातातली गुप्ती घेण्याचा प्रयत्न करते आणि इथे ही कथा संपते.

बानूचे वडील तिला देवदासी करतात, रामराव देशमुख तिला रखेली करतात, देवराम तिच्यावर बलात्कार करू इच्छितो, काशीनाथ तिला विवस्त्र करू पाहातो, गावातील गर्दी तिची धिंड काढू पाहते असे हे चित्र आहे. जेव्हा रामराव देशमुख मरतो, वाडा सुटतो, देवराम उलटतो, दौलत देवराम आणि काशीनाथचा खून करतो आणि लोक दौलतचा खून करतात तेव्हा बानूचे हात शस्त्र घेण्यासाठी वळतात अशी ही कथा आहे. ही कथा एका मुरळीच्या जीवनातील वाताहतीवर प्रकाश टाकणारी आहे.

'पेसूक' ही कथा काका लहान मुलांना सांगत आहेत. लहान सिंधू काकांना पुन्हापुन्हा प्रश्न विचारून ही कथा ऐकत आहे. ही एक रहस्यकथा आहे ती अशी. जयदेव हा निपुत्रिक जमीनदार आहे. त्याने अपत्यप्राप्तीसाठी चार पाच विवाह केले पण त्याला अपत्य झाले नाही. जयदेवला सावित्रीपासून मूल होत नाही. सावित्री जयदेवच्या सांगण्यावरून त्याच्या नातलगाबरोबर संबंध ठेवते आणि सावित्रीला मूल होते. ह्या संबंधांचा गावात बभ्रा होतो. तेव्हा जयदेव सावित्रीची गावातून नग्न धिंड काढतो. तिचे केस कापतो, नाक व स्तन कापतो. अशी ही सावित्री तेव्हापासून रानावनात नागवी फिरू लागते आणि बायकोचा छळ करणाऱ्या पुरुषाचे नाक कापू लागते. सगळ्या गावात दहशत पसरते. जयदेव घाबरतो. आपले नाक कापले जाऊ नये म्हणून पहारेकरी ठेवतो. एके दिवशी जयदेव मरतो आणि सावित्री जयदेवबरोबर सती जाते. अशी ही कथा आहे.

पतीने नाक स्तन कापल्यानंतर सावित्री पोलिसांकडे जात का नाही? रानात ती नागवीच का फिरते? सावित्रीने नाक कापल्यानंतर एकही पुरुष पोलिसांकडे का जात नाही? सुडाने पेटलेली सावित्री तिला आयुष्यातून उठवणाऱ्या नवऱ्याबरोबर सती का जाते? अशा प्रश्नांना उत्तरे नाहीत. कारण ही काकाने लहान मुलांना

सांगितलेली रहस्यकथा आहे.

'वाटेवरची' ही कथा वेश्येच्या जीवनावर आधारित आहे. गिरजा आपला लहान मुलगा गावी ठेवून वेश्याव्यवसाय करण्यासाठी शहरात आलेली असते. एक दिवस तिला तिच्या गावाकडून तार येते. हॉटेलमालक कासम ही तार वाचतो. गिरजाचा मुलगा मरण पावलेला असतो, पण कासम खरी वस्तुस्थिती न सांगता मुलगा आजारी असल्याचे गिरजाला सांगतो. गिरजाला मुलाला भेटण्यासाठी निघायचे असते, पण तिच्याकडे पैसे नसतात. ती पैसे जमा करण्यासाठी आपल्या मनातील दु:ख विसरून गिऱ्हाईकाला खूष करते. *'तिने त्याला त्याच्या विक्राळ विकृत तृप्तीसाठी संपूर्ण शरीराचा मक्ता देऊन टाकला'* (पृ. ३८) तिचा भोग घेणारे गिऱ्हाईकदेखील दरोडेखोर निघते. दरोडेखोर तिला पैसे देत नाही. गिरजा चिडते तेव्हा तो तिला 'मांजर उचलून सहज फेकावं तशी फेकून' देतो (पृ. ३८) अशी ही कथा आहे.

'स्पर्धा' ही कथा सासू सुनेच्या केळी विकण्याच्या धंद्यातील स्पर्धेवर आधारलेली आहे. सासू यमुना म्हातारी एका कारखान्याच्या गेटपुढे पंधरा वर्षापासून केळी विकण्याचा व्यवसाय करत असते. पुढे ती आपली चुलत सून चंद्रा हिला केळी विकण्यासाठी जोडीदार म्हणून घेऊन येते. तिची अनेकांशी ओळख करून देते. चंद्रा तरुण आहे. सुंदर आहे. त्यामुळे सर्व गिऱ्हाईक चंद्राकडेच जाऊ लागते आणि म्हातारीचा धंदा बसू लागतो.

चंद्राचा नवरा क्षयाने पछाडलेला असतो. चंद्राला पैशाची गरज असते. ती आपला धंदा जोरात व्हावा म्हणून गिऱ्हाईकाबरोबर सलगीने वागू लागते. भडक कपडे वापरू लागते. गिऱ्हाईकही चंद्राला कवेत घेण्यासाठी तिच्याकडून केळी घेऊ लागते. तिचा धंदा तेजीत चालतो. यमुना म्हातारी बिघडते आणि आपल्या धंद्यावर एक सुंदर छोकरी आणून बसवते. त्यामुळे चंद्राचे गिऱ्हाईक पुन्हा म्हातारीकडे गर्दी करू लागतात. चंद्रा चिंतातुर होते. चंद्राचे गिऱ्हाईक असलेला किसनराव चंद्राला म्हणतो, *'तू मागशील ते देईन, माझा फंड, सर्व्हिस, गावची शेतीवाडी, घरदार तुझ्या नावावर करतो. तुला राणीसारखी ठेवतो.'* (पृ. ६९) तेव्हा चंद्रा किसनरावाची जात काढते. किसनराव चिडतो. तो म्हणतो, *'मला माहीत आहे, तू वेश्या नाहीस पण वागलीस मात्र वेश्येसारखी'* (पृ. ७०) चंद्रा किसनरावाची 'जात' काढते, तर किसनराव तिला 'वेश्या' म्हणतो. विवाहित केळीवालीला राणी करण्याचा हट्ट किसनरावाने धरावा का? जी चंद्रा पैसे कमावण्यासाठी सासूचा धंदा मोडीत काढते, ती पैशासाठी किसनरावासारखी अनेक गिऱ्हाईक नादाला लावते.

जेव्हा चंद्राचा धंदा बसतो तेव्हा ती खवळते आणि यमुना म्हातारीला म्हणते, *'मला आता ह्या पोरीसारखं वेसवा व्हावं लागेल... कोणाचाही हात धरून जावं लागेल.''* (पृ.७१) चंद्राचा संताप पाहून यमुना म्हातारीला पश्चात्ताप होतो. यमुना म्हातारी

चंद्रासाठी आपला धंदा बंद करते आणि कायमची आपल्या मुलाकडे निघून जाते अशी ही कथा आहे.

चंद्रा ही गायकवाडची लेक आणि भोसल्याची सून आहे. ह्याची तिला जाणीव आहे म्हणूनच ती आपल्या नावासाठी क्षयाने ग्रासलेल्या नवऱ्याला सोडू इच्छित नाही आणि राणी करू पाहणाऱ्या खालच्या जातीच्या किसनरावाबरोबर जाऊ इच्छित नाही. अशी ही वस्तुस्थिती आहे.

'काळोखाचे कैदी' मधील बानू, 'पेसूक' मधील सावित्री, 'वाटेवरची' मधील गिरजा आणि 'स्पर्धा' मधील चंद्रा परिस्थितीच्या बळी आहेत. ह्या नायिकांविषयी बागूलांचा दृष्टिकोन मात्र पारंपरिकच आहे. 'भारतीय स्त्री' आणि 'हिंदू स्त्री' अशा रूपातच बागूल आपल्या नायिकांना रंगवितांना दिसतात. 'पेसूक' मधील सावित्री जेव्हा सती जाते तेव्हा बागूल लिहितात, 'होय!' भारतातली स्त्री महान आहे. दिव्य रत्नांची खाण आहे. तिच्यापुढे मृत्युची मान नम्र आहे.' (पृ. ६०) 'काळोखाचे कैदी' मधील बानूविषयी बागूल लिहितात, 'बानू शील सांभाळण्यासाठी बेभान होऊन पळत होती.' (पृ. १६) बानू मुरळी आहे. तरीही तिला शील आहे. ती देवरामला आपले शील भ्रष्ट करू देत नाही. जर देवरामला शील भ्रष्ट करू दिले असते तर ती पुन्हा वाड्यात देवरामची रखेली म्हणून सुखात राहिली असती. तिला सुखापेक्षाही स्वत:चे शील महत्त्वाचे वाटते. चंद्रालाही स्वत:चे कूळ महत्त्वाचे वाटते म्हणून ती किसनरावाची 'राणी' होण्याचे टाळते.'वानर' मधील सखूही हिंदू स्त्रीच्या आंधळ्या पतिभक्तीने नवऱ्याकडे आलेली असते. (पृ. ५१) बागूल आपल्या नायिकांकडे 'आदर्श हिंदू स्त्रिया' अशा रूपात पाहाणे पसंत करतात.

'बोव्हडा' आणि 'दसऱ्याचा रेडा' ह्या दोन कथांचा एकत्रित विचार करता येईल. 'बोव्हडा' मधील दामू असो किंवा 'दसऱ्याचा रेडा' मधील देवा असो हे दोघेही शूर, साहसी आणि बाणेदार असे महार आहेत. त्यांनी गावाला आव्हान दिले आहे आणि आपलं स्वत:चं कर्तृत्व सिद्ध केलेलं आहे. तर गाव ह्या दोघांविरूद्ध वागताना दिसतो. गावातले लोक, पाटील इ. महारांचा द्वेष करताना दिसतात. पण महार हिंमत हरत नाहीत. विजयी होतात. 'विद्रोह' आणि *'जेव्हा मी जात चोरली होती'* ह्या कथांचाही एकत्रित विचार करता येईल. ह्या दोन्ही कथांतील नायक सुशिक्षित आहेत. शिक्षणामुळे त्यांना शोषणाची जाणीव झालेली आहे. ते आधुनिक विचारसरणीचे आहेत. 'विद्रोह' मधील जयला नगरपालिकेमधील भंग्याची नोकरी मिळते. जय ही नोकरी करू इच्छित नाही. पण त्याची पत्नी आणि वडील त्याला नोकरी करण्यासाठी सांगतात.

तो पहिल्या दिवशी आपल्या आईबरोबर कामावर येतो. आपला सुशिक्षित मुलगा घाणेरडे काम करणार हे पाहून भानीला वाईट वाटते. ती जयला अडविण्याचा

प्रयत्न करते. पण जय आईचे ऐकत नाही. तो मैला वाहण्यासाठी जातो. तो मैल्याचा डबा घेतो. डब्यातला मैला त्याच्या अंगावर सांडतो. जयच्या आईला हे दृश्य पाहावत नाही. ती बेशुद्ध होऊन पडते. जयचे शरीर मैल्याने घाण झाले आहे. त्याला कामाचा अनुभव नाही. आई बेशुद्ध पडल्यामुळे तो विचलित होतो. हे सगळं पाहून मैल्याची गाडी वाहाणारा गाडीवान चिडतो आणि जयला शिव्या देतो.

जय संतापतो आणि गाडीवानाला मारु लागतो. बघे जमतात. पण त्या दोन मेहतरांचं भांडण सोडवत नाहीत कारण त्यांना मैल्याची भीती वाटत असते. अशी ही कथा आहे. एका मेहतराने एका मेहतराला मारणे ह्यात कसला 'विद्रोह' आहे? जयचा विद्रोह कोणाविरूद्ध आहे? एका मैला वाहणाऱ्या मेहतराच्या गाडीवानाविरूद्ध की व्यवस्थेविरूद्ध ? जयला पारंपरिक भंग्याचे लादलेले काम नाकारावयाचे आहे, हा 'जय' च्या मनातला 'विद्रोह' आहे. जय गाडीवानाला मारत असताना एकजणही मध्यस्थी करत नाही कारण त्यांची मने मनूने मारून टाकली आहेत. (पृ. ८१) असा अभिप्राय लेखकाने दिलेला आहे. ह्या संग्रहातील शेवटची कथाही अशाच आशयाची आहे. *'जेव्हा मी जात चोरली होती'* मधला नायक जात चोरून राहतो, पण जेव्हा त्याची खरी जात उघडकीस येते, तेव्हा त्याला रक्तबंबाळ होईपर्यंत मारहाण केली जाते. कथेच्या शेवटी नायक म्हणतो, *'त्यांचा मार मी कोठे खाल्ला? मनूने मला मारले'* (पृ. ९४) मारणाऱ्या लोकांचा दोष नाही . त्यांच्या मनात मनू आहे म्हणून त्यांनी मारले असा हा अर्थ आहे.

'स्पर्धा' ह्या कथेतील 'चंद्रा' किसनरावाची जात काढताना दिसते. 'काळोखाचे कैदी' मधील एक बाई मुरळीची 'नीच जातीची मुरळी. देशमुखीण बनली होती' अशी जातिवाचक संभावना करताना दिसते, मात्र 'जेव्हा जात चोरली होती' या कथेतील सरस्वती नायकाची जात कळाल्यावरही नायकाच्या बाजूने उभी राहाताना दिसते. सरस्वती म्हणते, *'त्यांचा काही दोष नाही. ते इकडे येत नव्हते. त्यांचं सर्वस्व चोरीला गेलंय. त्यांना सोडा, नाहीतर मी त्यांच्या अंगावर पडेन'* (पृ. ९३) इतकंच नव्हे तर 'काळोखाचे कैदी' मधील रामराव देशमुख बानू मुरळी आहे, नीच जातीची आहे. तिला इतरांपासून एक मुलगाही आहे, हे माहीत असतानाही बानूला वाड्यात नेऊन ठेवतात. तिला देशमुखीण बनवतात. त्यांनी ह्या प्रकरणात जातिभेद केलेला दिसत नाही.

बाबूराव बागूलांच्या कथेत हिंसक आणि उग्र संघर्षाचे वातावरण व्यक्त होताना दिसते. ह्याविषयी शिरीष पै ह्यांनी म्हटले आहे, *'अंत:करणातील आग भडभडून चौफेर फेकावी तसे ते लिहितात. प्रक्षोभकारक उपमा वापरत. ते कथेतील भाव तीव्र करीत जातात.'* (पृ. ६) बाबूराव बागूलांची कथा अत्यंत वेगाने सुरू होऊन अत्यंत वेगाने संपते. त्यांची कथा वाचताना *'आनंद आणि भय या दोन भावनांचा'* एकाच

वेळी प्रत्यय येतो. (पृ.३) बागूलांच्या कथेतील वास्तव हे जितके वास्तव वाटते, तितकेच ते अवास्तवही वाटत राहाते. कृत्रिम वाक्यरचना, कृत्रिम संवाद आणि शब्दांची बेमालूम आतषबाजी त्यांच्या कथांमध्ये भरगच्च व्यक्त होताना दिसते. 'विद्रोह' आणि 'जेव्हा मी जात चोरली होती' मधील संवाद अत्यंत कृत्रिम वाटतात. बागूलांची कथा ही आजवर मराठी साहित्यात व्यक्त न झालेला आशय विषय व्यक्त करणारी असल्याने तिची दखल घेतलेली दिसते.

बाबूराव बागुलांची लेखनशैली आणि प्रतिमा ह्याचा अभ्यास करण्यासाठी काही मोजकी उदाहरणे पाहणे योग्य होईल. *'टकरीला निघालेल्या रेड्याप्रमाणे त्याचे प्रचंड मस्तक पुढे झुकले होते. खुनाच्या विचाराने त्याचे संबंध शरीर वेगवान झाले होते. त्यामुळे त्याच्या पाठीवरील व दंडभुजातील लहान मोठे स्नायू सापासारखे सळसळून उठत होते.'* (पृ. ११) *'राखेचा उकिरडा उठावा तसा गोंधळ उठला'* (पृ. ३१) *'नाल मारण्यासाठी फास टाकून बैल जसा उलथा करतात, तसा दामूच्या उद्‌गारानं गाव उलथा झाला'* (पृ. २८) *'गावची शांतता विंचू चावल्यासारखी गडबडा लोळू लागली.'* (पृ. २६) *'ताशावर टिपरू मारावे त्यापेक्षा अधिक वेगाने त्याच्या डोक्यावर लाठ्या मारू लागली.'* (पृ. २०) *'तो खाटेवर बसून दगडाच्या देवाच्या डोळ्यांनी तिच्याकडे पाहातच राहिला'* (पृ. २४) *'त्याच्या पसरट पाठीचा पांढरा पसारा निबिड अंधारासारखा तिच्या डोक्यात कितीतरी वेळ टिकून राहिला'* (पृ. ३५), *'काकडीसारखे तिला फोडून खावे'* (पृ. ५०) *'तिला आदळून नारळासारखी फोडून टाकावी'* (पृ. ४९) *'अंगावरून साप जावा तसा सळकन एक शहारा सरकत गेला' (पृ. ५४), 'काठावरल्या टिटवीचा चीत्कार तरवार होऊन काळोखावर कोसळू लागला.'* (पृ. ५७) अशी अनेक वाक्ये पाहाता येतील.

बागूलांची वाक्यरचना कृत्रिम आणि काव्यात्मक असते. त्यांची शैली स्वैरपणे शब्दांची आतषबाजी करणारी असते. अतिशय ताकदीने ते वातावरण निर्मिती करताना दिसतात. त्यांच्या कथा ह्या त्यांच्या जीवनाच्या दाहक बाजू आहेत. म्हणून बागूल आपल्या लेखनाविषयी उद्विग्न अशी प्रतिक्रिया व्यक्त करतात. शिरीष पै नी ह्याविषयी लिहिलं आहे, *'मी त्यांना त्यांनी कल्पना सांगितलेली कथा लिहावयाचा आग्रह केला तेव्हा ते उद्विग्न होऊन म्हणाले, 'फार त्रास होतो'* (पृ. ५) असा त्रास लेखकालाच होतो, असे नाही, तर वाचकालाही हा त्रास होतो. म्हणून बागूलांचा हा कथासंग्रह चर्चित ठरतो.

जेव्हा मी जात चोरली होती - बाबुराव बागुल, अक्षर प्रकाशन, मुंबई - १६, पृष्ठे - ९४ किंमत ८० रुपये, सन १९६३.

अमिताब ह्यांचा 'पड' हा कथासंग्रह बाबूराव बागूल ह्यांच्या 'जेव्हा मी जात चोरली होती' ह्या कथासंग्रहाइतकाच सर्वपरिचित आहे. अमिताब ह्या लेखकाची अन्य कोणती पुस्तके प्रकाशित झाली आहेत, ते मला ज्ञात नाही. कारण त्यांची 'पड' इतकी चर्चा झाल्याचे ऐकिवात नाही. लेखकाचं चर्चित झालेलं पुस्तक वाचकांपर्यंत पोहचतं, वाचकही असे पुस्तक मिळवून वाचत असतो. दुसरे असे की ज्याचं एकही पुस्तक चर्चित ठरत नाही असे असंख्य लेखक असतात. एखाद्या लेखकाचं पुस्तक चर्चित ठरणं असं खूप कमी लेखकांबाबत घडतं. अमिताब त्यापैकी एक आहेत. लेखकाला त्याच्या चर्चित पुस्तकावरून ओळखलं जातं. दलित आत्मकथाकारांचा उदाहरण म्हणून उल्लेख करता येईल. बलुतंकार, उपराकार, उचल्याकार अशा नावाने दलित लेखकांना ओळखलं गेलं आहे. अमिताबचे ओळखपत्र म्हणून 'पड' ह्या कथासंग्रहाचा उल्लेख करता येईल.

'पड' ह्या कथासंग्रहात एकूण तेरा कथा आहेत. ह्यापैकी काही कथांना गावाकडील पार्श्वभूमी आहे, तर काही कथांना मुंबईची

पड

पार्श्वभूमी लाभलेली आहे. बाबासाहेब आंबेडकरांनी दलितांना *'खेडी सोडा'* असे सांगितलं होतं. कारण खेड्यामध्ये अज्ञान, अंधश्रद्धा आणि जातीवर आधारित गावगाडा आहे. दलितांनी खेडी सोडल्याशिवाय ह्यातून त्यांची सुटका नाही अशी बाबासाहेब आंबेडकरांची भूमिका होती. *'खेडी सोडा, धर्म सोडा'* असा त्यांचा संदेश होता. खेडी सोडून आणि हिंदू धर्म सोडूनही दलितांचे प्रश्न सुटलेले दिसत नाहीत. खेडी असो किंवा महानगर असो, तिथे दलितांना हीन वागणूकच मिळते. *'पोळलेल्या पाऊलखुणा'* मधील जटाधारी साधू किंवा निरक्षर गावकरी असोत अथवा 'जन्मखूण' मधील डॉ. जोशी आणि त्यांची पत्नी ही सुशिक्षित, सभ्य माणसं असोत, सर्वांच्या मनात उच्चनीचतेची भावना दिसून येते. माणूस शिकला म्हणजे जात विसरतो असे नाही, उलट त्याच्या जातीय जाणिवा बळकट होताना दिसतात.

'पड' ह्या कथेतील मेलेलं जनावर असो किंवा 'सहाश्याच्या वावरात' ह्या कथेतील चोख्याचे प्रेत असो, ह्यात काही फरक करता येणार नाही. उलट 'पड' मधील मेलेल्या जनावराच्या मांसासाठी दलित त्याच्यावर तुटून पडताना दिसतात. घारी, गिधाडे, कावळे आणि कुत्री मेलेल्या जनावरांची विल्हेवाट लावतात, पण दलितांचे प्रेत खाताही येत नाही, पुरताही येत नाही अशी बिकट अवस्था आहे. *'सहाश्याच्या वावरात'* ह्या कथेत दलित असलेल्या चोख्याचे प्रेत सवर्णाच्या स्मशानभूमीत पुरले जाते. ही माहिती गावकऱ्यांना कळते. सगळा गाव धावून येतो आणि दलितांना बेदम मारतो. चोख्याच्या प्रेतामुळे सवर्णांच्या स्मशानभूमीला विटाळ होतो, त्यामुळे गावकरी बिथरलेले असतात. चिडलेले गावकरी जनावराचे प्रेत फेकून द्यावे तसे चोख्याचे प्रेत फेकून देतात. चोख्याचे प्रेत नदीच्या पात्रात पडते आणि वाहून जाते. 'पड' ही कथा जनावराच्या मृत्यूविषयी आहे, तर *'सहाश्याच्या वावरात'* ही कथा दलित माणसाच्या मृत्यूविषयी आहे. जनावराच्या मृत्यूमुळे दलितांना आनंद होतो कारण त्यांना मेलेल्या जनावराचे मांस मिळणार असते. दलितांच्या मृत्यूचे सवर्णांना वाईट वाटण्याचे कारण नाही. सवर्णाच्या दृष्टीने दलित म्हणजे पशूच असतो. 'ब्रिज नंबर टेन' मधील गोळीबारात ठार झालेल्या राहुल कांबळेचा मृतदेह असो किंवा 'तल्खी तल्खी' मधील रस्त्यावर मरण पावलेल्या मिलिंदचे बेवारस प्रेत असो हे वास्तव उद्विग्न करणारे आहे. दलितांच्या वाट्याला पशुपातळीवरील जगणे आणि पशूसारखे मरणे लादलेले दिसते.

'सत्यकाम वल्द जाबाली' ही कथा असो किंवा 'तल्खी तल्खी' ही कथा असो, ह्या कथांमध्ये दलित स्त्रीला आपल्या मर्जीविरूद्ध अनैतिक जीवन स्वीकारावे लागते. 'पड' ह्या कथासंग्रहातील दलित स्त्रिया वाचकांचे लक्ष वेधून घेणाऱ्या आहेत. 'पड'मधील 'निळ्या' ची माय दिठी असो, 'सत्यकाम वल्द जाबाली' मधली सत्यकामची आई जाबाली असो, 'तल्खी तल्खी' मधील मिलिंदची माय असो, 'जन्ते

तिचीच तान्ते' मधील जगत्गुरुची माय द्रौपदी असो, 'सुटे गिऱ्हाणऽऽ' मधील वच्छी असो, ह्या स्त्रिया दलित आईची विविध रूपं आहेत. स्वत: बर्बाद होऊन नवी पिढी घडवणाऱ्या ह्या स्त्रिया आहेत.

'ब्रिज नंबर टेन', आणि 'तडा' ह्या कथा चळवळीवर आधारलेल्या आहेत. 'ब्रिज नंबर टेन' ही कथा नामांतर आंदोलनाच्या पार्श्वभूमीवर लिहिलेली दिसते. ह्या कथेत नामांतर आंदोलन, रिपब्लिकन पुढाऱ्यांची स्वार्थलोलुपता आणि हतबल दलित समाज ह्याचे चित्रण झालेले आहे.

एकीकडे नामांतराच्या आंदोलनामुळे मराठवाड्यात अन्याय होतोय तर दुसरीकडे रिपब्लिकन नेते आपला मंत्रिमंडळात सहभाग कसा होईल ह्या चर्चेत आणि दारू पिण्यात मशगुल आहेत. मराठवाड्यात दलितांवर झालेल्या अन्यायाच्या निषेधार्थ मुंबईत दलितांचा मूक मोर्चा निघतो. ह्या मोर्च्यावर पोलिस गोळीबार करतात. लेखकाने ह्या प्रसंगाचं पुढील शब्दात वर्णन केलेलं आहे, *'३०३ च्या गोळ्या सूंऽऽ सूंऽऽ करीत सुटल्या नि झाडावरून बोरे पटापट खाली पडावी तसे नि:शस्त्र मूक मोर्चावाले पटापट खाली पडू लागले.'* (पृ. ३७) ह्या गोळीबारात राहुल कांबळे जागच्या जागी ठार होतो तर मिलिंद फुलकर जबर जखमी होतो. 'तडा' ही कथा रिपब्लिकन पक्षामधल्या गटबाजीवर ताशेरे ओढणारी आहे. केवळ पक्षच दुभंगला आहे, असे नव्हे तर समाजातही दुफळी माजली आहे. एका गटाचे दुसऱ्या गटाबरोबर जमत नाही. 'हामी त्यायच्या तोंडावर तोंड टाकणार नाह्यी. त्यायच्या पंक्तीले बसणार नाह्यी का त्यायले वाहाडा कराचं करणार नाह्यी. त्यायच्या हात्यं खाणार नाही की पानी पेणार न्हायी' (पृ. ५३) ह्या गटांमध्ये केवळ तेढच नाही तर एकमेकात रोटी व्यवहारही त्याज्य मानला जातो, इतकेच नव्हे तर बेटी व्यवहारही होत नाही. *'या क्षणी आम्हीच खरे आंबेडकरवादी असा आमचा दृढ विश्वास आहे आणि आमच्या प्रथेनुसार गैर आंबेडकरवाद्यांशी आम्ही सोयर संबंध...'* (पृ. ६१) जातिअंतर्गत असलेली तेढ आणि अस्पृश्यता तीव्र स्वरूपाची आहे. ह्याच संदर्भात अर्जुन डांगळे ह्यांनी 'आणि बुद्ध मरून पडला' ही कथा लिहिलेली आहे. ह्या कथेत एका गटातील माणसाच्या अत्यंयात्रेला दुसऱ्या गटातील माणसं जात नाहीत असा संदर्भ प्रकट झाला आहे.

'वळणाचे पाणी' आणि 'जन्मखूण' ह्या कथा कथानिवेदकाच्या वैयक्तिक अनुभवातील कटू सत्यावर आधारलेल्या आहेत. 'वळणाचे पाणी' मधील सवर्ण वर्गमित्र पाडुरंग कृष्णाजी बोरकर असो किंवा 'जन्मखूण' मधील समव्यवसायी मित्र डॉ. जोशी आणि त्यांची पत्नी असो, ही मंडळी मनात जात ठेवून कशी जगतात ह्याचं वास्तव वर्णन केलेलं दिसेल. हा जातिवाद भिकाऱ्यांमध्येही असतो, ही तर झोप उडवणारी घटना आहे. 'भिकाऱ्याला ओकाऱ्या' ही कथा भिकाऱ्यांमध्ये जातीयता

कशी असते त्यांच वर्णन करताना दिसते. 'दोन्ही जत्थे भिकाऱ्यांचेच आहेत. अवस्था सर्वांची सारखीच आहे. पण एक मंडपाच्या दाराजवळ लगट करून उभा आहे, नंबर लावून... दुसरा लांब अंतरावर नाल्याच्या काठी उकिरड्यावर दूर आहे. पहिल्या जत्थ्यापासून अंतर राखून . हा महार-मांगाचा होता. भिकारी अस्पृश्यांचा होता.' (पृ. ४३) 'तडा' कथेतील दलित पुढारी असो, 'भिकाऱ्याला ओकाऱ्या' मधील भिकारी असो, 'ब्रिज नंबर टेन' मधील पोलिस असो किंवा 'जन्मखूण' मधील डॉक्टर असो, सर्वांच्या मनात जातीयतेचा अंहकार दिसून येईल. 'पड' कथेत मेलेल्या जनावराच्या मांसावर तुटून पडणारी कुत्री आणि गिधाडे त्याचप्रमाणे 'भिकाऱ्याला ओकाऱ्या' ह्या कथेत कुत्र्यावर तुटून पडणारे भिकारी ह्यात फरक वाटत नाही. 'सुटे गिऱ्हाणऽऽ' ही कथा देखील मातंग समाजातील भीक मागण्याच्या प्रथेवर आधारलेली आहे. जेव्हा चंद्राला खग्रास ग्रहण लागतं तेव्हा सगळी मातंग वस्ती भीक मागण्यासाठी गावात जाते. इथल्या व्यवस्थेने सगळा समाजच कसा भिकारी बनवला आहे, त्याचे चित्रण करणारी ही कथा आहे.

'जन्ते तिचीच तान्ते' ह्या कथेतील द्रौपदी ओली बाळंतीण आहे. तिचा नवरा महादेव दारूडा आहे. त्याला आपला मुलगा जगत्‌गुरू बाबासाहेबांसारखा शिकावा असे वाटते. तर 'हरिजन मास्तर' मधील पायस पुरोहित हा शिकून मास्तर होतो आणि समाजाकडे पाठ फिरवताना दिसतो. 'हरिजन मास्तर' ही कथा गांधी आणि आंबेडकर अशी तुलना करण्यासाठीच लिहिलेली दिसते. गांधीवादी बेगडी सुधारक मंडळी हरिजनांना कसे भूतदयेने वागवितात, ह्या भूतदयेला दलित पुरोहित मास्तर कसा बळी पडतो, दलित समाज गांधीवाद्यांपासून कसा फटकून दूर राहातो, ह्याचं तपशीलवार वर्णन ह्या कथेत आलेलं आहे.

'पड' ह्याच कथासंग्रहातल्या कथा ह्या बाबासाहेब आंबेडकर आणि शिक्षणाच्या प्रेमातून स्फुरलेल्या दिसतात. शिक्षण आणि आंबेडकरी प्रेम हीच ह्या कथांची मूळ प्रेरणा आहे. 'पड' ह्या कथेतील निळ्या हा मूकनायक वाचताना दिसतो. (पृ. १३) तर 'हरिजन मास्तर' मधील दलित समाज बाबासाहेब आंबेडकरांनी चालवलेल्या वर्तमानपत्राचं वाचन ऐकण्यासाठी आसुसलेला दिसतो. (पृ.१६४) 'पड' ते 'हरिजन मास्तर' ह्या सगळ्या कथांमध्ये आंबेडकरी जाणिवा प्रकट झालेल्या दिसतील. 'सत्यकाम वल्द जाबाली' मधील सत्यकाम म्हणतो 'मी मनीन शिकून का नाह्मी मले बाबासाहेबांवानी व्हाचं हाये!' (पृ. २४) बाबासाहेबांच्या नावासाठी निघालेल्या मूकमोर्च्यावर झालेल्या गोळीबारात राहुल कांबळे ठार होतो, तर मिलिंद गोवर्धन फुलकर ह्याच्या दंडात गोळी घुसून तो जबर जखमी होतो. डॉ. नागदिवे म्हणतात, 'दंडात गोळ्या घुसल्या होत्या, तेव्हा हातच कापावा लागला. उपायच नव्हता दुसरा. पण याच्या मुठीतला झेंडा... नाही सोडवता आला. बोटं पार तळ्यात रूतून बसली होती.' (पृ. ३८)

मिलिंदच्या दंडात गोळी घुसली असतानादेखील त्याने निळा झेंडा टाकलेला नव्हता. बाबासाहेबांवर अतोनात प्रेम करणारी असंख्य पात्रे 'पड' ह्या संग्रहातल्या कथांमध्ये विखुरलेली दिसतील. बाबासाहेबांच्या मृत्यूमुळे संपूर्ण दलित समाज हवालदिल झाला होता, ह्याचं वर्णन, 'हरिजन मास्तर' मध्ये प्रत्ययकारकपणे प्रकट झालेलं आहे. आंबेडकरांच्या मृत्यूमुळे झालेलं दुःख सार्वजनिक असूनही वैयक्तिक होतं. (पृ. १६७) बाबासाहेबांच्या निधनानंतर संपूर्ण दलित समाज धाय माकलून रडला होता. 'जन्ते तिचीच तान्ते' मधील म्हादेव आपल्या मुलाला बाबासाहेबांचा आदर्श सांगताना दिसतो. 'बाबासायबाकडं पाह्य ! थो कसा शिक्ला ! तुले भेट्टे थे त्यायले नौतं भेटत' (पृ. ७५) 'तल्खी तल्खी' मधील मिलिंद स्वतः जरी शिकू शकला नाही, तरी तो आपल्या बहिणींसाठी गौतम बुद्धाच्या चित्राचे पुस्तक आणताना दिसेल. (पृ. ९६) 'सुटे गिऱ्हाण ऽऽ' मधील इस्तारी शिक्षणाच्या प्रेमानं झपाटलेला आहे. तो रात्री बेरात्री पुस्तक वाचतो, परीक्षा देतो, नापास होतो. परीक्षेत पास होण्यासाठी आपल्या गरोदर बायकोला सोडून घराबाहेर पडतो. इथं मला सिद्धार्थ गौतमाचा गृहत्याग आठवतो. दलितांचं शिक्षण केवळ शिक्षण नाही. 'शिका, संघटित व्हा आणि संघर्ष करा,' ह्या त्रिसूत्रीतील ती पहिली पायरी आहे.

'पड' ह्या कथासंग्रहातील 'पड' ही कथा विशेष लक्षणीय आहे कारण ती आकारबद्ध आहे. 'वळणाचे पाणी' आणि 'जन्मखूण' ह्या कथा आत्मनिवेदनपर असल्याने त्याही वाचनीय वाटतात. पण अन्य कथा विस्कळीत आणि ठिसूळ झाल्या आहेत. एकाच कथेमध्ये अनेक संदर्भांची झालेली रेलचेल, मुख्य कथानकाला जोडलेली दुसरी उपकथानकं, त्यामुळे पात्रांची झालेली गर्दी, बोली भाषेतील न लागणारे शब्द, लेखकाचे मध्येच डोकावणारे निवेदन, सूचना ह्यामुळे 'पड' मधल्या कथांच्या एकात्मतेला बाधा झालेली दिसते. 'हरिजन मास्तर' ही कथा त्याचे उत्तम उदाहरण आहे. कथेचा बांधा पसरट झाल्यामुळे ह्या कथा कधी रूक्ष, तर कधी कंटाळवाण्या झालेल्या दिसतात.

अमिताब आपल्या लेखनासाठी बोलीबरोबर प्रमाणभाषेचाही वापर करताना दिसतात. ह्या दोन्ही भाषांवर त्यांचे कमालीचे प्रभुत्व असलेले जाणवते. अमिताब अत्यंत समर्पक शब्दात प्रसंगांचे हुबेहूब वर्णन करताना दिसतात. 'गलगा वाढला. ओरड्यानं बाजूचे झोपेतून उठले आणि तिकडे धावले. शामराव, गोइंद्या भगत, मोऱ्या याची डोस्की फुटली होती. चोख्याच्या बुढीले, गरवार बायकोलाबी मार बस्ला होता. ओढाताणीत चोख्याच्या बहिणीच्या चोळीच्या चिंध्या झाल्या. कास्टा सोडला गेल्ता. पदराच्याबी चिंध्या झाल्या. ओठ फाटले होते. त्यातून रगत निघत होतं.' (पृ. ११३) अमिताब यांची लेखनशैली बोलीभाषेत अधिक खुलताना दिसते. लेखकाने समाजव्यवहार सूक्ष्मपणे न्याहाळला आहे. दलितांच्या जगण्यातील बारीक सारीक

तपशील, एका विषयाला अनेक बाजूंनी भिडण्याची दृष्टी, विषयानुरूप प्रकट झालेले चिंतन आणि अनेक सूक्ष्म संदर्भ, यामुळे 'पड' ह्या कथासंग्रहाला भाषावैभवाबराबरच दलितांच्या समग्र जीवनाचे दुर्मीळ रूपही लाभलेले दिसते.

अमिताबचे लेखन प्रत्ययकारी आणि वास्तव असले, तरी त्यांच्या लेखनात अवास्तव, अतिशयोक्ती आणि अतिरंजकपणाही दिसून येतो. 'हरिजन मास्तर' ह्या कथेत गांधीवाद्यांची टर उडविण्यासाठी त्यांचे अतिरंजित वर्णन केलेले आहे. 'ब्रिज नंबर टेन' आणि 'तडा' ह्या कथेतील रिपब्लिकन नेते व त्यांचे अनुयायी ह्यांचेही अतिशयोक्तीपूर्ण वर्णन केलेले दिसते. अमिताबच्या लेखनातील अतिशयोक्तीची पुराव्यानिशी चिकित्सा करणे शक्य आहे. 'पड' ही त्यांची गाजलेली कथा आहे. 'पड' ही गेल्या अर्धदशकातील सर्वश्रेष्ठ दलित कथा होय, असा सुस्पष्ट निर्वाळा पिंपरी चिंचवडच्या संमेलनाध्यक्षांनी दिला. (मार्च १४, १९८१) असे लेखकानेच सदर संग्रहाला लिहिलेल्या मनोगतामध्ये नमूद केलेले आहे. (पृ. ८) मला वाटते, ह्याच कथेची चिकित्सा करणे अधिक प्रस्तुत ठरेल. 'पड' म्हणजे मेलेले जनावर. 'पड' ह्या कथेत मेलेले जनावर सोलण्याचं वर्णन आलं आहे. *'पांड्या व सोम्यानं हलकेच पोट चिरलं. रक्ताची धार उडाली. त्याचा प्रसाद अनेकांच्या अंगावर उडाला.'* (पृ. १४) ह्या वर्णनात विसंगती असल्याचे दिसेल. 'पड' कथेतील जनावर रात्री मेलेलं असणार. हे मेलेलं जनावर महारांनी भल्या पहाटे उचलून आणलं आहे. पड जेव्हा महारवाड्यात पोहचतं तेव्हा झुंजूमुंजू झालं आहे. सजीव प्राण्याचा जेव्हा प्राण जातो तेव्हा त्याच्या शरीरातील रक्त वाहण्याची प्रक्रिया थांबते. रक्त गोठू लागतं आणि मांस सडू लागतं. त्यामुळे मेलेल्या जनावराचे पोट चिरल्यानंतर *'रक्ताची धार उडाली. त्याचा प्रसाद अनेकांच्या अंगावर उडाला.'* असे वर्णन चुकीचे वाटते. गायीचे मांस सोलल्यामुळे सगळ्याच्या अंगावर रक्त पडतं. त्याचे वर्णन पुढीलप्रमाणे केलेले आहे.' रंगपंचमी खेळल्यागत रक्ताच्या रंगाने सारे रंगले होते. केस रंगले होते. हात रंगले होते. पाय रंगले होते. अंगावरचे फाटके, मळके कपडे रंगले होते. तोंड, नाक, कान रंगले होते. सारे एकाच रंगात रंगले होते.' मेलेले जनावर सोलताना हाताला रक्त लागते. पायावरही रक्ताचे चार पाच शितोंडे उडू शकतात. कपड्यावरही रक्ताचे एक दोन ठिकाणी डाग पडू शकतात. पण लेखकाने असे वर्णन केले आहे, जणू महारांना गायीचे मांस घेण्याऐवजी रक्तात रंगण्याची हौस वाटत असावी.

पडाचं मांस घेऊन प्रत्येकजण घराकडं निघून जातो. निळ्या हा लहान मुलगा एकटाच पडाचं मांस सोलू लागतो. कुत्रे, कावळे, घारी आणि गिधाडेही पडावर तुटून पडतात. ह्याविषयीचे वर्णन पुढीलप्रमाणे केलेलं दिसेल. *'एवढ्यात कावळ्यानं गाईच्या डोळ्यांत चोच मारून डोळा फोडला. त्याला हाकलण्यात गाईच्या जिभेकडं त्याचे लक्ष गेलं. ती बाहेर लोंबकळत होती. कशी सर्वांच्या नजरेतून सुटली कोण जाणे!'*

कदाचित गाईनं आपल्यासाठीच तर चोरून ठेवली नसेल ना! असा विचार त्याला चाटून गेला. त्यानं जोर लावून ती कापली व गंजात टाकली. एवढ्यात एका कुत्र्यानं तोंडात धरून ओढल्यामुळे व दुसऱ्या कुत्र्यानं त्याच्यावर झडप घातल्यामुळं पहिल्यानं तोंडात धरलेलं गाईच्या मांडीचं हाड तुटून अलग झालं. ते घेऊन दुसरा कुत्रा पळणार हे निळ्याच्या लक्षात आलं.' (पृ. १६) गायीच्या मांसावर निळ्या, कावळा आणि कुत्रे कसे तुटून पडले आहेत ह्याविषयीचं हे वर्णन आहे. निळ्या जोर लावून गायीची जीभ कापत असताना त्यानं मांसानं भरलेली गंज जमिनीवर ठेवली असणार! मला हे कळत नाही, कावळे, कुत्रं, घारी, गिधाडे इतक्या समजूतदारपणे कशी काय वागतात? निळ्या कावळ्याला गायीचा डोळा फोडू देत नाही, कुत्र्यांना गायीच्या मांडीचं हाड नेऊ देत नाही. पण हे पशुपक्षी मात्र, निळ्या गायीची जीभ कापण्यात गुंतला असताना, त्याच्या मांसाच्या टोपलीवर झडप कसे घालत नाहीत? कुत्रेदेखील टोपलीतील मांस पळवण्याऐवजी गायीच्या मांडीचे हाड पळवत आहेत. मुळात गायीच्या मांडीचे हाड इतक्या सहजासहजी व इतक्या लवकर सांगाड्यावेगळे होत नाही. मेलेल्या जनावराचा सांगाडा अनेक दिवस मजबूत टिकून राहातो. त्यामुळे हे वर्णन अवास्तव आणि विपर्यस्त वाटू लागते. अशाप्रकारे प्रत्येक कथेची चिकित्सा करता येईल.

अमिताबच्या कथा आकारबद्ध नाहीत. त्यांच्या कथेचा घाट पसरट आहे. त्यांच्या लेखनात अवास्तव रंजकता आणि अतिशयोक्तीही आहे. ह्याचा अर्थ त्यांच्या कथेतील दलितांची वेदना बेगडी व कमअस्सल आहे असा नव्हे. अमिताब हा कथालेखक बाबूराव बागूल यांच्याइतकाच महत्त्वाचा लेखक आहे.

पड - अमिताब, साकेत प्रकाशन, औरंगाबाद, पहिली आवृत्ती - १९८०, पृष्ठे - १७२, किंमत ८० रुपये.

वारसदार

वामन होवाळ हे दलित कथेच्या प्रांतातील एक अजोड नाव आहे. दलित कथाक्षेत्रातील बाबूराव बागूल हे एक टोक आहे, तर वामन होवाळ हे दुसरे टोक आहे. बाबूराव बागूल दलितांची वेदना विद्रोहाच्या अंगाने मांडतात, तर वामन होवाळ विनोदाच्या अंगाने. वामन होवाळांची शैली ही वेदना आणि विनोदाच्या सरमिसळीतून जन्माला येताना दिसते. आपल्या वेदनेला विनोदाच्या अंगाने पेश करणे हे होवाळांच्या लेखनाचे खास वैशिष्ट्यच आहे. ह्याला होवाळांचा समग्र स्वभावच कारणीभूत आहे. कलावंताच्या स्वभावातील तमाम स्पंदनं कलाकृतीमध्ये पडसादाच्या रूपाने प्रकट झालेली असतात. कला ही कलावंताच्या संवेदनक्षम मनाची तरल त्वचा असते. वामन होवाळांनी दलितांच्या जीवनातील दैन्य, दास्य आणि दुःख ह्यांचे विडंबन केलेले आहे. दुःखाचा उपहास करणे हा देखील हा विद्रोहाचाच अविष्कार असतो. वामन होवाळ ह्यांचे 'बेनवाड', 'येळकोट', 'वारसदार' आणि 'वाटा आडवाटा' असे कथासंग्रह प्रकाशित

झालेले आहेत. एका सिद्धहस्त लेखकाचा तिसरा कथासंग्रह वाचत असताना माझ्या मनात आनंदाबरोबर असमाधानाची भावनाही घर करताना दिसत होती. सुप्रसिद्ध लेखकाच्या साहित्याचं वाचन करताना वाचकाच्या मनात काही अपेक्षा असतात. नावलौकिक मिळवलेल्या लेखकाचा स्वत:चा एक वाचकवर्ग असतो. त्यामुळे त्याचे एक वलय निर्माण होत असते. त्याच्या साहित्याचा संप्रदाय निर्माण होत असतो. हा संप्रदाय जसा कालातीत असतो, तसा तो भाषा आणि प्रदेशाच्या परिघाबाहेरचाही असतो. कलावंताने आपल्या कलेच्याद्वारे रसिकांच्या मनावर एक अमिट मुद्रा उमटवलेली असते. रसिक हा ह्या परिणामाच्या प्रभावक्षेत्रात वावरत असतो. त्यामुळे रसिकांच्या मनात एक नाजूक संवेदनाक्षम भोगलालसा निर्माण झालेली असते. ही एक विलोभनीय भाववृत्ती असते. असंख्य लोकसंख्येपासून निखळलेला रसिक कलेच्या क्षेत्रात जाणूनबुजून प्रवेश करत असतो, तेव्हा त्याचे व्यवहारी जगाशी असलेले नाते संपुष्टात आलेले असते. तो कलेच्या क्षेत्रात स्वैर भराऱ्या मारू लागतो. हा कलाविहार त्याच्या छंदातून जन्माला आलेला असतो.

रसिक आपला छंद मनापासून जपत असतो. त्याची ही तपश्चर्याच असते. ह्यामुळेच रसिकाच्या मनात तौलनिक आणि नीरक्षीर वृत्तीचा जन्म होत असतो. अशा वृत्तीमुळेच रसिकाच्या मनात अनेक पातळ्यांवर भरती ओहोटीचे भव्य थैमान चालू असते. वामन होवाळांचा 'वारसदार' हा कथासंग्रह वाचत असताना आनंदाच्या भरतीबरोबरच असमाधानाची ओहोटीही जाणवत होती.

वाचनाच्या व्यासंगातून वाचकाची स्वत:ची एक भूमिका कायम होत जाते. वाचकाची ही भूमिकाच साहित्याचा दर्जा ठरवीत असते. साहित्याने वाचकाला केवळ आनंदच दिला पाहिजे असे नव्हे. मानवी मनातल्या असंख्य स्पंदनांना जागवण्याचे सामर्थ्य हे साहित्यामध्ये असते. साहित्य हे वाचकाच्या मन, मस्तक आणि शारीर भावनेला गवसणी घालणारे असते. वाचक आणि साहित्य ह्यामधील आत्मीय नात्यालाच अभिरूची असे म्हणता येईल.

वामन होवाळांची कथा ऐकताना, वाचताना खळाळून हसू येतं. प्रत्येकाचं जीवन हे हसू आणि अश्रूंनी व्यापलेलं असतं. होवाळांची कथा ही आपल्या जीवनातील हसू जागं करते, त्याचबरोबर आपल्या दु:खालाही साद घालते. होवाळांची कथा ही नेहमीच, माझ्या मनातील वेदना मला समजावून सांगताना दिसते. त्याचबरोबर माझ्या जीवनातील विसंगतीचे दर्शन घडवून, मला हसवतही असते. वामन होवाळांच्या साहित्यात दलितांच्या जीवनाचे प्रतिबिंब पडलेले आहे. हे प्रतिबिंब कधी सर्कशीतल्या विदूषकांसारखं दिसतं, तर कधी चळवळीतल्या तापट कार्यकर्त्यांसारखं.

रसिक कलाकृतीकडे आकृष्ट का होतो? त्याची रसिकवृत्ती कलाकृतीसाठी

का झपाटलेली असते? आपल्या आवडत्या कलावंताविषयी त्याच्या मनात अपेक्षा का उंचावलेल्या असतात?

वामन होवाळांचं दलित साहित्यामध्ये स्वतःचं असं एक स्थान आहे. ते त्यांना त्यांच्या लेखनामुळे प्राप्त झालं आहे. वामन होवाळांचं एकूण लेखन दलित साहित्याची विशेष ओळख करून देणारं आहे. ह्याच चष्म्यातून मी त्यांचा 'वारसदार' हा कथासंग्रह वाचला. ह्या संग्रहात एकूण दहा कथा आहेत. ह्या कथा गाव ते मुंबई आणि मुंबई ते गाव असा प्रवास करणाऱ्या आहेत. मुंबईला जगायला गेलेल्या सामान्य माणसाची होणारी फरफट आणि गावाकडचा फाटका माणूस हा ह्या कथांचा विषय झालेला दिसेल.

'वारसदार' ह्या संग्रहातील पहिली आणि शेवटची कथा ह्या नवबौद्धांच्या जगण्यातील ताणतणाव व्यक्त करणाऱ्या आहेत. 'जयंती' आणि 'वारसदार' ह्या कथांमधून धर्मान्तरित नवबौद्धांच्या जीवनाचा वेध घेतलेला आहे. 'जयंती' ह्या कथेतील नवबौद्ध 'आंबेडकर जयंती' आणि 'बुद्धजयंती' साजरी करताना दिसतात, तर ह्या उलट महारेतर दलित ह्याला विरोध करून 'गणपती उत्सव' साजरा करतांना दिसतो. दलितांर्तगत असलेल्या भेद आणि तणावांचं विडंबन करणारी ही कथा आहे. 'वारसदार' ही कथा धर्मान्तरित नवबौद्धांच्या जीवनातील साद-पडसाद टिपणारी आहे. धर्मान्तर केल्यामुळे बौद्धांना सवलती मिळत नाहीत. सवलती न मिळाल्यामुळे धर्मान्तरित बौद्धांची कोंडी होते. सवलती मिळवण्यासाठी पुन्हा एकदा 'हिंदू महार' होण्याची अगतिकता त्यांच्यावर लादली जात आहे, असा सूर ह्या कथेतून प्रकट झालेला दिसेल. 'वारसदार' ह्या कथेतील नायकाचा आंतरजातीय विवाह झालेला आहे. अर्थात त्याची पत्नी जातीने ब्राह्मण आहे, हे सांगायला न लगे. 'वाटा पळवाटा' ह्या नाटकातील आंबेडकरवादी असलेले काका जे मत व्यक्त करतात, तेच मन ह्या कथेतील दादाही व्यक्त करताना दिसतात, 'आपल्या समाजातील एकांदी पोरगी त्वा केली असतीस तर तिला सुखाचं दिवस आलं नसतं का?' (पृ. ११०) बाबासाहेब आंबेडकरांनी आंतरजातीय विवाहाचा पुरस्कार करताना हा तपशील लक्षात घेतला नसेल का?

'आंधळ्याला डोळं' आणि 'सेवा' ह्या कथा लोकांना गंडवणाऱ्या प्रवृत्तीचा बुरखा फाडणाऱ्या आहेत. 'आंधळ्याला डोळं' मधील सलमा ही देवाधर्माचा आधार घेऊन लोकांना फसवते आहे, तर 'सेवा' मधील मुगुटराव हा समाजसेवकाचं रूप धारण करून लोकांना लुबाडत आहे. 'आंधळ्याला डोळं' मधील सलमा ही तलाक पिडीत मुस्लिम शिक्षिका आहे. ती लोकांना दर्ग्यातील पाणी देऊन आशीर्वाद देत असते. त्यामुळे लोकांचे आजार, अपंगत्व नष्ट होते असा प्रचार सुरू होतो.

सलमाची महती वाढते आणि लोक तिच्याभोवती गर्दी करू लागतात. पण प्रत्यक्षात सलमा ही चोरट्या व्यवहारात गुंतलेली असते. आपली देवीसारखी प्रतिमा निर्माण करून चोरटा व्यवहार करणाऱ्या सलमाला पोलिस अटक करतात आणि तिचे खरे स्वरूप लोकांना कळते अशी ही कथा आहे. ह्याप्रमाणे 'सेवा' मधील मुगुटरावही थोर समाजसेवकाचा आव आणून गाव सुधारण्याचे काम करत असतो. लोकांसाठी राबवल्या जाणाऱ्या शासकीय योजनांमधल्या पैशाचा अपहार करत असतो. एके दिवशी पोलिस मुगुटरावाच्या हातात बेड्या घालतात. 'आंधळ्याला डोळं' आणि 'सेवा' ह्या दोन्ही कथा लोकांच्या अडाणीपणाचा उपहास करणाऱ्या आहेत. ह्या दोन्ही कथा 'पोलिस टाईम्स' मध्ये प्रकाशित होणाऱ्या गुन्हेगार कथांसारख्या आहेत. ह्या कथा वाचल्यानंतर उत्तम कथा वाचल्याचा आनंद मिळण्याऐवजी वर्तमानपत्राच्या चौकटीतील बातमी वाचल्याचा प्रत्यय येतो. कदाचित लेखकाने अशा बातम्यांच्या आधारेच ह्या कथा लिहिल्या असाव्यात असा संशयही बळावतो.

'धनाची मिळकत' आणि 'माणसं' ह्या कथादेखील भ्रष्ट प्रवृत्तीच्या माणसांवरच आधारलेल्या आहेत. ह्या कथेतील पात्रे लोकांचा नाही तर आपल्या जवळच्या माणसाचाच केसाने गळा कापताना दिसतात. भ्रष्टाचार हा केवळ समाज आणि शासकीय कचेऱ्यांमध्येच घडतो असे नाही, तर तो वैयक्तिक जीवनात आणि नात्यागोत्यातही कसा अजगरासारखा पसरलेला असतो ह्याचं वर्णन ह्या कथांमध्ये व्यक्त झाले आहे. 'धनाची मिळकत' मधील धना लहानपणीच आपल्या आईला सोडून मुंबईला पळून गेलेला असतो. मोठेपणी तो पुन्हा आपल्या गावी येतो. आपला मुलगा मुंबईवरून कमाई आणला असेल ह्या आशेने धनाची आई लोकांकडून उधारी उसनवारी करून त्याची हौसमौज करते. देणेकरी जेव्हा धनाच्या आईला पैसे मागू लागतात तेव्हा धना पुन्हा एकदा आईच्या हातावर तुरी देऊन मुंबईला पळून जातो. मुलगाच आपल्या आईला कसा फसवतो ह्याचे अस्वस्थ करणारे चित्र ह्या कथेत प्रकट झाले आहे. 'माणसं' ह्या कथेमधील जानूतात्या सेवानिवृत्त झालेल्या बाळूच्या पैशावर डोळा ठेवून त्याच्याशी सलगी करतो. त्याच्याबरोबर सूत जमवून त्याच्या पैशावर चैन करतो. जेव्हा बाळूजवळील माया संपते तेव्हा मतलबी जानूतात्या बाळूला कुलकर्ण्यांच्या मळ्यावर मजुरी करण्याचा सल्ला देतो. 'धना' आणि 'जानूतात्या' ही लोभी आणि स्वार्थी वृत्तीची बदमाश माणसं आहेत.

'दलदल' ह्या कथेमध्ये भिकाऱ्यांचे भिकाऱ्याकडून कसे शोषण केले जाते ह्याचे विदारक वर्णन आले आहे. ही कथादेखील वर्तमानपत्रातल्या माहितीवर आधारलेली आहे. मुंबईत भीक मागणाऱ्यांची एक यंत्रणा कार्यरत आहे. भीक मागण्यासाठी लहान मुलांना आंधळे, पांगळे आणि लुळे बनवले जाते. अशा

अपंग मुलांना सक्तीने भीक मागायला लावले जाते. ज्या भिकाऱ्यांविषयी करूणा वाटावी, ते भिकारी जगण्यासाठी किती क्रूर होतात ह्याचे विषण्ण करणारे चित्र ह्या कथेत प्रकट झाले आहे. 'दलदल' ह्या कथेतला टिंगू हा भिकारी रूबिया ह्या भिकारी स्त्रीचे किती पाशवी शोषण करतो आहे, आणि ह्या कथेतील दादा निर्धन लोकांकडून खंडणी कसा वसूल करतो आहे ह्याचे वर्णन वाचताना मस्तक बधिर होऊन जाते.

'उपोषण' ही कथा गावातल्या चांडाळ चौकडीच्या फालतू टगेगिरीवर आधारलेली आहे. नाना हा उडाणटप्पू तरुण उपाशी राहण्याची पैज लावतो आणि पैज जिंकण्यासाठी चौकात मंडप टाकून बसतो. नानाने लावलेली पैज लोकांना ठाऊक नसते. लोकांमध्ये खळबळ माजते. प्रशासनाची झोप उडते. तहसीलदारही खोटे आश्वासन देऊन नानाला उपोषण सोडायला लावतात. उपोषणकर्त्यांची टिंगल टवाळी करणारी ही कथा आहे. 'काळं पाणी' आणि 'गोष्ट येसू नाईकाची' ह्या कथा दलितांच्या संघर्षावर आधारलेल्या आहेत. 'काळं पाणी' ह्या कथेतील गावकरी दलितांना तुरुंगात पाठवतात. त्याचा बदला सगुणा नावाची दलित स्त्री घेते. 'गोष्ट येसू नाईकाची' ह्या कथेतला येसू नाईक हा गुन्हेगार आहे. त्याने केलेल्या गुन्ह्यांची मातब्बरी सांगताना तो दिसतो. येसू नाईक हा गुन्हेगार, कथेच्या शेवटी स्वातंत्र्य संग्रामातही सहभागी होतो. पण शासन दरबारी त्याची स्वातंत्र्यसैनिक म्हणून नोंद झाली नाही, अशी खंत ह्या कथेतून प्रकट झालेली दिसून येते.

'धनाची मिळकत' मधला धना आपल्या आईला फसवतो. 'माणसं' मधील जानुतात्या आपल्यावर विश्वास ठेवणाऱ्या सेवानिवृत्त बाळूला फसवतो. 'आंधळ्याला डोळं' मधील सलमा अंधश्रद्ध लोकांना फसवते. 'सेवा' मधल मुगुटराव ग्रामीण जनतेला फसवतो. 'उपोषण' मधील नाना आणि त्याचे मित्र उपोषणाचे नाटक करून लोकांना फसवतात. तहसीलदार उपोषणकर्त्यांना फसवतो. 'काळं पाणी' मधील पाटील दलितांना फसवून त्यांची जमीन बळकावतो. 'गोष्ट येसू नाईकाची' मध्ये येसू नाईक स्वातंत्र्यसैनिक असूनही सरकार दरबारी त्याची फसवणूक केली जाते. समाजातल्या निरनिराळ्या थरात वावरणाऱ्या लबाड प्रवृत्तीचा पंचनामा करणाऱ्या ह्या कथा आहेत.

'वारसदार' ह्या संग्रहातील स्त्री पात्रे मात्र वाचकांचे लक्ष वेधून घेताना दिसतात. धनाची आई असो किंवा उपोषणकर्त्या नानाची आई असो, ह्या भोळ्याभाबड्या स्त्रिया आहेत. 'दलदल' मधील रुबिया आणि 'काळं पाणी' मधील सगुणा ह्या बंडखोर स्त्रिया आहेत. तर 'आंधळ्याला डोळं' मधील सलमा ही लोकांना गंडवणाऱ्या टोळीच्या यादीतील स्त्री आहे. ही स्त्रीची नानाविध रूपं आहेत.

वामन होवाळ आपल्या कथा वाचनीय आणि श्रवणीय कशा होतील ह्याची काळजी घेताना दिसतात. त्यांच्या प्रत्येक कथेचा शेवट हा संपूर्ण कथेला वेगळी कलाटणी देणारा असतो. त्यामुळे वाचकांना स्तिमित करणारा प्रत्यय येतो. वाचकांना धक्का देणारा शेवट करण्याकडे होवाळांचा कल दिसून येतो. कथाकथन ऐकताना श्रोत्यांना आपल्या कथा श्रवणीय वाटल्या पाहिजेत ह्याचीही काळजी लेखकाने जाणीवपूर्वक घेतलेली दिसून येते. कथा वास्तव वाटाव्यात म्हणून होवाळांनी आपल्या कथेत बोलीभाषेतील संवादयोजना केलेली आहे. अशा संवादांमुळे प्रत्यक्षदर्शी वातावरणनिर्मिती करता येते. बोलीभाषेतल्या संवादांबरोबरच निरनिराळ्या वाद्यांचे आवाजही ह्या कथांमधून ऐकू येताना दिसतील. वाद्यांच्या नादामुळे कथाकथनाला एक नाद आणि लय प्राप्त होत असते. म्हणूनच लेखकाने अगदी जाणीवपूर्वक आपल्या कथांमध्ये असे आवाज पेरलेले आहेत. 'किरींऽऽ गऽ किरींगऽऽ' वाजणारी सायकलची घंटी, 'रोंय रोंय ऽऽ' असा अजगराचा आवाज, 'छुम्माकऽऽ छुम्माकऽऽ' हा लेझिमचा नाद, 'तीतानांगऽ तीतानांगऽ तीतांग' हा हलगीचा ताल प्रत्यक्ष कथाकथनाच्या वेळी वातावरण निर्मितीत जिवंतपणा आणू शकतो. त्यामुळे कथाकथन प्रभावी होते. हे तंत्र वामन होवाळांना जमलेले दिसते.

वामन होवाळांच्या कथेत अनेक चित्रदर्शी व प्रत्ययदर्शी विधानं आली आहेत. ही विधानं वाचताना नेमक्या वास्तवाचं भान जसं येतं, तसं ह्या विधानांमधील प्रतिमा, प्रतीकांमुळे कथेला वाङ्मयीन उंची लाभतानाही दिसते. उदाहरणार्थ - जेवताना काही हवं असलं तर अंबाबाईच्या आराध्यासारखा खुणा करायचा (पृ. २७), माळंत मणी ओवल्यागत माणूस शिस्तीने पुढं सरकायचं (पृ. ३६) मुलाणवाड्याच्या आजूबाजूची विलायती शेरांची झाडं पाऊस खाऊन फोफावल्यागत झाली होती. (पृ. ३८) मोळीसारखा धापकन दर्ग्यापुढंच आदळला. (पृ. ४०) उधाणाला आलेल्या पोरी उभ्या असतात. (पृ ४४) आवखळ बैलाला काढण्या लावून न्यावं तसं म्हातारीला धरून घराकडं नेलं. (पृ. ५१) नानूचं तोंड कृष्णाकाठच्या वांग्यागत लांब झाले (पृ. ५१) पावसात भिजलेल्या कोंबड्यागत तो गांगरला होता. (पृ. ५२) बिनपाण्याच्या विहिरीसारखे त्याचे डोळे खोल पण शुष्क झाले होते. (पृ. ५३) डबलबारी पिस्तुलातल्या गोळीसारखा गंग्या निसटला होता. (पृ. ५४) सपानलेल्या कोंबड्यागत फडफडून नानू जागा झाला. (पृ. ५४) सारा जमाव लवणात चरणाऱ्या शेळीसारखा एकाएकी गप्प झाला. (पृ. ५४) पत्र्याच्या घरावर वळीव पाऊस वाजल्यासारखा टाळ्यांचा कडकडाट झाला. (पृ. ५५) रिकाम्या बाटलीगत तो एकाकी जमिनीवर घरंगळला. (पृ. ५६) पेटल्या पलित्यागत ती धगधगत होती. (पृ. ६३) सजा भोगून झाल्यासारखा त्याचा चेहरा झाला.(पृ. ६४)

पळून जाणाऱ्या सासरवाशिणीसारखी सुसाट धावू लागली. (पृ. ६६) पोलादाच्या कांबीसारखी त्याची अंगकाठी दिसत होती. (पृ. ८२) उसानं खच्चून भरलेला ट्रकही डुलत डुलत ह्याच पांदीनं साखर कारखान्याकडं जात होता. (पृ. ८३) अशी विधानं होवाळाच्या भारदस्त शैलीची उदाहरणे म्हणून उद्धृत करता येऊ शकतील.

'वारसदार' ह्या संग्रहातील कथा ह्या आखीव, रेखीव आणि बांधीव वाटत नाहीत. 'काळं पाणी', 'आंधळ्याला डोळं', 'गोष्ट येसू नाईकाची' ह्या कथा विस्कळीत स्वरूपाच्या वाटतात. ह्या कथांना घाट प्राप्त झालेला दिसत नाही. एकाच कथेत अनेक कथानकं गुंफल्यामुळं किंवा कृत्रिमपणे कथेची आखणी केल्यामुळे ह्या कथा ओबडधोबड आणि उथळ स्वरूपाच्या झालेल्या आहेत. 'जयंती' आणि 'वारसदार' ह्या कथा प्रचारकी थाटाच्या आहेत. होवाळांनी आपल्या कथांमध्ये कधी आत्मनिवेदन, तर कधी तृतीय पुरुषी एकवचनी निवेदनाचा अवलंब केल्यामुळे कथावर्णनाला छेद जाताना दिसतो. 'आंधळ्याला डोळं' आणि 'सेवा' ह्या पोलिसी कथा वाटतात. ह्या कथेतल्या पात्रांना सिनेमास्टाईलने अटक होताना दिसते. 'गोष्ट येसू नाईकाची' ही कथा अत्यंत कृत्रिम स्वरूपाची आहे. लेखकाला ज्ञात असलेल्या गुन्हेगाराची माहिती पुरवणारी ही कथा आहे. केवळ गुन्हेगाराकडून ऐकलेल्या माहितीचे निवेदन ह्या कथेत आले आहे. ही कथा चांगली वाटलीच तर ह्याचे श्रेय लेखकाऐवजी गुन्हेगारालाच द्यावे लागेल. वामन होवाळांसारखा प्रथितयश लेखक केवळ पुस्तक प्रकाशित करण्याच्या हव्यासासाठी घाईगडबडीने लिहिलेल्या कथांचा संग्रह प्रकाशित करतो ह्याचे असमाधान वाटत राहाते.

वारसदार - वामन होवाळ, स्वयंदीप प्रकाशन, मुंबई ८३,
पहिली आवृत्ती - १९८६, पृष्ठे ११२, किंमत - ६० रुपये.

फकिरा

अण्णाभाऊ साठे ह्यांची 'फकिरा' ही कादंबरी बहुचर्चित आणि लोकप्रिय आहे. ह्या कादंबरीच्या लोकप्रियतेची कारणे काय आहेत, ह्याचा तपास केला पाहिजे. 'फकिरा' ही कादंबरी मुळातच मातंग समाजाचे साहसी दर्शन घडविण्यासाठी लिहिलेली दिसते. हजारो वर्षे दलित समाज हा साहित्याच्या केंद्रस्थानी नव्हता. शोषित, दलित समाजाला साहित्याच्या केंद्रस्थानी आणणे हा अण्णाभाऊ साठे ह्यांच्या लेखनाचा स्वभावधर्मच आहे. आपले नायक पराक्रमी आणि शूर असले पाहिजेत, आपल्या समाजापुढे पराक्रमाचा आदर्श असला पाहिजे, ह्या भूमिकेतून अण्णाभाऊ साठे ह्यांनी 'फकिरा' ह्या कादंबरीचे लेखन केलेले आहे. 'फकिरा' आणि 'मातंग' समाज हा ह्या कादंबरीच्या केंद्रस्थानी आहे. 'फकिरा' ही कादंबरी कथाप्रधान नाही, तर नायकप्रधान आहे. नायकाला हीरो दाखविण्यासाठी लेखकाने ह्या कादंबरीतल्या कथानकाचा वापर केला असल्याने कथानक गौण आणि कृत्रिम झाले आहे. कादंबरीचे कथानक हे कादंबरीतल्या नायकाची सावली बनून वावरताना दिसते. कथानकाला स्वतंत्र

आणि स्वत:चे अस्तित्व नाही.

क़थानक नायकाच्या भोवती फरफटत जाताना दिसते. साहसी, शूर आणि पराक्रमी नायकाची निर्मिती करण्यासाठी संघर्षप्रधान प्रसंगांची निर्मिती केलेली दिसते. राणोजी मांग शूर आहे. त्याचा घोडा 'गबऱ्या' ही शूर आहे. राणोजीचा मुलगा'फकिरा' ही शूर आहे.त्याचा घोडाही शूर आहे. त्याची तलवारही मर्दुमकी गाजवणारी आहे, कारण ती शिवाजी महाराजांनी दिलेली आहे. मातंग समाजही शूरवीर आहे. त्यामुळे 'फकिरा' ही कादंबरी शूरांची कादंबरी आहे असे म्हणावेसे वाटते.

'फकिरा' ही कादंबरी 'वाटेगाव' ह्या खेड्याभोवती गुंफली आहे. वाटेगावचे पाटील कादंबरीच्या सुरूवातीलाच चिंतातुर होऊन बसलेले दाखवले आहे. ह्या शंकरराव पाटील ह्यांची चिंता काय आहे, तर गावात जोगीण नाही. 'इथं काहीच नाही. दिवस बुडाला की शब्द ऐकू येत नाही. माणूस दिसत नाही. खेळ नाही, तमाशा नाही. वर्षात एकदाच जत्रा भरते. शेजारच्या शिगावात वर्षातून तीनवेळा जत्रा भरते. त्या गावात जोगीण आहे. बाजीबा खोतासारखा बहाद्दर आहे. आपल्या गावात असे काहीच नाही' (पृ. ८७८) अशी खंत शंकरराव पाटीलाचे काळीज कुरतडत असते.

शंकरराव पाटील ह्यांना गावचा पाटील म्हणून आपल्या गावात जोगीण असली पाहिजे, वर्षातून तीनवेळा यात्रा भरली पाहिजे, गावात खेळ झाला पाहिजे, तमाशा झाला पाहिजे असे वाटणे साहजिक आहे. ह्यासाठी शिगावमधली जोगीण पळवून आणली पाहिजे, त्यासाठी बहाद्दर माणसाची गरज आहे. पाटील बहाद्दर नाही. मग हा बहाद्दर कोण असणार? अण्णाभाऊ साठे ह्यांनी हा बहाद्दर मांग आहे हे दर्शविण्यासाठी 'फकिरा' ही कादंबरी लिहिली आहे.

शंकरराव पाटील आपल्या मनातील खंत गावातील अन्य कोणाकडे व्यक्त न करता राणूजी मांग ह्याच्याकडेच व्यक्त करताना दिसतो. त्यामुळे राणूजी मांगाकडे हे बहाद्दरपण आपोआपच चालत येते. राणूजी मांग शिगावमधली जोगीण पळवून आणायचं ठरवितो.

राणूजी कांबळे ह्यांच्या वडिलांचे नाव दौलती, तर आईचे नाव राही असे आहे. राणूजी कांबळे ह्यांच्या बायकोचे नाव 'राधा' असे आहे. राणूजी कांबळे ह्यांना 'फकिरा' आणि 'सहदेव' अशी दोन मुले आहेत. 'फकिरा' ही राणूजीच्या कुटुंबाची, वाटेगावातल्या मातंग समाजाची आणि वाटेगाव ह्या खेड्याची कादंबरी आहे. राणूजी मांग आपल्या वडिलांकडून जोगिणीची माहिती विचारून घेतो. दोन मुलांचा वडील असलेल्या गावातील पराक्रमी राणूजी मांगाला आजपर्यंत शेजारच्या शिगावमधील जोगीणीची माहिती नव्हती असे म्हणता येणार नाही. केवळ वाचकांच्या सोयीसाठी लेखकाने दौलती आणि राणूजी मांग ह्यांच्या संवादातून ही माहिती दिली आहे. 'दोन

बैती नवरानवरी व्हयाची नि त्येंची वरात काढायची. नवरीपाशी खोबऱ्याची वाटी असती. ती पिवळ्या फडक्यात असती. जर ती वाटी कुनी पळवली, तर त्या गावची जत्रा बंद व्हायची आणि ज्या गावात ती वाटी जाईल, त्या गावात जोगीणीची जत्रा भरायची, असा रिवाज हाय. पर वाटी पळवणारा आपल्या हद्दीत घावला, तर त्याचं डोस्कं मारायचा बी रिवाज हाय' (पृ. ८७९) खोबऱ्याची वाटी ही गावची अब्रू असते.

राणूजी मांग गावासाठी जोगीण आणायचं ठरवितो. गावासाठी मरण्याचा विचार करतो. आपण जर ती जोगीण आणली, तर ह्या गावावर अनंत उपकार होतील आपल्या अंगावरच्या जखमा गावाच्या काळजावरच्या मोहरा ठरतील (पृ. ८८०) ह्या भावनेने राणूजी मांग शिगावच्या जत्रेला जातो.

राणूजी मांग जोगीण घेऊन येत असल्याची बातमी भैरू रामोशी वाटेगावच्या लोकांना देतो. राणूजी मांगाच्या मदतीला वाटेगावचे लोक आडवे निघतात, तर राणूजी मांगाकडून वाटी हिसकावून घेण्यासाठी शिगावचे लोक पाठलाग करत असतात. अण्णाभाऊ साठे ह्यांनी ह्या प्रसंगाचे रोमहर्षक वर्णन केलेले आहे. राणूजी मांग वाटी घेऊन वाटेगावच्या हद्दीत घुसतो तरीही शिगावचे लोक पाठलाग थांबवत नाहीत. वाटेगावच्या हद्दीत घुसून ते राणूजी मांगाची हत्या करतात आणि त्याचे मुंडके तोडून घेऊन जातात. त्यानंतर वाटेगावचे लोक तिथे पोहचतात. शिगावच्या लोकांनी रिवाज मोडला आहे. वाटेगावच्या हद्दीत घुसून राणूजी मांगाची हत्त्या केली आहे, हे पाहून वाटेगावचे लोक चिडतात. राणूजी मांगानं, *'गावासाठी शिर दिलं, म्हणून गाव त्याच्यासाठी शिर द्यायला सज्ज झाला.'* (पृ. ८८६) ज्या मांग जमातीबद्दल कोणीही कधीही विचार केला नव्हता, त्या जमातीतील एका माणसाने गावासाठी स्वत:चा प्राण देताच शतकानुशतकाचं अंतर संपुष्टात आलं. (पृ. ८८८) वाटेगावचे लोक राणूजी मांगासाठी जीव द्यायला तयार झाले होते. मुळात ह्या संपूर्ण कादंबरीमध्ये जातीयतेचे प्रसंग व्यक्त झालेले नाहीत. वाटेगाव एक आदर्श खेडे वाटते. गावातले गावकरी, महार, मांग गुण्यागोविंदाने वागताना दिसतात. राणूजी मांगाच्या पराक्रमामुळे तर अख्खा गाव मातंगांचा अनुनय करताना दिसतो. शंकरराव पाटील राणूजी मांगाच्या कुटुंबाची काळजी घेताना दिसतो. (पृ. ८९३)

राणूजी मांगाने गावावर उपकार केल्याने गावही राणूजी मांगाच्या घराची काळजी करू लागतो. राणूजी मांगाचा मुलगा फकिरा मोठा होऊ लागतो. अगदी लहानपणापासूनच त्याला आगळंवेगळं दाखवण्याचा प्रयत्न लेखकाकडून होताना दिसतो. लहानपणी फकिरा चिंचेच्या शेंड्याला जाऊन बसतो. (पृ. ८९८) नंतर ब्रिटिशांचे लष्कर पाहायला जातो. (पृ. ९००)

ज़ोगिणीच्या प्रसंगामुळे गाव आणि गावकुस ह्यामधला संघर्ष बाजूला पडतो. ह्या संघर्षाला एक वेगळेच परिमाण लाभते. कादंबरीचा काळ हा पारतंत्र्यातला आहे.

१८५७ साली स्वातंत्र्यासाठी जे बंड झाले त्यानंतरचा हा काळ आहे. १८५७ च्या बंडामुळे इंग्लडच्या राणीने जाहीरनामा प्रकाशित केला. ह्या जाहीरनाम्यामध्ये, *'ब्रिटिश सरकार धार्मिक बाबतीत ढवळाढवळ करणार नाही'* असे आश्वासन दिले होते. त्यामुळे वाटेगाव आणि शिगावमध्ये जे मुडदे पडले, जो संघर्ष झाला, तो धार्मिक स्वरूपाचा समजून ब्रिटिशांनी त्याकडे दुर्लक्ष केल्याचे दिसते.

ब्रिटिशांनी चोर, लुटारु, दरोडेखोर ह्यांना जेरबंद करण्यासाठी कायदे केले. कारण लुटारु आणि दरोडेखोर ह्यांच्यामुळे ब्रिटिश राजवट धोक्यात येऊ शकते अशी बिटिशांची धारणा होती. त्यामुळे ब्रिटिशांनी काही जमातींना जन्मताच गुन्हेगार ठरविले होते. त्यांच्यावर करडी नजर ठेवली होती. ह्या जमातींच्या लोकांसाठी हजेरी लावली होती. चोर, लुटारूंवर हद्दपारीचे आदेश बजावले होते. राज्यातली बंडाळी थांबवणे व कायदा आणि सुव्यवस्था राखणे ह्यासाठी ब्रिटिशांनी असे कडक उपाय योजले होते. त्याचा बडगा वाटेगावातील मातंगांनाही बसलेला दिसतो.

वाटेगावचे मातंग शिगावच्या शिवारात घुसून पिकाचे नुकसान करतात. शिगावचा बाबाजी खोत आणि इंग्रज अधिकारी वाटेगावच्या सावळ्या मांगाला हद्दपार करतात आणि तो जगण्यासाठी बेळगावला जाऊन राहू लागतो. विष्णुपंत आणि शंकरराव पाटील वाटेगावच्या मातंगांची बाजू घेऊन ब्रिटिश अधिकाऱ्यांना विरोध करताना दिसतात. अण्णाभाऊ साठे ह्यांनी शंकरराव पाटील आणि विष्णुपंतासारखी सवर्ण पात्रे दुष्ट न रंगवता सहृदय रंगविली आहेत.

फकिराला साहसी दाखविण्यासाठी फकिराने आपला मित्र सत्तूची केलेली सुटका असो किंवा फकिराच्या लग्नाला दोनशे माणसं घेऊन येणारा सत्तू असो, ह्यामधून फकिराची बहादुरी दिसून येते. दुष्काळात अन्नासाठी मोताद झालेल्या मांगांची उपासमार थांबवण्यासाठी माळवाडीतल्या मठावर टाकलेला दरोडा असो किंवा गावच्या यात्रेत जोगिणीचे केलेले रक्षण असो, यातून फकिराची वीरवृत्ती दिसून येते. माळवाडीच्या दरोड्यामुळे फकिराला अटक होते. ह्याही वेळी विष्णुपंत मांगांची निर्भीडपणे बाजू घेताना दिसतात. एकीकडे फकिरा आणि दुसरीकडे पंत ह्या दोन बहाद्दर व्यक्ती आहेत. पंताच्या व्यक्तिमत्त्वाला बुध्दिमत्तेचं वलय आहे, तर फकिराच्या व्यक्तिमत्त्वाला तलवारीचे तेज आहे.

फकिराची, विष्णुपंताची, शंकरराव पाटलाची सरशी होते आहे, हे पाहून बाबाजी खोत इंग्रजांची मदत घेताना दिसतो. इंग्रजांची मदत घेऊन तो वाटेगावामध्ये आपल्या जावयाला, रावसाहेबाला गावाचा पाटील करतो. ह्यामुळे शंकरराव पाटील ह्यांची पाटीलकी जाऊन ते निष्प्रभ होतात. इंग्रज शिगावच्या खोताचं ऐकून वाटेगावच्या मांगांनी दिवसात तीनवेळा हजेरी द्यावी असा फतवा काढतात. ह्या फतव्यामुळे खोताचा जावई रावसाहेब गावात प्रबळ ठरू लागतो. त्याला मातंगांची हजेरी घेण्याचे

अधिकार मिळाल्यामुळे मातंग समाज निष्प्रभ होतो. ह्याचा वाईट परिणाम पंतांवरही होताना दिसून येतो. रावसाहेब पाटील वयात आलेल्या सर्व मांगांची हजेरी घेऊ लागतो. त्यामुळे फकिरा दुखावतो. दररोज तीन वेळा हजेरी दिली पाहिजे, नाहीतर तीन महिने सक्तमजुरीची शिक्षा भोगायची तयारी ठेवली पाहिजे, ह्यामुळे फकिरा अडचणीत आला होता. तो तळमळत होता, 'मी किती दिवस हजेरी द्यायची नि ती का द्यायची? सरकारनं हवं तर येऊन आमची गर्दन मारावी, आम्हाला तुरुंगात डांबावं. पण तसं न करता ही गुलामी का? मी गुलाम नाही' (पृ. १७०) फकिरा असो किंवा सावळा असो, त्यांनी ब्रिटिशांच्या ह्या दडपशाहीविरूद्ध आपला जळफळाट व्यक्त केलेला आहे. रावसाहेब पाटील हजेरी घेण्यासाठी फकिराच्या दारात जातो. त्याला बाहेर बोलावतो. फकिरा त्याला भीक घालत नाही. रावसाहेब पाटील इरेला पेटतो. ह्यामुळे फकिरा खवळतो आणि तो रावसाहेब पाटील ह्याला मारतो. रावसाहेब पाटील ह्याला फकिराने मारहाण केल्यामुळे गाव चिडतो.

गावाच्या पाटलाला मांगाने मारले म्हणून गाव एक होतो, तर फकिराची बाजू घेऊन मातंग समाज एक होतो. (पृ. १७४) अशावेळी पंत मातंगांच्या मदतीला जाताना दिसतात. ते म्हणतात, 'आता गाव चढाई करील. सरकारची सारी चक्रं फिरू लागतील. पाटलावर हात टाकला, एवढं निमित्त पुढं करून सरकार, पाटील, गाव नि खोत सर्वच तुम्हावर तुटून पडतील. आता गाव सोडा' (पृ. १७५) पंतांचं बोलणं ऐकून मातंग वस्तीतील सर्व तरुण गाव सोडताना दिसतात.

राणूजी मांगाने जेव्हा परगावाविरूद्ध लढून गावासाठी जोगीण आणली होती तेव्हा वाटेगाव मातंगांच्या बाजूने उभा राहिलेला दिसतो. राणूजी मांग हा गावासाठी लढला. तो मातंगांच्या अधिकारासाठी लढला नाही. पुढे राणूजीचा मुलगा फकिरा जेव्हा आपल्या अधिकारासाठी रावसाहेब पाटील याला मारतो तेव्हा हाच गाव मातंगांच्या जिवावर उठतो, हे लक्षात घेतले पाहिजे. रावसाहेब पाटील आपली हजेरी घेतोय हे फकिराला सहन होत नाही. 'मी गुलाम नाही' ही फकिराची भूमिका, रावसाहेब पाटील, इंग्रज, गाव आणि खोत ह्यांना मान्य होत नाही. त्यामुळे पंत मातंगांना गाव सोडून जाण्याचा सल्ला देताना दिसतात.

फकिरा मांगाने बहादुरी करावी ती गावाची गुलामी नष्ट करण्यासाठी, गावाच्या पाटलाला मारण्यासाठी नाही, हे सामाजिक वास्तव इथे स्पष्ट होताना दिसून येते. फकिराही आपल्या हक्कासाठी, अधिकारासाठी गावाबाहेर पडतो. त्याच्याबरोबर अनेक तरुण मांग घराबाहेर पडतात. इंग्रजांचे हस्तक असलेल्या रावसाहेब पाटील ह्यांच्यावर चढाई करण्यापेक्षा इंग्रजानांच आव्हान देण्याची भाषा मातंगांच्या ओठी येताना दिसते. फकिरा धीरगंभीरपणे म्हणतो, 'चला तयारी करा! त्यो खजिना मारू या. वाटेत वाघ उठला, असं सायबाला वाटलं पाहिजे. लाव म्हनाव हजेरी नि कर हतं राज' (पृ. १८२).

'गोऱ्या साहेबाला आपली हिंमत दाखवू या. तो आमच्यावर हजेरी लावतो तर आपण त्याच्या राज्याला सुरुंग लावू या.' ह्या आवेशाने फकिरा आणि त्याचे सहकारी इंग्रजांच्या खजिन्याची लूट करण्याची तयारी करतात. ह्या ठिकाणी फकिरा जे बोलतो, ते लक्षात घेण्यासारखे आहे. 'शेळी हुनशान शंभर वर्स जगन्यापरीस वाघ हुनशान एक दिवस जगावं. वाघच होऊ या. वाघासारखं मरू या.' (पृ. १८२)

पृष्ठ १७० वर फकिरा 'मी गुलाम नाही' असे म्हणतो. त्याला आपल्या गुलामीची जाणीव होते. पृ. १८२ वर पंत मातंगांना गाव (खेडे) सोडण्याविषयी सांगतात. ह्याच पृष्ठावर फकिरा'शंभर वर्षे शेळी होऊन जगण्यापेक्षा एक दिवस वाघ होऊन मेलेलं बरं' हे विधान उच्चारताना दिसतो. अण्णाभाऊ साठे आपली 'फकिरा' ही कादंबरी बाबासाहेब आंबेडकरांना अर्पण करतात. हा सगळा तपशील जुळवून पाहिला तर अण्णाभाऊंच्या लेखनावर आंबेडकरी विचारांचा किती प्रभाव पडला होता हे स्पष्ट दिसून येईल. इथे जोगिणीचे रक्षण बाजूला पडते आणि आपल्या स्वातंत्र्याचे रक्षण सुरू होताना दिसते.

फकिरा सरकारचा खजिना लुटतो. रावसाहेब पाटील इंग्रज अधिकाऱ्यांना भेटून हा दरोडा फकिराने घातला आहे, त्याला अटक करा असं सुनावतो. इंग्रजांना फकिरा सापडत नाही. तेव्हा इंग्रज मातंग आणि महार वस्तीची नाकेबंदी करतात आणि सर्वांना पकडून नेतात. 'नाक दाबले की तोंड उघडते' हा इंग्रजांचा कयास असतो. फकिरा आणि त्याचे सहकारी आपल्या स्वकीयांची सुटका करण्यासाठी इंग्रजांच्या स्वाधीन होतात. इंग्रज निरपराध लोकांना सोडून देतात आणि फकिरा व त्याच्या सहकाऱ्यांना ताब्यात घेतात. फकिरा आपला घोडा व तलवार आपल्या कुटुंबाच्या हवाली करतो.

तुरुंगातून सुटलेले सर्व निरपराध मातंग आणि महार लोक घराकडे परततात, तेव्हा फकिराची आई राधा पुत्राच्या आठवणीने व्याकूळ होते. तिला लहान फकिरा आठवू लागतो. ती फकिराच्या आठवणीने गलबलून जाते. अण्णाभाऊंनी हा प्रसंग अत्यंत हृदयस्पर्शी आणि तरलपणे रेखाटलेला आहे.

'फकिरा' ह्या कादंबरीचा पूर्वार्ध हा गावाची बाजू घेऊन राणूजी आणि फकिरा ह्या पितापुत्राने केलेल्या संघर्षावर आधारलेला आहे, तर उत्तरार्ध हा इंग्रज आणि इंग्रजांचे हस्तक असलेल्या खोत आणि त्याचा जावई रावसाहेब पाटील ह्यांच्याविरुद्ध फकिरा आणि त्यांच्या सहकाऱ्यांनी केलेल्या संघर्षावर आधारित आहे. त्यामुळे ही संपूर्ण कादंबरी संघर्षप्रधान बनलेली दिसते. राणूजी मांग आणि फकिरा मांग ही दोन बहादुर पात्रे आहेत. ह्या पात्रांची बहादुरी आणि त्यांचा संघर्ष हा वाचकांच्या मनाचा ठाव घेणारा आहे. सत्तू, शंकरराव पाटील आणि विष्णुपंतांसारख्या सरळ आणि सज्जन जशा व्यक्तिरेखा आहेत, तशा बाबाजी खोत आणि रावसाहेब पाटील ह्यांच्यासारख्या

दुष्ट व्यक्तिरेखाही पाहायला मिळतात.

अण्णाभाऊ साठे हे अगदी साध्या, सोप्या आणि सहज भाषेत कथानक उलगडत जाताना दिसतात. त्यांची भाषाशैली प्रत्ययकारक आहे. वाचकांच्या डोळ्यांपुढे चित्र उभे करणारी ही भाषा आहे. त्याचबरोबर ह्या भाषेला ओघ आणि काव्यमय तरलतेची झालरही आहे. 'हळूहळू पावसाळी वारं उठलं आणि भन्नाट धावत सुटलं. आकाशात काळ्या रंगांनी गर्दी केली. पाण्यात मासा पोहावा, तशी ढगात वीज सळसळू लागली.' (पृ. ८७३) असं वर्णन अण्णाभाऊंनी जसं केलं आहे, तसं तिला अति आनंद झाला. घामानी डबडबलेला चेहरा, ती घरची ओढ, ते सारे पाहून राधाला भडभडून आलं. तिनं मटकन गुडघे टेकले आणि भर्रकन फकिरा येऊन तिला बिलगला. त्याला पोटाला धरूनच राधा उठली. पदरानं त्याच्या पायावरची धूळ तिनं झाडली (पृ. १०१६) असं काळजाला पाझर फोडणारं लेखनही ते करतात.

सर्वसामान्य माणसाला भावणारं, त्याच्याच जीवनाचं प्रतिबिंब त्याला साहित्यात दाखवून देणारं प्रत्ययकारी लेखन अण्णाभाऊंनी केलं आहे. त्यांची पात्रे बंडखोर आणि शूर आहेत. त्यांच्यात अन्यायाविरुद्ध झुंज घेण्याची आणि प्राण पणाला लावण्याची हिंमत आहे. सामान्य माणसाच्या जीवनातलं उत्तुंग साहस व्यक्त करणं हे अण्णाभाऊंच्या लेखनाचं यश आहे. म्हणून अण्णाभाऊ साठे ह्यांची 'फकिरा' ही वाचकांची आवडती कादंबरी ठरली आहे.

फकिरा - अण्णाभाऊ साठे, महाराष्ट्र राज्य साहित्य संस्कृती मंडळ, मुंबई - ३८, सन १९७८

सूड

बाबूराव बागूल ह्यांची 'सूड' ही लघु कादंबरी मार्च १९७० मध्ये प्रकाशित झाली आहे. बाबूराव बागूलांनी आपल्या तारुण्यात लिहिलेली ही कादंबरी आहे. ह्या कादंबरीला म. ना. वानखेडे ह्यांची प्रस्तावना आहे. म. ना. वानखेडे ह्यांनी ह्या कादंबरीला दीर्घकथा असे म्हटले आहे. 'सूड' ही दीर्घकथा आहे, की लघु कादंबरी हा प्रश्न सुरुवातीलाच ऐरणीवर येणारा आहे. दीर्घकथेएवढी पृष्ठे असलेली ही कलाकृती आहे. ही कलाकृती पृष्ठांमध्ये मोजायची झाल्यास म. ना. वानखेडे ह्यांच्या मताप्रमाणे ती दीर्घकथा ठरते. कादंबरी ह्या वाङ्मय प्रकाराची सर्व वैशिष्ट्ये 'सूड' मध्ये आढळत नाहीत. तरीही 'सूड' ह्या पुस्तकाचा उल्लेख कादंबरी म्हणूनच होतो. हे असे का?

म. ना. वानखेडे ह्यांनी ह्या पुस्तकाच्या प्रस्तावनेतच 'सूड' ही एक दीर्घकथा आहे असे नोंदवूनही 'सूड' चा उल्लेख कादंबरी म्हणून होतो, ह्याचा शोध घ्यावा लागेल. 'सूड' वाचल्यानंतर वाचकाला एक कादंबरी वाचल्याचे समाधान मिळत असेल, तर 'सूड' ची पृष्ठमर्यादा आपोआप गौण ठरते. कथेचा आशय, विषय जर कादंबरीला

साजेसा असेल, तर दीर्घकथा ही कादंबरीचे रूप घेऊ शकते. ह्याचे उदाहरण म्हणून 'सूड' चा उल्लेख करता येईल. 'सूड' मधील नायिका 'जानकी' ही जन्म दलित आहे. म्हणून ही कलाकृती दलित साहित्यात मोडते अशी भलावण म. ना.वानखेडे ह्यांनी केली आहे. (पृ. ७) तेव्हा 'सूड' ही दलित कादंबरी आहे का असा दुसरा प्रश्न ऐरणीवर येताना दिसतो.

सूड ही कादंबरी एका उत्तम संभोगाकडे प्रवास करणाऱ्या विषयाची कथा आहे. जानकी ही ह्या कादंबरीची नायिका आहे. ती मुरळीची मुलगी आहे. तिची आई आणि सासू ह्या दोघीही देहविक्रयाविषयी अनुकूल असणाऱ्या स्त्रिया आहेत. जानकीची आई गंगू जानकीला म्हणते,'मिळालंय गोरं कातडं, बाजारात चालणारं. चालव, मिळव, खाय, ले, नेस अन मग मर. ही चालले मी आपल्या गावच्या कुलकर्ण्याकडे, गॉड धॉड खाईन, गादीवर झोपेन अन् वर पैसे भी आणेन' (पृ. ४९) 'सूड' मधली दलित आई आपल्या मुलीला अशा प्रकारचा उपदेश करताना दिसते. असा उपदेश एकवेळ गृहीत धरला तरी ती जे सांगते आहे ते मात्र अनाकलनीय आहे. ती गावच्या कुलकर्ण्याकडे निघाली आहे. गावचा कुलकर्णी तिला गादीवर झोपवणार आहे. गोडधोड खायला देणार आहे आणि पैसेही देणार आहे. हा कुलकर्णी शहरातला नाही. गावचा आहे. तो ब्राह्मण आहे. मुरळी जातीने दलित आहे. तर हा कुलकर्णी तिला घरात कसा घेईल? गादीवर कसा झोपवेल? गोडधोड खायला कसा देईल? एक वेळ कुलकर्णी हे सगळं करेलही, पण त्याच्या घरातील इतर सदस्य हे निमूटपणे कसे सहन करतील? गावातील लोक कुलकर्ण्याला काहीच म्हणणार नाहीत का? ह्या सर्व शंका अनुत्तरित राहतात. जानकीच्या आईची स्त्री शरीराकडे पाहण्याची बाजारू वृत्ती आहे. ती आपल्या देहाकडे कमावण्याचे आणि मौजमजा करण्याचे साधन म्हणून पाहाते. गावचा कुलकर्णीही तिला अस्पृश्य मानत नाही. तो तिचा भोग घेणारा आहे. वासनेला केवळ शरीराची नाती कळतात. जानकीची आई 'खाओ, पिओ, जिओ' अशा वृत्तीची आहे. तिला आपल्या मुलीनेही छंदीफंदी वागावे असे वाटत असते.

जानकीच्या घरातलं वातावरण स्वैर आहे. जानकी ज्या वस्तीत राहाते, तिथे तिच्याकडे एक भोग्यवस्तूच म्हणून पाहिले जाते. 'ओठ, गाल, उराची चुरचुर सहन करीत जानकी घरी येते.' (पृ. १८) कारण उनाडटप्पू पोरांनी तिच्या शरीराची चेष्टा केलेली असते. जानकी घरी येते तेव्हा तिची आई घरात परपुरुषाबरोबर रत झालेली असते. जानकीची आई गंगू जानकीला म्हणते, 'अगं भरात आलीस. सुरू कर. मजा कर. माझ्याकडं बघ, हा सोन्यासारखा रंग कशानं आलाय? त्या सुखानं रंग फुलतो. रूप येतं' (पृ. २०) गंगूला वाटतं जानकीने आयुष्यातील नाना रंग लुटावेत. इतकंच नव्हे तर ती आपल्या मुलीला, जानकीला खाली पाडते. तिच्या दोन्ही दंडावर पाय

देऊन ती तिच्या छातीवर बसते. जानकी ओरडू नये म्हणून तिचे तोंड दाबते आणि दगडूला तिच्यावर बलात्कार करायला सांगते.' (पृ. ३९) दलित आई अशी वागू शकते असे हे चित्रण आहे. पुढे जानकीचे लग्न होते. नवरा दारुडा, सासू ठराविक गिऱ्हाईक घेणारी आणि रूपवान जानकी.' सागुतीवाल्या रसूलनं आडावलं व्हतं. तो म्हणं पैसे दे नय ते सून धरतो' (पृ. २४) सासू सासरे जानकीला देहविक्रय करण्यासाठी सक्ती करत होते. 'रसूलने तिला भोगलं अन् दुसऱ्या दिवसांपासून गिऱ्हाईके येऊ लागली.' (पृ. ३३) असं हे वर्णन आहे. माहेर असो किंवा सासर, जानकीला देहविक्रयाची सक्ती होताना दिसेल. रसूल हा खाटिक आहे. त्याने जानकीच्या सासूला उधारीने मटण विकले आहे. उधारीचे पैसे मिळत नाहीत म्हणून जनावराच्या मटणाच्या मोबदल्यात तो जानकीच्या मांसावर तुटून पडतो. हे इतके भयावह चित्र आहे. आई आणि सासू ह्या दोघींनाही नवरे आहेत, तरी त्या देहविक्रय करताना दिसतात. कारण त्या मुरळी आहेत. त्यांना मौज करण्याची, पैशाची आणि कामक्रीडेची चटक लागली आहे. म. ना. वानखेडे प्रस्तावनेत म्हणतात. 'ही गांडुळे नसून ती हाडामांसाची माणसे आहेत.' (पृ. ६) वानखेडेंचे हे विधान बाबूराव बागूलांच्या लेखनाची भलावण करण्यासाठी लिहिलेले दिसते. जानकीवर दगडू बलात्कार करतो. (पृ. ३९) कृष्णा पाटील, दाढी मिशीवाला, काळ्या खडकासारखा माणूस (पृ. २९) हे जानकीचा भोग घेऊ इच्छितात. जानकीवर त्र्यंबकेश्वर येथे एक बैरागी बलात्कार करतो. (पृ. १३) जानकी वेश्या असताना अनेक आक्रमक उघड्या देहांनी तिचा भोग घेतला होता (पृ. २८) जानकीच्या आयुष्यात आलेले सर्व पुरुष एक तर बलात्कारी किंवा गिऱ्हाईक म्हणून येताना दिसतील. लहानपणी तिचे ऊर चुरगळणारे, तिला कवटाळणारे, तिला पैसे दाखवणारे समवयस्क तरुणही तिला भोग्यवस्तूच म्हणून पाहात होते. आई असो वा सासू, खाटीक असो किंवा बैरागी, हे सर्वजण जानकीच्या रूपवान शरीराकडे आकृष्ट झाले होते. कुणालाच जानकीच्या मनाची काळजी नव्हती.

जानकीच्या आई आणि सासू ह्या दोन स्त्रिया आपल्या जगण्यासाठी आपल्या देहाचा वापर करणाऱ्या आहेत. ह्या दोघीही शरीरापलीकडे विचार करताना दिसत नाहीत. शरीर हेच त्यांच्या जगण्याचे केंद्र आहे. स्त्री शरीर म्हणजे त्यांना चलनी नाणं वाटतं. लेदर करन्सीचा त्या वापर करतात. स्त्री शरीराचं हे एक दर्शन आहे. ह्याउलट जानकीची मानसिकता आहे. जानकी सुंदर आहे, तरुण आहे. तिच्यामागे अनेक पुरुष लागले आहेत. ते तिचा भोग घेताहेत, पण जानकीला हे मान्य नाही. जानकीला पुरुष गिधाडासारखे वाटतात. जानकीला पुरुषांचा तिटकारा वाटतो. तिच्या मनात स्त्री पुरुष संबंधांविषयी घृणा निर्माण झाली आहे. कोवळ्या वयापासून तिच्या शरीराचा अनेकांनी उपभोग घेतल्यामुळे तिला पुरुष आक्रमक आणि क्रूर वाटतात. तिला पुरुष दिसला की संताप येतो. पुरुषाचा खून करावा, त्याच्या रक्तात नाचावे असे तिला वाटत

असते. (पृ. १४) तिने तिच्यावर बलात्कार करणाऱ्या बैराग्याचा खून केलेला आहे. पुन्हा आपल्यावर बलात्कार होऊ नये म्हणून तिने स्त्री वेष टाकून दिला आहे. मुंडन केले आहे. साधूचा वेष धारण केला आहे. त्रिशूळ व जंबिया घेऊन ती फिरते आहे.

अनेक पुरुषांनी तिचा भोग घेतल्यामुळे तिला तिच्या शरीराची घृणा वाटतेय. तिचे स्त्रीसुलभ मन चिरडले गेले आहे. तिचे स्त्रीत्व नष्ट झाले आहे. तिला आता स्त्री जन्म नको आहे. तिला पुरुष म्हणून जगायचे आहे. पुरुष म्हणून पुनर्जन्म घ्यावयाचा आहे. (पृ. ३३) ती पुरुषी बनली आहे. ती पुरुषाचा सूड घेण्यासाठी भ्रमण करत आहे. तिने वेषांतर केले असले, तरी तिचे स्त्री लावण्य लपत नाही. वाटेत अनेक साधू संन्यासी तिच्या रूपाकडे संशयाने पाहातात, कुजबुजतात. तेव्हा तिच्या अंगाचा तिळपापड होतो. ती क्रोधाने भडकते. एकूण तिला तिच्याकडे स्त्री म्हणून पाहाणे आवडत नाही. 'स्त्रीत्त्व मान्य करण्यापेक्षा आत्महत्त्या करेन.' (पृ. ३३) अशी जानकीची भूमिका आहे. जानकीला आपला जन्म हीन आहे असे वाटत असते (पृ. ४५) एक तर मुरळीची मुलगी म्हणून आणि स्त्री म्हणूनही. जानकीला 'जन्म' आणि 'देह' ह्या दोन्हीविषयी द्वेष वाटत होता. आपल्या देहामुळे आणि जन्मामुळे आपल्यावर अन्याय होतोय अशी तिची भावना होती.

जानकीच्या लहानपणापासून ते त्र्यंबकेश्वर येथे तिच्यावर बैराग्याने बलात्कार करेपर्यंतचा जो काळ आहे, त्याचा तपशील ह्या कादंबरीत दिलेला नाही. जानकीची आई गंगू जानकीवर पहिला पुरुष दगडू ह्याला सोडते. दगडू तिच्यावर बलात्कार करतो. जानकीचा सेक्सविषयीचा पहिला अनुभव असा कडवट आहे. त्यानंतर एकेकजण तिच्यावर तुटून पडतात. ती वेश्या व्यवसाय करते. अशी वेश्या बलात्कार झाला म्हणून बैराग्याचा खून करते. ती दगडूचा खून करत नाही. बैराग्याचा का खून करते? एका वेश्येच्या हातून बैराग्याचा खून करणे आणि त्या वेश्येला बैरागी करणे ह्यात लेखकाने काय साधले आहे? बैरागी हा भोगी नसून विरागी असतो. वैराग्य हे त्याचे खरे रूप आहे. जानकी समाजातल्या पुरुषी गिधाडांना कंटाळून त्र्यंबकेश्वरला शिवलिंगाचे दर्शन घेण्यासाठी गेलेली आहे. तिथेही तिला ईश्वराच्या रूपात सैतान भेटतो. घराच्या दारापासून ते मंदिराच्या दारापर्यंत भेटलेले सर्व पुरुष तिला भोग्य वस्तू समजत असतात. बैराग्याच्या वेषातल्या कामुकतेचा ती खून करते. पुरुषाच्या शरीराची हत्त्या करते. आपल्या देहातील स्त्रीपणाला गंगेत अर्पण करते आणि बैराग्याचा वेष धारण करते. ती कफनी नेसते. त्रिशूळ घेते. जंबिया बाळगते. ह्या सगळ्या बाबी तपशिलाने पाहाणे आवश्यक आहेत. बैराग्याने जानकीवर बलात्कार केल्यानंतर जानकीचा कायापालट होतो. तिने स्त्रीत्वाला नकार देऊन पुरुषत्वाला स्वीकारले आहे. पुन्हा इथे एक विचित्र विसंगती दिसून येईल. जी जानकी पुरुषाचा धिक्कार करते आहे, ती पुरुषाचा अवतार घेते आहे, पुरुषाचा पुनर्जन्म मागते आहे. तिने स्त्रीत्वाचे

निदर्शक असलेले केस कापले आहेत. बैराग्याचा वेष धारण केलेला आहे. हातात त्रिशूळ घेतला आहे. जंबिया जवळ ठेवला आहे. तिला आपले स्तन कापून टाकावे वाटतात. पण ते कापता येत नाहीत. तिला रजस्वला होणं आवडत नाही पण निसर्गनियमांप्रमाणे ती रजस्वला होते आहे. ती शरीराने स्त्री आहे पण मनाने आणि शरीराने स्त्रीपणा नाकारणारी आहे अशी ही विसंगती आहे. तिने पुरुषाचे सोंग घेतले आहे. ही कादंबरी एका स्त्रीने घेतलेल्या पुरुषाच्या सोंगाची कथा आहे.

जानकी बैराग्याचा खून करून भ्रमंती सुरू करते. हे तिचे एक प्रकारचे फरारी जगणे आहे. ती भ्रमण करत असताना तिची स्वामी अलखनिरंजनांशी भेट होते. स्वामी अलखनिरंजन तिच्याकडे न पाहाता ग्रंथाचे वाचन करण्यात तल्लीन होतात. जानकीला आतापर्यंत भेटलेले पुरुष तिच्या रुपाकडे आकर्षित झाले होते. तिचे आशिक झाले होते. पण स्वामी अलखनिरंजनांनी तिच्याकडे साधा कटाक्षही टाकलेला नाही. त्यांनी तिच्याकडे दुर्लक्ष केले होते. इथेच जानकीच्या स्त्रीपणाला पहिली ठेच बसते. स्वामी अलखनिरंजन तिच्या स्त्री शरीराकडे दुर्लक्ष करतात हे तिला खटकते. जानकीला स्वामींचा वेगळेपणा जाणवतो. स्वामीजी जानकीकडे पाहात नाहीत ही एकच घटना संपूर्ण कादंबरीला कलाटणी देते. इतकेच नव्हे तर जानकीच्या जीवनाला आणि दृष्टिकोनालाही वेगळे वळण देते. ही कादंबरी जानकीवर आधारलेली नसून ह्या कादंबरीचे खरे नायक स्वामी अलखनिरंजन आहेत, हे पटू लागते.

जानकी ही पुरुषद्वेष्टी आणि संभोगाविषयी तिटकारा असलेली स्त्री आहे. अजाणत्या वयात नको तितक्या पुरुषांबरोबर सोबत करावी लागल्यामुळे तिच्या मनात हा तिटकारा निर्माण झालेला आहे, तर स्वामी अलखनिरंजन हे उत्तम पुरुष आहेत. त्यांना जानकीची कहाणी माहीत आहे. तिचे वीक पॉईंट माहीत आहेत. जानकीने त्यांना विश्वासाने आपली जीवनकथा सांगितली आहे. त्यामुळे स्वामीजी इतर पुरुषांप्रमाणे वर्तन करताना दिसत नाहीत. स्वामीजी रसिक पुरुष आहेत. ते अगदी जाणीवपूर्वक जानकीचं मन फुलवत आहेत. आपल्यातला 'पुरुष' दूर ठेवून जानकीतील 'स्त्री' जागृत करण्याचा नियोजनबद्ध प्रयत्न करताना स्वामीजी कुठेही कमी पडत नाहीत. त्यांचा सगळा प्रयत्न हा जानकीने स्वत:हून त्यांना अर्पण झालं पाहिजे ह्यासाठी आहे. ते जानकीच्या प्रत्येक गोष्टीचे कौतुक करताना दिसतात. ह्यापूर्वी जानकीची अशी स्तुती कोणीच केलेली नसते. त्यामुळे जानकी हुरळून जाते. जानकी स्वामीजींना पाहिल्याक्षणीच प्रेमात पडते. स्वामीजी तिची स्तुती करताना म्हणतात, 'तू महान दुःख पाहिलं आहेस' (पृ. २४) खरे तर जानकीने असे कुठले महान दुःख पाहिलेले नसते. स्वामीजी तिची खोटी स्तुती करून तिला हरभऱ्याच्या झाडावर चढवण्याचा प्रयत्न करत असतात. स्वामीजी तिला 'ज्वालाप्रसाद' असे नाव देतात. पुढे तिला प्रेमाने 'ज्वाला' म्हणू लागतात. 'ज्वालाप्रसाद' हे पुरुष वाचक नाव

आहे. 'ज्वाला' हे स्त्री वाचक नाव आहे. स्वामीजीं आपल्या संबंधांची ज्वालाप्रसादने सुरुवात करून 'ज्वाला' कडे वाटचाल करताना दिसतात. (पृ. २५) त्यांचा ओढा तिच्याकडे वाढत जातो. (पृ. २५) तिला स्पर्श करण्यासाठी त्यांचे हात उतावीळ होतात. (पृ. २४) त्यांचे वर्तन प्रेमपागल माणसासारखे होते. (पृ. २६) स्वामीजी जानकीच्या प्रेमात पडत आहेत हे जानकीला जसे कळते, तसे स्वामीजींचा शिष्य असलेल्या विद्याचरणच्याही ते लक्षात भरते. स्वामीजी जानकीकडे आकृष्ट होत आहे हे कळल्यावर विद्याचरणचा जळफळाट होऊ लागतो. जानकीला विद्याचरणचा तिच्याविषयीचा द्वेष आणि स्वामीजींचे उसळते प्रेम जाणवत होते. (पृ. २५) विद्याचरण स्वामीजींची निंदा करत होता आणि स्त्रीपुरुष संबंधांविषयी प्रतिकूल मत तयार करत होता. 'स्त्रीला मासिक धर्म येतो. ती गर्भार राहाते. बाळंत होते, हे सारेच ओंगळवाणे, अमंगळ आहे.' (पृ. ३३) स्त्री ही संहारक आहे. (पृ. २६) अशी वर्णने करून विद्याचरण जानकी आणि स्वामीजींच्या प्रेमाला रोखू पाहात होता. जानकी मात्र अधाशाप्रमाणे ज्ञान संपादन करत होती. (पृ. २५) धर्मशास्त्रे आत्मसात करत होती. (पृ. २९, ३०) ती स्वामींबरोबर ऋग्वेदातील सूक्ते गात होती. (पृ. ४६) स्वामीजी जानकीची स्तुती करत होते. तिला फुलवत होते 'तू धन्य आहेस.' (पृ. ४५) म्हणत होते. जानकीलाही, 'हजार जन्म स्त्री होऊन स्वामीजींचे कौतुक ऐकावे ' असे वाटू लागले होते. (पृ. ५५) ती स्वामीजींसाठी वेडी होत होती. स्वामीजी आंघोळ करताना त्यांचा उघडा देह पाहून जानकी कामातुर होत होती. (पृ. २८) तर जानकी आंघोळ करताना तिचा उघडा देह पाहून स्वामीजी कामातुर होत होते. त्यांना भर्तृहरीचा श्लोक आठवत होता. (पृ. ४४)

जानकी आणि स्वामीजींच्या 'प्रेम आणि प्रणय' ह्याची एक वेगळीच तऱ्हा आहे. जेव्हा जानकीच्या छातीचा स्पर्श होतो तेव्हा स्वामीजींना कवी कालिदासाने वर्णन केलेल्या उरोजांची आठवण होते. (पृ. २२) जानकीच्या शरीरस्पर्शाने स्वामीजी रोमांचित होतात. त्यांना उत्तम श्लोक वाचल्याचा आनंद होतो. (पृ. २२) स्वामीजी हळूहळू विरक्तीकडून भोगाकडे वळताना दिसतात, तर जानकीतही बदल होताना जाणवतो. एकीकडे जानकीला पूर्वायुष्य आठवत राहाते. पूर्वायुष्यातल्या आठवणी तिचा पिच्छा सोडत नाहीत. ती वेश्या असतानाच्या तिच्या गिऱ्हाईकांच्या आठवणी, तिच्यावर झालेला बलात्कार, तिला शरीरसंबंधांसाठी झालेली अनेक वेळाची सक्ती आठवत असते. ह्या संपूर्ण कादंबरीत वासनेची वीण उलगडत गेलेली आहे. एकीकडे जानकीच्या मनात स्वामीजींविषयी आकर्षण वाढत असताना दिसते, त्याचवेळी तिला भूतकाळ आठवून तिच्या आयुष्यातील बीभत्स पुरुष आठवताना दिसतात. एकूण भूतकाळातल्या आठवणी आणि स्वामीजींविषयीचे आकर्षण कामवासनेशी निगडित आहे. त्याचवेळी तिला देव आणि हिमालयाची ओढ आहे. ती धर्मशास्त्रांचा अभ्यास

करताना दिसते. जानकीच्या व्यक्तिमत्त्वाचे असे अनेक पदर आहेत. ज़ानकीच्या मनात पुरुषाविषयी जसा द्वेषभाव आहे, तसे सुप्त आकर्षणही आहे. तिला उत्तम पुरुष भेटावा असे वाटत असते. तिला शाप देणारा योगी किंवा तपस्वी पुरुष भेटावा असे वाटत असते. (पृ. १४) वाल्मिकीसारख्या पुरुषाप्रमाणे तप करावे असे वाटत असते. तिला राजपुरुष भेटेल, शाप देईल असे वाटत असते.(पृ. १५) तिला तिचे आयुष्य शापितासारखे वाटत असल्यानेच ती थोर साधूंच्या, गुरुदेवांच्या शोधात भटकत असते. (पृ. १५ - १७) तिचा हा प्रवास उत्तम पुरुष, थोर पुरुष, साधु पुरुष ह्याचा शोध घेण्यासाठीच सुरू झालेला दिसून येतो.

जानकी सुंदर असते. ती अर्धनारी नटेश्वरासारखी दिसत असते. (पृ. १२) ती ब्राह्मणाच्या अभोगी विधवेसारखी दिसत असते. (पृ. २२) ती वेश्या असून अभोगी वाटते. ती संन्यासिनी असूनही ब्राह्मणाच्या विधवेसारखी वाटते. ह्या विचित्र विसंगतीमध्ये एक सुंदर सेक्स दडलेला आहे.

'मी स्त्री नाही, माझे स्त्रीपण गंगेला अर्पण केले आहे. मला पुरुष व्हायचे आहे. त्यासाठी हा जन्म संपविण्याचीही तयारी आहे.' (पृ. २३) ही भूमिका घेऊन जानकी भ्रमण करत असते. ह्यासाठीच तिला हिमालयात जायचे असते. देव प्रसन्न करून घ्यायचा असतो. पुन्हा इथे 'हिमालय' आणि 'देव' हे शब्द पुल्लिंगी आहेत. हे लक्षात घेतले पाहिजे. जानकीच्या अंगावर भगवी कफनी असली, तरी त्या कफनीमागे पुरुष जातीविषयीचा सूड आणि पुरुष होण्याची ओढ व्यक्त होताना दिसेल. म्हणून म. ना. वानखेडे ह्यांनी प्रस्तावनेत म्हटले आहे, 'करुणा आणि चीड ह्या दोन्हीची विचित्र सांगड बाबूरावांच्या कथेत दिसून येते.' (पृ. ६) वानखेडेंचे हे विधान उचित वाटते. तथापी वासनेचा विलोभनीय आविष्कार करणारे लेखक म्हणून बाबूरावांचा उल्लेख करणे अधिक उचित ठरेल. बागूल वासनेविषयी अत्यंत तरलपणे आणि काव्यमय शैलीत लेखन करताना दिसतील. स्वामीजींचा शिष्य विद्याचरण ही ह्या पुस्तकातील आणखी एक प्रवृत्ती आहे. जानकी पुरुषद्वेष्टी आहे तर विद्याचरण स्त्रीद्वेष्टा आहे, हे लक्षात घेतले पाहिजे. ही दोन विरोधी टोके आहेत. स्वामीजींचे प्रेमपागल वागणे पाहून विद्याचरण त्यांना विरोध करतो. स्वामीजी त्याचे ऐकत नाहीत हे कळल्यानंतर विद्याचरण स्वामीजींना सोडून निघून जातो. स्वामीजी जानकीसाठी विद्याचरणला सोडून देतात, कारण त्यांना स्त्रीची सोबत हवी असते. ते म्हणतात,'शंकराला पार्वतीपासून झाला होता तो काम असेल, तर तो सुंदरच आहे. शंकराचे रौद्र भयंकर तांडव जर क्रोध असेल, तर तो देखील सुंदर आहे. हे मला हवे आहेत असे वाटले. यालाच जीवन म्हणतात.' (पृ. ४९) स्वामीजींसारखा बैरागी माणूस 'काम आणि क्रोधाला' सुंदर म्हणताना दिसतो. कारण स्वामीजींना जानकीच्या मनात हे विकार फुलवायचे असतात. म्हणून तर ते देवाधर्माच्या मागे लागलेल्या जानकीला देवाधर्माचे

दाखले देऊन 'काम आणि क्रोध यालाच जीवन म्हणतात,' असे सांगताना दिसतात. ह्यासाठीच ते जानकीला 'मधुराभक्ती' समजावून सांगतात. 'स्त्री पुरुष प्रेमातील परमोच्च उत्कटता समागमात सफल होते' (पृ. ४०) समागमातच परमोच्च उत्कटता आहे, इतकेच हे समर्थन नाही, तर ते पुढे म्हणतात, 'देव प्राप्तीसाठी राधा व्हायचं, स्त्री बनायचं' (पृ. ४०) म्हणजे ज्या जानकीने स्त्रीदेह नाकारला आहे, त्या जानकीला स्त्री देहाचे आणि विकाराचे महत्त्व पटवून सांगण्याचा हा प्रकार आहे. देवप्राप्तीसाठी वेड्या झालेल्या स्त्रीला देव प्राप्त करायचा असेल, तर 'राधा हो, स्त्री हो, आणि देव पुरुषाला संभोगसुख दे' असे हे सांगणे आहे. स्वामीजींच्या प्रभावामुळे जानकीचे स्त्रीत्व हळूहळू फुलू लागते आणि ती त्रिशूल टाकून देते. (पृ. ५०) पुरुष होण्यासाठी तिने केस कापले होते, इथे ती परत स्त्रीत्वाकडे प्रवास सुरू करताना दिसते. जंबिया टाकून देते. (पृ. ५३) इतकेच नव्हे तर अंगावरील कफनीही टाकून देते. (पृ. ४४) तिने धारण केलेले पुरुषाचे आवरण इथे गळून पडते. ती पूर्ण नग्न होते. तिच्याजवळ तिचे स्त्री शरीर हेच वास्तव शिल्लक राहाते. नग्न जानकी सोन्याच्या लखलखीत मूर्तीसारखी दिसू लागते. (पृ. ५४) स्वामीजींना तिचे सोन्यासारखे शरीर हे स्त्रीसारखे न दिसता मूर्तीसारखे दिसते. स्वामीजी तिच्यापासून इतके अलिप्त आणि तटस्थ राहिले आहेत. त्यांच्या अशा वागण्यामुळेच जानकी त्यांच्या प्रेमात पडली आहे. स्वामीजी इतक्या सुंदर स्त्रीचे चुंबन घेण्याऐवजी तिला वंदन करताना दिसतात. हे त्यांचे वेगळेपण आहे. जानकी आणि स्वामीजी यांच्यात ह्या प्रसंगी होणारा संवाद फार सूचक आहे. तो असा -

"जाळ कमी करून या"

"नको. लांडगे येण्याचे भय आहे."

"तरी या, जीवनाचं दर्शन अंधारात घेतात."

हा संवाद आहे स्वामीजी आणि जानकी ह्यांच्यामधला. आतापर्यंत जीवन म्हणजे काय हे स्वामीजींनी सांगितले होते. शेवटी जीवन म्हणजे काय हे जानकी सांगताना दिसते. स्वामीजी लांडग्यांचं भय दाखवितात. तरीही जानकी भीत नाही कारण तिला जीवनाचं दर्शन घ्यावयाचं आहे. जी जानकी आपलं शरीर गंगेत अर्पण करून आली होती, त्याच जानकीला अंधारात जीवनाचं दर्शन दिसू लागतं, हे विशेष आहे. ती केवळ नग्न होऊन थांबत नाही तर उजेड मालवून टाकायला सांगते. स्वतःहून स्वामीजींना 'जवळ या, चुंबन घ्या' (पृ. ५६) म्हणते आणि स्वामीजी 'ढगांतून बाहेर पडणाऱ्या जलधारेप्रमाणे थरारत तिच्या अंगावर कोसळू लागले.' (पृ. ५६) अशी ही कथा आहे. संभोगापासून संभोगापर्यंत ह्या कथेची व्याप्ती आहे.

संभोग म्हणते सम भोग. ह्यामध्ये स्त्री आणि पुरुषाने एकमेकांचा समभोग घ्यावयाचा असतो. जानकीला पूर्वायुष्यात संभोगाचा अनुभव आलेला नव्हता. तिच्यावर

जबरदस्ती आणि बलात्कारच झाले होते. स्वामीजींच्या रूपाने तिला उत्कट संभोगाचा आनंद मिळाला. जीवनाचे दर्शन घडले. इथे पुन्हा एक विचित्र विसंगती आहे. एक बैरागी जानकीवर बलात्कार करतो, तर दुसरा बैरागी तिला मधुराभक्ती शिकवतो.

'सूड' ही कादंबरी स्त्री देहाचा तिरस्कार करणाऱ्या जानकीला स्त्रीदेहाचे महत्त्व पटवून देणारी आहे. स्वामीजींसारखा रसिक संन्यासी ह्या कादंबरीचा सूत्रधार आहे. ह्या कादंबरीची पृष्ठ संख्या कमी असल्याने, अनेक तपशील, संदर्भ आणि माहिती अस्पष्टच राहाताना दिसतील. जानकी नाशिकमध्ये राहाणारी, तिच्यावर त्र्यंबकेश्वरला बलात्कार होतो. बलात्कारानंतर ती वेषांतर करते. हे वेषांतर म्हणजे स्त्रीरूप टाकून पुरुष रूप स्वीकारणे आहे. हे वेषांतर खून पचविण्यासाठी केले की तप करण्यासाठी? खून केल्यानंतर तिला अटक होत नाही. ती संन्यासी बनून नाशिकहून कन्याकुमारी आणि कन्याकुमारीहून हिमालयाकडे जाते. हा प्रवास रेल्वेने होतो की पायी होतो? हे कळत नाही. ती त्र्यबंकेश्वरला एकटीच गेली होती की नवऱ्याबरोबर, गिऱ्हाईकाबरोबर, सासूबरोबर गेली होती हे स्पष्ट होत नाही. ती त्र्यंबकेश्वरला कशाला गेली होती? ह्या कादंबरीतले सगळे वातावरण हिंदू धर्माशी निगडित आहे. तेव्हा ती आंबेडकरी जाणिवेची कादंबरी कशी होते? वाघ्यामुरळी ही प्रथा पश्चिम महाराष्ट्रात आहे, तेव्हा ही मुरळी नाशिकमध्ये कशी? बागूल हे नाशिकचे म्हणून तर येत नाही? ही संपूर्ण कादंबरी काल्पनिक, अवास्तव आणि स्वप्नरंजनपर आहे. त्यामुळे अशा लेखनात असे तपशील शोधणे गैर ठरेल. पण हे प्रश्न वाचकांच्या मनात निर्माण झाल्याशिवाय राहणार नाही.

सूड -बाबूराव बागुल, लोकवाङ्मय गृह, मुंबई, तिसरी आवृत्ती - २०००, पृष्ठे ५६

मेलेलं पाणी

'मेलेलं पाणी' ही कादंबरी मी, माझ्या नवोदित लेखक म्हणून मिरवण्याच्या काळात, वाचली होती. तेव्हापासून आज पुन्हा एकदा ही कादंबरी वाचत असतानाच्या मधल्या काळात मी अनेकवेळा मला आवडलेली कादंबरी म्हणून ह्या कादंबरीचा उल्लेख करत असे. आज ही कादंबरी वाचल्यानंतर मात्र ह्या कादंबरीविषयीचे माझे झपाटलेपण बरेच कमी झाल्याचे जाणवले. 'मेलेलं पाणी' म्हणजे धरणाच्या पोटाशी साचलेला निष्क्रिय पाण्याचा साठा. धरणाच्या तळाशी साचलेले हे पाणी मृतवत पडलेले असते. अशा मेलेल्या पाण्याची उपमा घेऊन ही कादंबरी लिहिली आहे. ह्या कादंबरीचा मुख्य आणि मूळ विषयही ढोर वापरत असलेल्या पाण्याशी संबंधित आहे. अशोक व्हटकरांनी आपल्या कादंबरीला 'मेलेलं पाणी' हे नाव दिले असल्याने ह्या कादंबरीत त्यांना धरणाची निर्मिती करावी लागली आहे. कादंबरीच्या शेवटी धरण फुटते आणि जलप्रलय होतो. कदाचित हा शेवट ठरवूनच ही कादंबरी लिहिली असावी, असे वाटते.
'मेलेलं पाणी' ही कादंबरी 'ढोर' ह्या

अस्पृश्य जातीच्या जीवनाभोवती गुंफलेली दिसते. माणसाच्या जातीचे नाव 'ढोर' (जनावर) आहे, हे आपल्या समाजव्यवस्थेचे 'थोर' पण आहे. महार मेलेले जनावर गावात ओढून आणतो, त्याचे कातडे सोलतो आणि हे कातडे तो ढोराला विकतो. ढोर असे कच्चे कातडे विकत घेऊन त्याचे केस काढतो. कातडे रंगवतो आणि चांभाराला विकतो. चांभार चामड्यांपासून चपला तयार करून विकतो. महार, ढोर आणि चांभार ह्या जाती मेलेल्या जनावराच्या कातड्यावर जगणाऱ्या जाती आहेत. 'मेलेलं पाणी' आणि 'मेलेल्या जनावराचे कातडे' ह्या दोन प्रतीकांभोवती ही कादंबरी विणलेली आहे. महार, ढोर आणि चांभाराबरोबरच गावगाड्याचे हुबेहूब चित्रण ह्या कादंबरीत वाचायला मिळते. ढोर जातीतल्या एका नामवंत लेखकाच्या नजरेतून हा गावगाडा टिपला गेला आहे. लेखकाने मनोगतामध्ये म्हटलेच आहे,'मला समजू लागल्यापासून मी ज्या पद्धतीच्या समाजात राहिलो, वाढलो, शिकलो आणि आता वावरत आहे, त्या समाजाचे यथाशक्ती प्रामाणिकपणे मी चित्रण केले आहे.' (मनोगत) लेखक पुढे स्पष्ट करतो,'मी कोणत्याही विचारसरणीचा, पंथाचा व अन्य साचेबंद व्यवस्थेचा पाईक नाही.' अशोक व्हटकर हे अन्य दलित लेखकांप्रमाणे आंबेडकरी विचार आणि चळवळीने प्रभावित झालेले दिसत नाहीत. तथापि समाजाने आता कात टाकावी अशा भावनेतून, त्यांनी ह्या कादंबरीचे लेखन केले असल्याचे म्हटले आहे (मनोगत)

'मेलेलं पाणी' ही संपूर्ण कादंबरी 'ढोर' ह्या जातीच्या व्यथा, वेदना आणि कष्टप्रद अशा जीवनावर आधारलेली आहे. यल्लाप्पा ढोराचे कुटुंब हे ह्या कादंबरीचे मध्यवर्ती स्थान आहे. ढोरांचा पूर्वज कक्कैय्या ह्याने चौदाव्या पंधराव्या शतकात संत बसवेश्वरांनी स्थापन केलेला 'लिंगायत' धर्म स्वीकार केला होता, म्हणून ढोरांनी आपल्याला 'ढोर' असे म्हणवून घेण्याऐवजी 'वीरशैव कक्कैया समाज' असे संबोधले आहे. ढोरांना कक्कैया आपला पुराणपुरुष वाटतो.

'मेलेलं पाणी' ह्या कादंबरीतील ढोरांची वस्ती ही डोंगराच्या उताराला आहे. ह्या वस्तीजवळून नदी वाहाते आहे. ढोरांनी जनावराचे कातडे सडवण्यासाठी आणि रंगवण्यासाठी नदीच्या कडेला अनेक चुनाडी केलेल्या आहेत. ह्या चुनाड्यातील चुन्याच्या पाण्यात जनावराची कातडी भिजत ठेवल्याने केस गळून जातात. कातड्यावरील केस गळाल्यानंतर हे कातडे रंगवण्यासाठी बाभळीच्या आणि हिरड्याच्या सालीच्या पाण्यात टाकले जाते. कच्च्या कातड्याचे चामडे तयार करण्याचे काम ढोर वस्तीत होत असल्याने सर्वत्र दुर्गंधी पसरते. ढोर कातडे रंगवल्यानंतर कुंड्यातील पाणी नदीत टाकून देतात. त्यामुळे गावकरी चिडतात. लेखकाने ढोर आणि गावकरी ह्यातला हा संघर्ष आपल्या कादंबरीसाठी निवडलेला आहे. गावकरी ढोरांच्या व्यवसायाला विरोध करतात. ढोरांच्या व्यवसायामुळे पिण्याचे पाणी दूषित होते, जनावरे दूषित

पाणी पिऊन मरतात, रोगराई पसरते, ह्यासाठी ढोरांच्या व्यवसायावर बंदी घातली पाहिजे आणि त्यांची वस्ती अन्यत्र हलवली पाहिजे अशी मागणी गावकरी करताना दिसतात. आपला धंदा बंद पडला तर आपण कसे जगणार ह्या काळजीने ढोरांच्या तोंडचे पाणी पळाले आहे. ह्या कादंबरीत यल्लाप्पा ढोर, नाना म्हेतर, येसबा चांभार, हारळ्य्या, आक्की, बापू, चांगूबा देवरूशी, यल्लाप्पाची बायको पारी, मुलगी रंजी, बाळबा ढोर, हरी ढोर, परसू, शिवा आणि लोखंडे अशी माणसं एका बाजूला आहेत, तर दुसऱ्या बाजूला गावातील राजकारण करणारी बडी मंडळी आहेत. दादाजीराव नाईक, हणमंतराव देसाई, बाळगोंडा आणि हुकीरे फौजदार ही गावात दहशत माजवणारी मंडळी आहेत. दलित साहित्यात भेटणारे सहृदय मुस्लिमाचे पात्र ह्या कादंबरीतही दिसते. अल्लारक्या शेठ ह्या मुस्लिम पात्राविषयी लेखकाने पुढीलप्रमाणे वर्णन केलेले दिसेल, 'रक्ताचा नसलेला मुसलमान माणूस, बरबाद झालेल्या, ठार झालेल्या यल्लाप्पाला पुन्हा जिवंत करत होता.' (पृ. २११) हारळ्य्या महार, यल्लाप्पा ढोर आणि अल्लारक्या शेठ ह्यांच्या जाती वेगवेगळ्या असूनही त्यांच्यामध्ये जिवाभावाचे नाते आहे. कारण त्यांची रोजीरोटी एकमेकांवर अवलंबून आहे.

ढोराच्या नाना म्हेतराचा मुलगा बापू हा सुशिक्षित तरुण आहे. तो आपल्या समाजाची बाजू घेऊन मामलेदारापासून ते जिल्हाधिकाऱ्यापर्यंत आपले म्हणणे मांडतो. गावाविरूद्ध संघर्षाचा पवित्रा घेतो. गावकरीही बापूच्या विरोधात चिडलेले दिसतात. 'तू ढोर हायीस हे धेनात राकून राहा. भंजून खा आन् नमून वाग' (पृ. १३८) पण बापू न डगमगता ढोरांची बाजू घेऊन उभा राहातो. बापूला ह्या कामात गुरुजी, आनंद, आपटे आणि डॉक्टर देसाई मदत करताना दिसतात.

अशोक व्हटकर ह्यांनी ब्राह्मण पात्रांना आदर्शवादी रंगवलं आहे, तर नवबौद्ध पात्रांना भ्रष्ट दर्शवलं आहे. गुरुजी ब्राह्मण असूनही ढोरांची अत्यंत निष्ठेने सेवा करताना दिसतात. गावाचा रोष पत्करून ढोरांमधे सुधारणा घडवून आणण्याचे प्रयत्न करतात. गुरुजी म्हणतात, 'बेडरपणे तुम्ही ह्या झगड्याला तोंड दिले पाहिजे. लढतीत मागे पडू नका. प्रसंगी प्राणाचं मोल देऊनही तुम्ही आपल्या मानवी हक्कांची जपणूक केली पाहिजे. झुंजार बना.'(पृ. १५६) 'मेलेलं पाणी' ह्या कादंबरीतील पात्रांवर आंबेडकरी विचाराचा प्रभाव असावा असे वाटते. गुरुजी म्हणतात, 'धरणावर जेवढा म्हणून गावातल्यांचा हक्क आहे, तितकाच तुम्हा लोकांचाही आहे.' (पृ. १५७) गुरुजींच्या ह्या विधानावर महाडच्या चवदार तळ्याच्या सत्याग्रहाची छाप आहे, असे वाटते. लेखकाने गुरुजीचे पात्र अत्यंत प्रामाणिकपणे रंगवले आहे. प्रगतिशील विचाराच्या पुरोगामी सवर्ण समाजसुधारकाची, दलितांविषयी असलेली कळकळ, 'गुरुजी' ह्या पात्राच्या माध्यमातून समजून घेता येऊ शकते.

'मेलेलं पाणी' ही कादंबरी ढोरांच्या शोषणाविरूद्ध आणि त्यांच्यावर लादलेल्या

अमानुष अशा जातिप्रथेविरूद्ध लिहिलेली आहे. ह्या कादंबरीतून ढोरांच्या जीवनाची होणारी ससेहोलपण चित्रित केलेली दिसते. अत्यंत घाणेरड्या प्रकारचे जीवन वाट्याला आलेल्या ढोरांविषयी लेखकाने अत्यंत प्रखरपणे लिहिले आहे. लेखकाने ढोरांची तुलना ज्यूंबरोबर केल्याचे दिसेल. 'जर्मनांनी ज्यूंसाठी उभारलेल्या कॅंपातून लाखो ज्यू असेच दिसत होते.' ज्यूंच्या कॅंपप्रमाणे ढोरांची वसाहत दिसत होती. (पृ. १३१) तर यल्लाप्पा ढोराविषयी लेखकाने लिहिले आहे, 'तो जन्माने ढोर होता. शरीराने ढोर होता. त्याचा जीवही ढोर होता. मेला तरी तो ढोराचा म्हणून मरणार होता.' (पृ. ३२) ढोरांच्या दुःखाविषयी अतिशय दग्ध होऊन हे लेखन केले असल्याचे जाणवते. ढोरांच्या रोजीरोटीविरूद्ध उभा असलेला गाव, गावातील निवडणुकांमध्ये निर्माण झालेली तेढ, महारा-ढोरातील जातीय तणाव, ढोर-चांभारातील उच्च-नीचता, कातड्याच्या व्यवसायातील वेगवेगळे तपशील, रंजी आणि बापू ह्यांच्यामधील मर्मबंधी नातं, गावातील डबघाईला आलेलं धरण, धरणाविषयी उदासीन असलेले शासन आणि ढोरांची बाजू घेऊन लढणारा बापू अशा अनेक संदर्भामुळे 'मेलेलं पाणी' हे 'पेटलेलं पाणी' वाटू लागते.

'मेलेलं पाणी' ह्या कादंबरीच्या सुरुवातीला निवडणुकीचे वर्णन येते आणि शेवटीही निवडणुकीचे वर्णन येते. एका निवडणुकीपासून दुसऱ्या निवडणुकीपर्यंतचा काळ ह्या कादंबरीने व्यापला आहे. गावपातळीवरच्या निवडणुकीत रिपब्लिकन पक्ष, निळे झेंडे, हत्ती, आंबेडकर अनुयायी ह्यांचा उल्लेख येतो. ज्या गावातील दलित राजकीयदृष्ट्या इतके जागृत आहेत, ते आपल्याच गावात ढोरांवर होणाऱ्या अन्यायाविषयी मौन कसे काय बाळगतात? असा प्रश्न निर्माण होऊ शकतो. असा प्रश्न निर्माण होऊ नये म्हणून लेखकाने पुरेपूर काळजी घेतलेली दिसते. लेखकाने आंबेडकरी अनुयायांचे चित्रण ढोरविरोधी केले आहे, असे म्हणता येणार नाही. दलितांतर्गत असलेल्या तीव्र जातिभेदाचं आणि त्यांच्यातील कलहाचं चित्रण लेखकाने केलेले आहे. त्यामुळे ह्या कादंबरीचा नायक असलेला बापू हा सुशिक्षित ढोर तरुण दलितांचा पाठिंबा मिळवण्याऐवजी एकाकी लढताना दिसतो. तो 'अंकल टॉम्स केबिन' ही कादंबरी वाचताना दिसतो. (पृ. १९४) पण आंबेडकरी साहित्य वाचताना दिसत नाही. इतकेच नव्हे, तर दलितांच्या धर्मान्तराविषयी त्याचे मत प्रतिकूल असल्याचे जाणवते. 'बौद्ध झाल्यानंतर मला समानतेची, माणसासारखी वागणूक मिळेलच अशी खात्री झाल्याशिवाय मला बौद्ध व्हायचं नाही.' (पृ. ८०) बापूला हिंदू धर्मात समानतेची आणि माणसासारखी वागणूक मिळत नाही, ह्याची खात्री होऊन, तो धर्मान्तराविषयी उत्सुक असल्याचे दिसत नाही. ही केवळ एकट्या बापूची मानसिकता नाही, तर महाराष्ट्रातल्या महारेतर दलितांची ही प्रतिनिधिक मानसिकता आहे.

कापूस पिंजल्यासारखे धुके जागोजागी फिरत होते. (पृ. १), एखाद्या टकल्या

माणसाच्या डोक्याच्या कडेकडेनी केस असावेत तशी ती टेकडी दिसत असे. (पृ. ५६) शेवग्याची तुटलेली भरदार फांदी धुळीत पडून कुजल्याप्रमाणे तिची दशा झाली होती. (पृ. ९६) हमालाच्या पाठीवरून घसरलेल्या जुंधळ्याच्या पोत्यासारखा तो जमिनीवर पडला. (पृ. १०६) भाकरीबरोबर थोडीशी भाजी खावी तशी तो ती आठवण पुरवून पुरवून खात होता. (पृ. ११४) पोलिस पार्टी आल्याची बातमी पटकीची साथ झपाट्याने पसरावी तशी सांदी कोनाड्यात गेली. (पृ. १७३) राहुल निर्वाणानंदचा चेहरा वादळात घराची भिंत ढासळावी तसा पडला. (पृ. १७७) रंजी एखाद्या खाटकाच्या हातून आता लगेच मृत्यू येणार ही जाणीव झालेल्या कोकराप्रमाणे एकदम गप्पगार झाली. (पृ. २०४) वांड जनावराच्या नाकावर काठी बसावी तशी ती थेरडी दचकली. (पृ. २१४) तिच्या वठत चाललेल्या शरीरावर कफन चढवावे, त्याप्रमाणे त्याने ती चादर अंगावर घातली. (पृ. २३२) अशा प्रकारची वाक्ये अत्यंत तुरळक स्वरूपात सापडतील.

'मेलेलं पाणी' ह्या कादंबरीच्या अगदी सुरूवातीपासून ते शेवटापर्यंत 'धरण' विषम समाजव्यवस्थेच्या प्रतीकाच्या रूपात विकसित झाल्याचे दिसेल. ह्या धरणाला भक्कम असा पाया नाही, ह्या धरणाला तडे गेले आहेत, ह्या धरणाची डागडुजी चालू आहे, हे धरण कधी फुटेल हे सांगता येत नाही. त्यामुळे हे धरण भीतीदायक झाले आहे. एकूण ह्या धरणाचा विनाश अटळ आहे, असे भाकीत करतच ही कादंबरी सुरू होते आणि शेवटी हे धरण फुटते. धरण फुटल्यामुळे धरणाच्या पायथ्याशी असलेला जुनाट गावगाडा वाहून जातो. गावातील तारकेश्वराचेही मंदिरही उद्ध्वस्त होते. 'पहिल्या धक्क्यातच वर्षानुवर्षे जीर्ण झालेला तो मठ जमीनदोस्त झाला. स्वयंभू तारकेश कचऱ्यासारखा उधळला होता.' (पृ. २४६, २४७) धरण फुटल्यामुळे जातीपातीमध्ये विभागलेले सर्व लोक 'एकमेकांचा हात धरून उभे होते. सगळी माणसं होती. भेदाभेद, स्वार्थाला आता तिलांजली मिळाली होती.' (पृ. २४६) 'मेलेलं पाणी' ह्या कादंबरीतील विषमता कुठल्या विचारांमुळे किंवा चळवळीमुळे नष्ट झाली नाही, तर ती धरण फुटल्यामुळे नष्ट झाली आहे.

सामाजिक परिवर्तनाच्या चळवळीमुळे जसा समाजात बदल घडून येतो, तसा परिस्थितीच्या रेट्यामुळेही समाज बदलत असतो. ह्या कादंबरीत झालेल्या जलप्रलयामुळे माणसं बदललेली दिसतात. मानवी समाज आणि संस्कृती ही निसर्गाची देणगी आहे. माणसाचे सहजीवन आणि संस्कार हे निसर्गाच्या सान्निध्यात आकाराला येत असतात. त्यामुळे समाज आणि संस्कृतीच्या भरणपोषणात निसर्गाचा महत्त्वाचा वाटा असतो. प्राचीन काळात माणसाने निसर्गाला ईश्वर मानून त्याची पूजा केली. पंचमहाभूतांना ईश्वर कल्पून त्याच्यावर स्तोत्र रचले. निसर्गाच्या गूढ आणि अद्‌भुत रूपाला शरण जाऊन त्याची स्तुती केली. ह्यातून निसर्गाविषयीचे भय आणि भक्ती ह्या भावना

निर्माण झाल्या. ईश्वराची पूजा करणारा आणि त्याच्या चमत्काराची महती विशद करणारा ब्राह्मणवर्ग समाजाला श्रद्धेय वाटू लागला. ईश्वराला सर्वश्रेष्ठ व शक्तिमान मानले गेले. ब्राह्मणाच्या बुद्धीला समाजात प्रचंड महत्त्वाचे स्थान प्राप्त झाले. ब्राह्मणाने सांगितलेल्या व्यवस्थेचे रक्षण करण्यासाठी जो वर्ग पुढे आला, तो क्षत्रिय झाला. त्याने आपल्या बळावर 'गो बाह्मणाचे' पालन केले. हाच तो स्वधर्म होता. समाजात क्षत्रियाच्या बळाला महत्त्व प्राप्त झाले. ब्राह्मणाने निर्माण केलेली आणि क्षत्रियाने रक्षण केलेली व्यवस्था जगली पाहिजे, ह्यासाठी जो वर्ग पुढे आला तो वैश्य ठरला. वैश्याने व्यापार-उदिमाद्वारे समाजाला जगण्याची साधने उपलब्ध करून दिली. त्यामुळे समाजात वैश्याच्या 'धनाला' महत्त्व प्राप्त झाले. ब्राह्मणाची बुद्धी, क्षत्रियाचे बळ आणि वैश्याचे धन ह्यावर प्राचीन समाजाची निर्मिती झाली. ह्या तीन वर्गांची सेवाचाकरी करणे आणि त्यांनी केलेल्या शोषणाला पूर्वजन्मीचे फळ मानून जगणे असे प्रारब्ध शूद्र अतिशूद्रांच्या वाट्याला आले. ह्या चातुर्वर्ण्य व्यवस्थेला ईश्वरनिर्मित ठरविण्यात आले.

निसर्गाचा प्रलय, उत्पात जेव्हा होतो तेव्हा व्यवस्था डळमळू लागते. दुष्काळ, भूकंप, महापूर, निसर्गाचा प्रकोप, रोगाची साथ अशामुळे माणूस निसर्गाचा नव्याने अर्थ लावू लागतो. निसर्गाचा शोध घेऊ लागतो. निसर्गावर मात करू लागतो. ह्यातून नवा समाज घडू लागतो. जुनी व्यवस्था बदलून नवी मूल्ये रूजू लागतात. निसर्गाचे दैवी रूप संपुष्टात येऊन तो प्रेक्षणीय आणि मनोहर वाटू लागतो. निसर्गाविषयी माणसाच्या मनात असलेल्या भय आणि भक्तीच्या भावना बदलू लागतात. मानवी जगण्यातील निसर्गाचे प्राचीन स्थान बदलते. निसर्ग पुराण साहित्याऐवजी प्रेम, प्रणय आणि शृंगाराची जागा घेतो. मध्यमवर्गीय जीवन आणि मूल्ये, अशा साहित्यातून व्यक्त होऊ लागतात. जेव्हा निसर्ग जगण्याचे साधन बनतो, तेव्हा भौतिक आणि इहवादी विचारांचा जन्म होतो. माणसाला केंद्र मानून विश्वाचा विचार मांडला जातो. निसर्गाची जागा जेव्हा विज्ञान आणि परिस्थिती घेऊ लागते, तेव्हा मानवी समाज आणि संस्कृतीवर त्याचा झपाट्याने परिणाम होतो. परिस्थिती आणि विज्ञान मानवी जीवनाची नियंत्रके बनली, की माणूस कळसूत्री बाहुली बनतो. 'मेलेलं पाणी' मधील धरण फुटते आणि जलप्रलय होतो. माणसं भेदभाव विसरून एकत्र येतात. माणसांमधला हाच खरा निसर्गधर्म आहे. ह्या निसर्गधर्माची जाणीव करून देण्यासाठी लेखकाने जाणीवपूर्वक धरणाची पार्श्वभूमी असलेली कादंबरी लिहिलेली आहे. त्यामुळेच अशोक व्हटकर आपल्या मनोगतामध्ये म्हणतात,' मी कोणत्याही विचारसरणीचा, पंथाचा व अन्य साचेबंद व्यवस्थेचा पाईक नाही.' त्यांच्या म्हणण्यात तथ्य आहे असे वाटते.

मेलेलं पाणी - अशोक व्हटकर, पॉप्युलर प्रकाशन, मुंबई - ३,
पहिली आवृत्ती - १९८२, पृष्ठे २४७, किंमत - ४५ रुपये.

झुलवा

उत्तम बंडु तुपे हे नाव 'काट्यावरची पोटं' ह्या आत्मचरित्रामुळं प्रकाशझोतात आलं. त्यानंतर त्यांनी आपल्याला मिळालेल्या प्रसिद्धीच्या जोरावर विपुल लेखन केलं. 'झुलवा' ही त्यांची बहुचर्चित ठरलेली कादंबरी. ह्या कादंबरीचे नाट्यरूपांतर झाले. त्याचे प्रयोग झाले. त्यामुळे मराठी वाचक हा उत्तम बंडु तुपे ह्या लेखकाच्या नावाकडे आकर्षित झाला.

'झुलवा' ही कादंबरी मातंग समाजातल्या जोगतिणीवर आधारलेली आहे. 'येलू' ही सौंदत्ती इथल्या यल्लम्मा देवीला वाहिलेली जोगतीण असून ती 'परसू' ह्या नपुंसक जोगत्याबरोबर राहात आहे. तिचा झुलवा पब्या नावाच्या सवर्ण पुरुषाबरोबर लावलेला दिसतो. तिला पब्यापासून 'जगन' नावाची मुलगी झालेली दिसते. ही मुलगी इयत्ता आठवीत शिकणारी, वयाने उपवर झालेली आहे. 'जगन' ही ह्या कादंबरीची नायिका आहे. ही नायिकाप्रधान कादंबरी आहे. उत्तम बंडु तुपे ह्यांनी 'झुलवा' मधून देवदासी प्रथेवर हल्ला चढवला आहे. त्यासाठी त्यांनी आपल्या कादंबरीत जगनसारखी बंडखोर नायिका निर्माण केली आहे.

जगन ही आठवीत शिकणारी मुलगी आहे. तिला देवदासी ह्या प्रथेविरूद्ध चीड आहे. कादंबरीच्या सुरुवातीलाच ही चीड व्यक्त होताना दिसते. ह्या कादंबरीतील पृ. ४ व ५ वरील जगनची पुढील विधाने उदाहरणादाखल पाहाता येतील.

१) तुझी देवी जर इतकी सतपणानं वागती, तर आपल्याला भीक का मागाय लावती? (पृ. ४)

२) ज्या देवीसंगट तुझं लगीन झालं त्या देवीसंगट माझं बी लगीन लागणार? माय लेकीचा एक न्हवरा कसा ग? (पृ. ५)

जगन आपल्या आईला वरीलप्रमाणे प्रश्न विचारताना दिसते. हे प्रश्न जगनच्या बंडखोर वृत्तीचे द्योतक आहेत 'आई आणि मुलीचा एकच नवरा कसा असू शकतो?' असा हा खोचक प्रश्न आहे. इथे हे लक्षात घेतले पाहिजे, यल्लम्मा देवी ही स्त्री देवता आहे. आणि ह्या देवीबरोबर लग्न करणाऱ्या देवदासीही स्त्रियाच आहेत. जगनला जोगतीण होण्याऐवजी शिकून शिक्षिका किंवा नर्स व्हावे वाटते, तर तिच्या घरातील मंडळींना ती देवदासी व्हावी वाटते, असा हा ताण आहे.

जगन शिकत असताना शाळेतल्या नाटकात भाग घेते म्हणून गावातील सभापतीचा मुलगा जयंतराव जगनला नाटकात स्त्रीची भूमिका करण्यासाठी आग्रह करतो. नाटकात काम करणऱ्या देवदासीच्या मुलीवर हेडमास्तरची वाईट नजर पडते. हेडमास्तर जगनच्या पाठीवरून खाली कमरेपर्यंत हात फिरवताना दिसतात. (पृ. ५२) जगनला घरी बोलवतात. जगन ह्याविषयी म्हणते, 'हेडमास्तरनं घात केला. पुस्तक देतो म्हणून बोलावून घितलं. त्याच्या मनासारखं झालं नाही. जयंताच्या, माझ्या सलगीचा फायदा घेऊन त्यानं माझं नाव शाळंतनं काढलं.' (पृ. ७३) इथे जगनचं शिकण्याचं स्वप्न उद्‌ध्वस्त होताना दिसतं. शिक्षण सुटल्यानंतर ती जयंताबरोबर नाटकात काम करत हिंडू लागते. ह्यातून त्या दोघांची जवळीक वाढते. जगन गरोदर होते. जयंताकडून नकार मिळतो. ती गर्भपात करून घेते. इथे तिचं पहिलं प्रेम उद्धवस्त होताना दिसतं.

शिक्षण आणि प्रेम ह्या दोन्ही वाटेवर फसल्यानंतर जगन वाममार्गाला लागते. गिऱ्हाईकं घेऊ लागते. परंतु तिला न आवडणाऱ्या पंचायतीतल्या किशाला नकार देताना दिसते. ती म्हणते,'माझी मर्जी. मी त्याला बसवून घेणार नाही.' (पृ. ६३) देहविक्रय करत असताना तिला गुप्तरोगाच्या दवाखान्याकडे जाणे भाग पडते. तिथे भेटलेल्या नवीन गिऱ्हाईकांना गोड बोलून ती आपलेसे करताना दिसत नाही. (पृ. ६५) एकूण जगन आपल्या वृत्तीप्रमाणे जगणारी नायिका आहे.

ढोकळवाडीचा वामनराव जगनला तमाशात काम करण्याचे निमंत्रण देतो, पण येलू ह्याला राजी होत नाही. परसूला वाटतं, जगन देहविक्रय करण्यापेक्षा अरबाकडे गेली पाहिजे. 'इथं धा जणाला टांगड्या देण्यापरास तिथं एकाजवळ

सुखानं तरी राहील. आन आमची बी चिंता हाटल पोटापाण्याची.' (पृ. ७५) पण येलू ह्याला राजी होताना दिसत नाही. जगनचा 'झुलवा' लावायचा असेल तर अगोदर तिला यल्लम्माला वाहावे लागते. त्यासाठी कारण करावे लागते. कारण करण्यासाठी पैसा लागतो. जगनला देवीला वाहिल्याशिवाय झुलवा लावता येत नाही. तिचा झुलवा लावल्याशिवाय देहविक्रय करण्याचा व्यवसाय थांबत नाही, असा हा तिढा आहे.

येलूची शेजारी रेणुका हीदेखील जोगतीण आहे. तिला दारशा आणि दारशी अशी मुलं आहे. दारशा हा जोगता आहे. त्याला जोगता होणं मान्य नसल्याने तो मुंबईला पळून जातो आणि लग्न करून नवीन जीवन सुरू करतो. दारशी ही जोगतीण आहे. ती जोगतीण बनून देहविक्रय करते आणि गुप्तरोगाने पछाडून मरते. असे हे चित्र आहे. देवदासी प्रथेला नकार देणारा दारशा नवीन जीवन जगतो, तर देवदासी झालेली दारशी गुप्तरोग होऊन मरते असा हा दाखला आहे. रेणुका आणि येलू दोघी एकत्र येतात आणि जगनला देवीला वाहाण्याचे ठरवितात. ह्यासाठी रेणुका सावकाराकडून पाचशे रुपये घेऊन जगनचा सौदा करते. पाचशे रुपये खर्च करून जगनचे कारण करायचे आणि त्यानंतर हे कर्ज फेडण्यासाठी कर्ज देणाऱ्याबरोबर झुलवा लावून राहायचे असा हा व्यवहार आहे. जगनला हा व्यवहार पटत नाही. 'आये, गायगुरागत ह्यो व्यवहार. माणसानं माणसाला इकायचं?' (पृ. ८१) येलूला तीनशे रुपयाला विकले होते, तर जगनचा सौदा पाचशे रुपयात ठरला होता. जगनचे मन बंड करून उठते आणि ती घरातून पळून जाते. ती अंधारात लपून जात असताना लोक तिला पकडतात. तिच्यावर जबरदस्ती करण्याचा विचार करतात. 'पाडा की उताणी, घिऊ या उरकून' (पृ. ९२) जगनला पकडून जबरदस्ती करत असताना परसू येतो आणि तिला घरी घेऊन जातो.

उत्तम बंडू तुपे ह्यांनी जगनचं कारण करण्याचा प्रसंग अत्यंत तपशिलाने आणि वास्तवदर्शी रंगवला आहे. मुळात हा प्रसंग ह्या कादंबरीचा गाभा आहे. बोलीभाषेतून यल्लम्माच्या यात्रेचे हुबेहूब वर्णन लेखकाने केलेले आहे. ही लेखकाच्या लेखनाची खरी ताकद आहे. जगनला जोगतिणीची दीक्षा दिल्यानंतर तिने देहविक्रय करावा म्हणून महुनामावशी आग्रह करताना दिसते. खरं तर जगन ही देहविक्रय करणारी स्त्री आहे. तिला नवागताला आग्रह करावा असा आग्रह का केला जातो? ती नवागतासारखी पुन्हापुन्हा नकार का देते हे कळत नाही. लेखकाला देवदासीचे होणारे लैंगिक शोषण दाखवून द्यायचे असल्याने अशा वर्णनांची पुनरावृत्ती होताना दिसते. महुनामावशी पैसे घेऊन माणसांना घरी बोलावते. ही माणसं एकामागून एक जगनवर बलात्कार करताना दिसतात. ह्या प्रसंगाचे वर्णन करताना लेखकाने पुढीलप्रमाणे लिहिले आहे, 'पालखीच्या दांड्या उचल्यागत मांड्या वर गेल्या नि गवताचा भारा

आवळल्यागत तिचा अंगाचा मुटका झाला' (पृ. १०१) उत्तम बंडू तुपे ह्यांच्या लेखनातील प्रतिमा, प्रतीके हा वेगळ्या अभ्यासाचा विषय होईल. लेखकाने 'झुलवा' ह्या कादंबरी विश्वाला अनुरूप अशा तपशिलातून प्रतिमा आणि प्रतीके निर्माण केली आहेत. ह्या संपूर्ण कादंबरीत 'देवीचा मुखोटा' एका जिवंत पात्रासारखा वावरताना दिसतो. तुपेंनी जोगतिणीच्या जीवनातील शब्दांनाच वाङ्मयाचे अलंकार बनविले आहेत. तोंडात तोंड घालून पडलेली घागर (पृ. १), तुटून पडलेली बकऱ्या कोंबड्याची मुंडकी गोळा करून भरावीत तसं (पृ. ६), सुरुंग लावलेल्या खडकागत तिची अवस्था झाली (पृ. ५७), पानाच्या झाकणातनं केळीचा कोंबारा उघडा पडल्यागत मांड्या उघड्या पडल्या (पृ. ८१), जोगत्याचा दर्या पुढं सरकत हुता (पृ. ८९), अंगावर हळदीची फुलं पिकल्यागत झालं. (पृ. ३३), वाळकात इळा घुसल्यागत तिचा शब्द जगनचं हुर्द चिरून गेला (पृ. १००), सगळं अंग पयल्या पावसानं भिजल्याल्या मातीगत फुगलं व्हतं (पृ. १०६). अशा अनेक वाक्यातून तुपेंचं लेखन प्रत्ययकारी होताना दिसतं.

जगनला कोणीच आधार देत नाही. अशावेळी ती जन्मदात्या पब्याच्या घराचा आश्रय घ्यायचा ठरविते. पब्याच्या घरात घुसणं ही एक बंडखोरीच आहे. पब्याची बायको तिला घरातून हाकलून काढते. शेवटी जगनला येणाऱ्या गिऱ्हाईकांची प्रतीक्षा करत जगावं लागतं. 'जुन्या वळखीवर चारचौघं येऊन जात होती. पर त्यात काय रुची नव्हती.' (पृ. १०४) जगनला आपलं जगणं नीरस वाटू लागतं. तिचं मन शिक्षणवेडं, नाट्यवेडं, प्रेमवेडं आणि ग्रंथवेडं असं आहे. ती भावुक वृत्तीची आहे. 'मी कुठली कोण? का तुझ्या चैतन्याचा एक कण? तू अणू. तू रेणू. तुझी भक्ती मला. माझा देह तुला. देहाच्या कणाकणांत आता तूच . धमन्यात वाहाणाऱ्या रगताच्या धारंत तुझंच चैतन्य. तू जीव तू शीव' (पृ. ९६) जगन अशी तरल मनाची स्त्री आहे म्हणून ती प्रेमवेडी आहे. तिच्याकडे गिऱ्हाईक म्हणून येणाऱ्या कृष्णाला ती जीव लावताना दिसते.

'झुलवा' मधील येलू ही अगतिक आई आहे. तिला पब्याविषयी द्वेषही वाटतो आणि गौरवही. ती म्हणते,'माझा मालक गावचा वतनदार आहे. त्येच्या पोटची ही जगन'(पृ. ७२). पण पब्याच्या मनात येलू आणि जगनविषयी प्रेम नाही. तो कामपिसाटासारखा वागताना दिसतो. तो जगनकडे शरीरसुखाची मागणी करताना दिसतो. (पृ. १२८) इतकंच नव्हे, तर त्यांना आपल्या शेतावर मजुरीही देत नाही. तो म्हणतो, 'तू जोगतीण हाईस. म्हणून तुला रोजगारानं ठिवलं तर गावातल्या बायका येणार न्हायत्या. पोरी येणार न्हायत्या. मुरळ्याच्या, जोगतिणीच्या संगतीनं कष्ट करणं त्यास्नी कमीपणाचं वाटतं.'(पृ. ७७) पब्या येलू आणि जगनला मजुरीही देत नाही. यल्लम्मा देवी आणि पब्या ह्या एकाच नाण्याच्या दोन बाजू आहेत. यल्लम्मा देवीला

आई आणि मुलगी ह्या दोघींबरोबर विवाह लावताना काही वाटत नाही. अगदी तसेच पब्यालाही आई आणि मुलीकडून शरीरसंबंधांची मागणी करताना काही वाटत नाही. लेखकाने एका हिडीस प्रवृत्तीवर विदारक प्रकाश टाकण्याचा प्रयत्न केलेला आहे. जगनने जयंता आणि कृष्णावर मनापासून प्रेम केले आहे. तरीही ती ह्या दोघांना वास्तवाची जाणीव करून देताना दिसते. जेव्हा जयंता आपल्या पत्नीला सोडून जगनकडे येतो तेव्हा ती त्याला पुढीलप्रमाणे बजावते,'माझ्यात मन गुंतवून राहून नगस. बायकू हाय तुला. चित्त थाऱ्यावर ठेव. वाऱ्यावर सोडू नगस. तिच्यात मला बघ. माझ्यात तिला बघू नको.' (पृ. ११०) कारण ती कृष्णाच्या प्रेमात पडली आहे. कृष्णा तिला प्रेम देतो. पुस्तके देतो. जगन धार्मिक पुस्तके वाचण्यात रमताना दिसते. तिला कृष्णापासून दिवस गेल्याने ती दुसऱ्या कोणाबरोबर झुलवा लावायला तयार होत नाही. त्यामुळे परसू आणि रेणुका चिडतात. कृष्णाही लवकर झुलवा लावत नाही. रेणुकाला पाचशे रुपये दिलेला सावकार तगादा लावतो. तेव्हा परसू चिडून कृष्णाच्या शेतातील कडब्याची गंज पेटवतो. ह्यात कृष्णाचे नुकसान होते. तो आजारी पडतो. त्याचे वडील हादरतात. त्यांना जगनने करणी केल्याचा संशय येतो. आणि जगनच्या भीतीने कृष्णा तिच्याबरोबर झुलवा लावायला तयार होतो. (पृ. १३२) परंतु जगन कृष्णाची अंधश्रद्धा दूर करण्याचा प्रयत्न करते ती म्हणते,' माझ्यातलं देवपण खोटं. देह जगवायपुरतं. देवपणाचं खोटं सोंग करून दुनियेला भूल पाडणारी माझ्यातली जोगतीण खोटी' (पृ. १३३) कृष्णाने देवीला भिऊन तिच्याबरोबर झुलवा लावू नये असे जगनला वाटत असते. कृष्णा जगनचा स्वीकार करतो.

जगनला कृष्णापासून मुलगी होते. ती आजारी पडते तेव्हा जगनची आई येलू तिला देवीचा भंडारा लावण्याचा सल्ला देते. जगन त्याला नकार देते. देवीच्या भंडाऱ्यामुळे तिच्या आयुष्याचे वाटोळे झालेले असते. जगन देवीचा मुखोटा नदीत नेऊन टाकते. अशी ही कादंबरी आहे. जगन म्हणजे कलेकलेनं पूर्ण होणाऱ्या बंडासारखी व्यक्तिरेखा आहे. जगन आपल्या मुलीला भंडारा लावत नाही ह्याचाच अर्थ ती आपल्या मुलीला देवदासी करू इच्छित नाही. कारण देवदासीच्या जगण्यातील दैन्य तिने अनुभवले आहे. ती देवीला नदीत फेकून देते. जी जगन जोगतीण आहे, धार्मिक साहित्य वाचणारी आहे, ती एकदम बंडखोर कशी बनते ? जगनला परिस्थितीनेच बंडखोर बनविले आहे. प्रतिकूल परिस्थितीबरोबर सतत संघर्ष करून तिचं धर्मश्रद्ध मन बंडखोर बनलं आहे.

'झुलवा' ह्या कादंबरीतील सवर्ण पुरुषांचा जोगतिणींकडे पहाण्याचा दृष्टिकोन भोगवादी आहे. ह्या स्त्रिया स्वैर आहैत, त्यांचा कोणीही उपभोग घेतला पाहिजे अशी वृत्ती ह्या कादंबरीच्या पानोपानी व्यक्त झालेली दिसून येते. त्याचबरोबर ह्या देवाच्या स्त्रिया आहेत, त्या चिडल्या तर आपल्याला शाप देऊ शकतात, अशी भीतीही सवर्ण

पुरुषांच्या मनात दडलेली दिसून येते. जोगतिणीविषयी भोग आणि भय अशा भावना सवर्ण पुरुषांमध्ये आढळताना दिसतात. ह्याचबरोबर, गुप्तरोगाची भीतीही वाटताना दिसून येते. असे असले तरी विवाहित पुरुष जोगतिणीच्या आकर्षणाने वेडे झालेले दिसून येतात. त्यांना जोगतिणीच्या जातीचा अडसर वाटत नाही, हे विशेष आहे. जोगतिणीबरोबर 'झुलवा' लावणारे सर्व पुरुष हे सवर्ण आहेत. एकही दलित पुरुष असा झुलवा लावताना दिसत नाही. सवर्ण पुरुषाची भोगदासी म्हणून जगणाऱ्या देवदासींच्या जीवनातील ससेहोलपट उलगडून दाखवणारी ही कादंबरी आहे.

झुलवा - उत्तम बंडू तुपे, मॅजेस्टिक प्रकाशन, मुंबई, दुसरी आवृत्ती - १९९२, पृष्ठे १४९. मूल्य - ५०रु.

राघववेळ

'**राघववेळ**' ही कादंबरी विधवा वालंबी ह्या मातंग स्त्रीच्या जीवनावर आधारलेली आहे. वालंबी कष्ट करून मुलांना वाढवते. तिला तीन मुलं आहेत. सर्वात मोठी मुलगी आहे. तिचं नाव कौशी आहे. दोन मुलं आहेत. मोठा रघू आणि छोटा सीताराम. वालंबी, कौशी आणि रघू ह्या तीन पात्रांभोवती ही कादंबरी फिरताना दिसते.

कौशीचे यादव नावाच्या तरुणाबरोबर लग्न होते. कौशीची सासू गजरी हिचे गावातील पंडितराव देशमुखाबरोबर अनैतिक संबंध आहेत. ह्या संबंधाने ती इतकी आंधळी झाली आहे की ती आपल्या मुलाच्या बायकोला, कौशीला, भुंजग देशमुखाबरोबर शरीरसंबंध ठेवायला भाग पाडते. कौशी ह्या संबंधांना नकार देत असते. एक दिवस भुजंग मांग वेटाळात येतो आणि कौशीवर, तिच्या घरात, जबरदस्ती करतो. अशावेळी कौशीचा नवरा यादव येतो आणि तो कौशीला मारहाण करतो. भुजंग मात्र सुखरूप निसटतो.

पंडितराव देशमुख असो किंवा त्याचा मुलगा भुजंग देशमुख असो, हे मातंग स्त्रीचा उपभोग आपल्या घरात, शेतावर

तर घेतातच, शिवाय मांग वेटाळात येऊन मातंग स्त्रीच्या घरीदेखील तिचा भोग घेतात, इतके ते निर्ढावलेले आहेत. संपत्ती आणि प्रतिष्ठेच्या जोरावर ते दिवसाढवळ्या असे वागत असतात.

यादवला आपल्या बायकोचा काही दोष नाही हे पटते, तरीही तो आपल्या आईची मर्जी राखण्यासाठी तिला माहेरी पाठवून देतो. ह्या सगळ्या प्रकारात कौशीचा सासरा सुभाना आपल्या मुलाच्या आणि सुनेच्या बाजूने आहे. सुभानालाही, त्याची बायको गजरी बदललेली आहे हे, माहीत आहे. तरीही तो तिला हात लावू शकत नाही. कारण तिचे संबंध गावातल्या देशमुखाबरोबर आहेत.

यादव आपल्या बायकोकडे, कौशीकडे, अधूनमधून येत असतो. तिच्याबरोबर चोरून संबंध ठेवत असतो. ह्यातून कौशी गरोदर होते. बाळंत होते. त्यानंतर यादव आपल्या बायकोला घरी घेऊन जातो.

कादंबरीचा पूर्वार्ध हा विधवा वालंबीच्या फाटक्या संसाराचा आहे. कादंबरीचा मध्यभाग हा गजरी आणि कौशी ह्यांच्या लैंगिक संबंधावर आधारीत आहे. तर उत्तरार्ध हा रघूच्या शिक्षणावर आधारित आहे.

नामदेव चं. कांबळे ह्यांची 'राघववेळ' ही कादंबरी वाचल्यानंतर लक्षात राहाते ती नामदेव कांबळे ह्यांची भाषा शैली. विदर्भातल्या बोली भाषेचा सफाईने उपयोग करून ही कादंबरी लिहिली आहे. ही बोली लोकांची आहे. लेखकाने आपल्या लेखनासाठी ती सहज आणि खुबीने वापरलेली आहे. संपूर्ण कादंबरी बोलीभाषेत व्यक्त झाली असली तरी प्रमाणभाषेचा वापरही अधूनमधून केलेला आहे. अगदी ते पुस्तकाच्या शीर्षकातही दिसून येईल.

'राघववेळ' ह्या कादंबरीचा शैलीविज्ञानाच्या दृष्टीने स्वतंत्र अभ्यास करता येईल. बोली भाषेचा प्रत्ययकारी वापर नामदेव कांबळेंपेक्षाही प्र. ई. सोनकांबळे ह्यांनी आपल्या 'आठवणींचे पक्षी' ह्या आत्मचरित्रात केलेला दिसेल. आत्मचरित्र हे मुळातच वास्तवदर्शी असते. कादंबरीचा पट हा आत्मचरित्रापेक्षा अधिक व्यापक आणि व्यामिश्र स्वरूपाचा असतो. कादंबरीची गुंफण करताना लेखकाला अनेकवेळा कल्पनेचा आधार घ्यावा लागतो. असे जेव्हा घडू लागते, तेव्हा शैली अधिक काव्यात्म होऊ लागते. 'राघववेळ' मध्ये बोलीभाषेबरोबरच तरल प्रकारचे काव्य, उपमा आणि प्रतीके व्यक्त झालेली दिसतील. विशेषत: लैंगिक भावना जेव्हा व्यक्त करायच्या असतात, तेव्हा नामदेव कांबळे ह्यांची भाषा अधिक काव्यात्म होताना दिसते. बोलीभाषेतील ठसका, छोटी वाक्ये, लोक म्हणी ह्यांची रेलचेल 'राघववेळ' मध्ये दिसून येईल. कादंबरीची भाषा इतकी सफाईदारपणे उलगडत जाते की वाचक बोलीच्या लयीने झपाटून जातो. एका अनोख्या भाषेच्या प्रदेशाची सफर केल्याचा वाचकाला आनंद होतो. लेखकाने अत्यंत आत्मीयतेने लोकांची भाषा ऐकली, ती मनात साठवली आणि ती आपल्या

लेखनासाठी वापरली आहे. त्यामुळे ही भाषा ताजीतवानी वाटते. मुळातच ह्यातल्या अनेक शब्दांचे अर्थ अनेकांना कळणार नाहीत इतके प्रादेशिक आणि परिस्थितीजन्य स्वरूपाचे आहेत. एक तर बोलीभाषेची जाण असलेला वाचकच ही भाषिक कृती नीटपणे समजून घेऊ शकेल, इतकी ती बोलीमय झालेली आहे. उदाहरणार्थ - भुणभुण, झड, झिपल्या, न्याहारी, अर्धीनिर्धी, सपादत, चुलबंद आवतान, आर्धे गडी, मोळ, मेळवण, धान, मातेरे, गिऱ्हाण, धोंडी मागणे, म्हारूडा व्हायचा, हुल्या देणे, पडिचा दिवस इ. मांग वेटाळातील भाषा मराठी वाचकांना समजून घेताना अडचणीचे वाटेल. पण कादंबरीत व्यक्त झालेला जीवनानुभव मनाला भिडणारा असल्याने, भाषेची अडचण जाणवत नाही. बोलीत व्यक्त झालेले मन आणि सामाजिक परिस्थिती वाचकाला अंतर्मुख करणारी आहे.

'राघववेळ' मध्ये लोकम्हणींचा अत्यंत चपखलपणे वापर केलेला आहे. ह्यातील संवाद खटकेबाज आहेत. लोकम्हणींमुळे ह्या संवादाला एक धार आलेली आहे. अनेकवेळा बोलताना यमक साधण्याचा प्रयत्न केलेला आहे. लोकम्हणी आणि लोकभाषेची लय ह्यामुळे 'राघववेळ' ला एक प्रादेशिक सौंदर्य प्राप्त झालं आहे. ह्या संपूर्ण कादंबरीत लोकम्हणींची पखरण केलेली दिसते. "गांड जागी आणि तोंड राबी', 'बारभाई खोती आणि बाफळ्या लागेना हाती', 'येळ न वखत आन् कोळमं काखत', 'नकटी लावे नाक आन् नाकवालीले घाली धाक', 'पाळाय ना पोसाय फुकट डोळे वासाय', गरीब गाय आन् पोटात पाय', 'खायाले भागो भागो आन् कामाले आग लागो,' 'येळंला केळं, वनवासाला सिताफळं,' 'आपलं ते मापलं, लोकाचं मातर कापलं' अशा ग्रामीण भागातल्या लोकांच्या जिभेवर असलेल्या म्हणी ह्या कादंबरीत जागजागी वापरल्या आहेत. बोलीभाषेतील अशा म्हणींमुळे नामदेव कांबळेंची लेखनशैली काव्यमय आणि नादवती होण्याला मदत झाली आहे. त्यांची भाषाशैली चित्रदर्शी आहे. त्यांच्या अनेक वाक्यातून हुबेहूबपणा व्यक्त करण्याचा कसदार प्रयत्न जाणवतो. भिरूभिरू लागल्या, चुळबुळ करू लागली, भडभडून आले, लुचूलुचून हरणीची स्तनंही चुरचुरत होती, खसाखसा चटणी वाटली, सारवासारव केली, जिवात जीव आला, जाडजूड धूड बांधले, पाय जोडा अशा अनेक शब्दरचनांमधून वाक्याला जशी गती येते, तसे वाचकांच्या डोळ्यांपुढे वर्ण्यविषयाचे चित्रही साकारू लागते.

खेड्यात व्यक्तीला ओळखण्यासाठी काही ना काही विशेषणं लावलेली असतात. अशा विशेषणांमुळे ती व्यक्ती चटकन् ओळखता येते. खेड्यात एकाच नावाची अनेक माणसं असतात. अशावेळी त्यांना त्यांच्या नावाने ओळखणे अवघड होते. तेव्हा नावापेक्षाही त्यांची विशेषणं महत्त्वाची बनतात. ही विशेषणं त्या व्यक्तीची खास ओळख करून देणारी असतात. जात,गल्ली, गाव, घराणे, वय, नाते, व्यवसाय

किंवा त्या व्यक्तीचे व्यंग अशावरून व्यक्तीला ओळखण्याची गावाकडची पद्धत इथे जागोजागी दिसेल. उदाहरणार्थ - आंधळी सुमन, लिंगायताचा बबन, माळ्याचा सहादू, वंजाऱ्याचा किसना, फकिराचा याशीनशा, बुद्धाचा केशव टापकरी, बुग्याची बायको तान्ही, मुसा खाटिक, मुसाचा मुलगा अकबर, बौद्धाचा म्हादा, शिरपूरचा सुधाकर कासार, ल्हानी माय, ल्हाना बापू, मोठी माय ही व्यक्तीविशेषणं अभ्यासण्यासारखी आहेत. जातीवरून, गावावरून, नात्यावरून, व्यवसायावरून, व्यंगावरून, वयावरून व्यक्तीला ओळखण्याची ग्रामीण पद्धत ह्यातून प्रकट होताना दिसते.

नामदेव चं. कांबळे ग्रामीण परिसरातल्या प्रतिमा आणि प्रतीकांचा वापर करून कादंबरीतला आशय अधिक समृद्ध करताना दिसतात. त्यांना ढगांनी भरलेले आभाळ हे 'काळेकुट्ट घोंगडे' वाटते (पृ. २) पायरूचं चालणं हे बैलगाडीला अडकावलेल्या वंगणाच्या नळ्यासारखे वाटते. (पृ. ७) मांगांचं जागेवरून भराभर उठणं हे विजेचे बटन दाबताच एखादे यंत्र हालावे तसे वाटते. (पृ. १८) कांबळेंच्या ह्या प्रतिमा खूप बोलक्या आहेत. अशा बोलक्या प्रतिमा हेरणं हे त्यांचं लेखनबळ आहे. 'झड ही अशी खरजाच्या खाजंवणी थांबायचं नाव घेईना.' (पृ. ६) 'उंदराने काही तरी कुरतडत सुटावे तसे तिचे हृदय काळजीने कुरतडले जायचे.' (पृ. ५९) 'मेंढराच्या कळपात लांडगा शिरल्यागत व्हायचे' (पृ. ७३) 'जुवातून मान काढणाऱ्या बैलांवानी मान काढली. घरी येऊन झोपून ऱ्हायली' (पृ. ९१) अशा वाक्यांतून नामदेव कांबळेची लेखनशैली उलगडत जाते. 'खरूजाची खाज,' 'मेंढरात लांडगा शिरल्यानंतर मेंढराची होणारी अवस्था', 'जुवातून मान काढणारा बैल', 'उंदराचं कुरतडणं' अशा शब्दांमधून ग्रामीण वास्तव दृग्गोचर होताना दिसते. कादंबरी ज्या वातावरणात घडते, तिथल्याच वास्तव जीवनाचे संदर्भ घेऊन लेखकाने आपली शैली समृद्ध केलेली दिसते. नामदेव कांबळे जेव्हा सेक्सविषयी लिहितात, तेव्हा त्यांच्या लेखनाचा बाज काही निराळाच असतो. अत्यंत सूचकपणे ते सेक्स व्यक्त करतात. कमी शब्दात सेक्सचे हुबेहूब वर्णन करणारा हा लेखक आहे. सेक्सविषयी भरभरून लिहून वाचकांच्या लैंगिक भावना चाळवणारे लेखक संख्येने काही कमी नाहीत. ह्या पार्श्वभूमीवर कांबळेंच्या लेखनाचे वेगळेपण ठळकपणे जाणवते. 'त्यांची खाट कुरकुरत होती, बराच वेळ' (पृ. १५९) 'कितीतरी वेळ ती दरवळत राहिली.' (पृ. ९४) 'गजरी न्हाणीच्या दगडावर बसून आंघोळ करत होती.' (पृ. ६८) ही तीन वाक्ये पाहाण्यासारखी आहेत. 'खाटेचं बराच वेळ कुरकुरत राहाणं' ह्यातून संभोगाचे चित्र जिवंत होते. त्यांच्या शरीराच्या हालचालीमुळे खाट कुरकुरत असते. संभोगसुखाने ती फुलते आणि 'कितीतरी वेळ दरवळत राहाते.' तिचं हे दरवळणं उत्तम संभोगसुखाचं प्रतीक आहे. संभोग झाल्यानंतर ती आंघोळ करते. इथं 'आंघोळ' ही संभोग झाल्याची खूण आहे. मोजक्या आणि नेमक्या शब्दातून अव्यक्त भावना व्यक्त करण्याचे कसब

कांबळे ह्यांना चांगलेच जमले आहे.

'राघववेळ' ह्या कादंबरीत स्त्रियांच्या चार बाळंतपणांचा उल्लेख येतो. भुजंगाची बायको अडते. तिला दवाखान्यात ॲडमिट केलं जातं. सोपानराव देशमुखाची मुलगी सरूबाई अडते. तिलाही दवाखान्यात ॲडमिट केलं जातं. ह्या कादंबरीतील आणखी दोन बाळंतपणं मात्र स्वत: वालंबी करते. लक्ष्मणची बायको मीराचं बाळंतपण आणि कौशीचं बाळंतपण स्वत: वालंबी करते. लेखकाने बाई बाळंत होण्याचं वर्णन मात्र तपशिलानं केलेलं आहे. बाईच्या प्रसूतीवेदना, तिचं तडफडणं, पाय वर घेणं, कमर धरणं, योनिमार्गातून येताना बाळाची टाळू दिसणं वगैरे बाबी लेखकाने सांगितल्या आहेत. दोघींनाही मुलगाच होतो. एकीलाही मुलगी होत नाही. बाळंतपणात बाई अडल्याशिवाय बाळंतपणाचं विस्ताराने वर्णन करता येत नाही म्हणून त्यांना मुद्दाम अडलेल्या दाखवल्या आहेत. त्यामुळे अडलेल्या बाईच्या गरोदर पोटाचं, पायाचं, कमरेचं वर्णन करता येऊ शकतं. हा मसाला लेखकाने इथे मुद्दाम वापरला आहे.

मातंग स्त्रिया आणि सवर्ण पुरुषांच्या शरीरसंबंधांचे वर्णनही ह्या कादंबरीत प्रामुख्याने आले आहे. मुळातच मातंग स्त्रीचे सवर्ण पुरुषाबरोबरच्या लैंगिक संबंधांचे वर्णन करण्यासाठीच काही प्रसंगांची निर्मिती केलेली दिसते. सवर्ण पुरुष मातंग स्त्रीकडे एक भोगवस्तू म्हणून कसा पाहातो, हे व्यक्त करण्यासाठीच ही कादंबरी लिहिली असावी असे वाटल्यावाचून राहात नाही. त्यामुळे 'राघववेळ' चं शीर्षक 'रांडववेळ' असं असतं तर बरं झालं असतं असं वाटतं. कादंबरीची सुरूवातच मुळी मातंग स्त्रीचा भोग घेण्यापासून झाली आहे. कादंबरीच्या सुरुवातीला पाऊस दाखवला आहे. पाऊस म्हणजे आकाश आणि पृथ्वी ह्यांच्या समागमाचं रूप आहे. हा पाऊस अनेक दिवसांपासून चालू आहे. त्यामुळे मांगांची उपासमार सुरू आहे. वालंबीला आपल्या मुलांना अन्न कोठून द्यावे असा प्रश्न पडला आहे. पायरू ह्या मांगाला हीच भ्रांत पडली आहे. तो ज्वारी मागण्यासाठी गावात दारोदार फिरतो आहे. त्याला ज्वारी मिळत नाही. पाऊस पडत आहे आणि ज्वारी मिळत नाही, अशा अडचणीत मातंग कुटुंबे सापडली आहेत. मुळात ही अडचण लेखकानेच निर्माण केलेली आहे. कारण लेखकाला ज्वारी मिळवण्यासाठी मातंग स्त्रीला सवर्ण पुरुषाकडे पाठवायचे आहे. सवर्ण पुरुष मातंग स्त्रीचा भोग घेणार आहे आणि त्या मोबदल्यात ज्वारी देणार आहे हे जर दाखवायाचे असेल, तर गेले अनेक दिवस पाऊस पडत आहे हे दाखवणे आलेच. पाऊस इतके दिवस पडला नसता तर काम करून ज्वारी मिळवता आली असती. मातंगांचं काम थांबवण्यासाठी, चूल थांबवण्यासाठी, त्यांची उपासमार दाखवण्यासाठी, ज्वारीसाठी मातंग स्त्रीला शरीर द्यावे लागते हे दाखवण्यासाठी लेखकाने पाऊस पाडलेला आहे. ह्या पावसामुळे पायरू ज्वारी मागण्यासाठी गोपाळराव देशमुखाकडे जातो. गोपाळराव देशमुख म्हणतात, 'आसं कर, जरा भरानं दे भाबीले

पाठवून',(पृ. १०) गोपाळराव देशमुखाला ज्वारी तर द्यायची आहे, पण ती पायरूला नाही. त्याच्या बायको हरणीला. पायरूही ज्वारी आणण्यासाठी आपल्या बायको, हरणीला, पाठवून देतो. गोपाळराव देशमुख हरणीचा भोग घेतो आणि ज्वारी देतो. हरणीही मनाविरूद्ध शरीर देते. 'भाकरीची भूक' आणि 'वासनेची भूक' ह्याचं लेखकाने इथं चित्रण केलं आहे. हा फॉर्म्युला ह्यापूर्वी अनेकांनी वापरला आहे. फरक इतकाच की कांबळे स्वत: मातंग असल्याने त्यांनी मातंग स्त्रीचा वापर केला आहे, हे मात्र त्यांचे योगदान आहे. पायरूला ह्याचा संताप येत नाही. उलट तो आपल्या वर्तनाचे समर्थनच करतो. तो म्हणतो,'सोताची भूक इसरता आली आस्ती आपल्याले, बायकोलेबी. पण चिल्यापिल्यांची भूक नाही इसरता येत.' (पृ.१२) चिल्यापिल्यांची भूक भागवण्यासाठी पायरू हरणीला गोपाळराव देशमुखाकडे पाठवतो असे हे समर्थन आहे. पायरू आपल्या बायकोला स्वत:हून देशमुखाकडे कसा पाठवेल? हरणी तरी ज्वारीसाठी देशमुखाला आपले शरीर कसे देईल? असे बाळबोध प्रश्न वाचकांनी विचारू नयेत ह्यासाठी नामदेव कांबळेनं ही तजवीज आधीच करून ठेवलेली आहे.

वालंबी आणि कौशी नवरात्र मागण्यासाठी जातात. घरोघरी जाऊन 'नवरात वाढा वऽऽ' म्हणून ओरडतात. नवरात्र मागण्यासाठी जेव्हा त्या दोघी मायलेकी माधवराव देशमुखाच्या घरापुढे जातात, तेव्हा माधवराव देशमुख गाण्याची फर्माईश करतो. भीक देखील मोफत वाढायची नाही, भिकेच्या मोबदल्यातही वासनेची अपेक्षा करायची, अशी ही वृत्ती आहे. वालंबी आपली मुलगी कौशी हिला गाणं म्हणायला लावते. पण माधवराव देशमुखाला वालंबीकडून गाणं ऐकायचे असते. केवळ गाणं ऐकणं महत्त्वाचं नाही तर गाणारी स्त्रीही तरुण असली पाहिजे ही अपेक्षा आहे.

दुसरा एक प्रसंग आहे, भीक मागण्याचा. तो म्हणजे मांगाचं गिऱ्हाण मागणं. चंद्राला ग्रहण लागल्यानंतर सर्व मांग गावात ग्रहणाचं दान मागायला निघतात. कौशी आणि रघु हे दोघे बहीणभाऊ धनगरांच्या वस्तीत येतात. कौशी वयाने मोठी असल्याने पुढे आहे. लहान रघू अंधारात तिच्या पाठीमागून येत आहे. ग्रहणाच्या अंधाराचा फायदा घेऊन धनगराचा प्रकाश कौशीचे दोन्ही स्तन दाबतो. कौशीला त्यातून लाज वाटत नाही, भय वाटत नाही किंवा रागही येत नाही. प्रकाशने कौशीचे स्तन दाबावे ह्यासाठीच रघुला मुद्दाम मागे ठेवले आहे. प्रकाशला कौशीचे स्तन दाबताना भीती वाटू नये म्हणून ग्रहणानंतरचा प्रसंग निवडला आहे. रघूला मात्र बालसुलभ शंका भेडसावू लागते. 'काहून आवळलं असान बाईले त्या बुवानं.'(पृ. ५८) कौशीची सासू गजरी आणि पंडितराव देशमुखचे राजरोस संबंध आहेत हे सगळ्यांना माहीत आहेत. मांग वेटाळातील लोकांना हे संबंध जसे माहीत आहेत तसेच गजरीच्या घरातील सर्वांना हे संबंध माहीत आहेत, पण ह्याविरूद्ध कोणीच तक्रार करत नाही. गजरी पंडितराव देशमुखांबरोबर आनंदाने शरीरसंबंधास तयार होताना दिसते. पंडितराव

देशमुख दरारोज दुपारी घरी येतात. गजरीची लहान मुलं शिकवल्याप्रमाणे घराबाहेर जाऊन आईला व पंडितराव देशमुखाला एकांत मिळवून देतात. कौशीही विनातक्रार विहिरीवर पाणी आणण्यासाठी जाऊ लागते. सर्वजण बाहेर गेल्यानंतर पंडितराव देशमुख गजरीचा भोग घेतात. शेजारीपाजारी ह्याचा बभ्रा झालेला असतो. सैजी कौशीला म्हणते,'बुवाच्या हातानं खोपा झटकून घेते.' (पृ. ६९) पंडितराव देशमुख भर दुपारी सर्वांना घराबाहेर काढून गजरीचा खोपा झटकत असतो. हा सगळा राजी खुशीचा मामला आहे.

कौशीची सासू गजरी ही स्वत: पंडितराव देशमुखांबरोबर शरीरसंबंध ठेवते. इतकेच नव्हे तर पंडितराव देशमुखाचा मलगा भुजंग ह्याच्याबरोबर आपली सून कौशी हिनेही शरीर संबंध ठेवावेत असा तिचा आग्रह असतो. भुजंगच्या बायकोला बाळंतपणासाठी दवाखान्यात ॲडमिट केलेले आहे. भुजंगच्या बायकोला पाहाण्यासाठी भुजंगचे वडील पंडितराव देशमुख आणि भाऊ प्रताप दवाखान्यात जातात. भुजंग मात्र एकटाच घरी राहातो. खरे तर त्याची बायको दवाखान्यात ॲडमिट आहे. त्याने दवाखान्यात गेले पाहिजे. भुजंग दवाखान्यात गेला, तर कौशीवर बलात्कार कोण करणार ही लेखकाची अडचण आहे. केवळ मातंग कौशीवर सवर्ण भुजंगचा जबरी संभोग दाखवण्यासाठीच लेखकाने भुजंगच्या बायकोला दवाखान्यात ॲडमिट केले आहे. भुजंगच्या बायकोला पाहाण्यासाठी घरातील सर्वांना दवाखान्यात पाठवले आहे. भुजंगला घरात एकटे ठेवून कौशीवर बलात्कार करण्याची संधी मिळवून दिली आहे. इतकेच नाही, तर भुजंगने कौशीचा भोग घ्यावा म्हणून कौशीची सासूही तिला एकटीलाच भुजंगकडे पाठवते आणि भुजंग आता कौशीबरोबर शरीरसुख लुटणार ह्या कल्पनेने ती आनंदी होते. सवर्ण पुरुषाने मातंग स्त्रीचा जबरी भोग घ्यावा, ह्या इच्छेखातर नामदेव कांबळेंनी ह्या प्रसंगाची निर्मिती केलेली आहे.

कौशी कांदे सोलत असते. भुजंग तिच्याजवळ जातो आणि तिच्यावर जबरदस्ती करतो. लेखकाने त्याचे वर्णन पुढीलप्रमाणे केलेले आहे. 'कांद्याचा ढीग अस्ताव्यस्त होत राहिला, कांदे घरंगळू लागले. फोलपटे निघू लागली. एकदा, दोनदा... कितीतरी वेळ घरंगळतच राहिले कांदे.' (पृ. ९२) लेखकाने कौशीवरील बलात्काराचे वर्णन अगदी काव्यात्म केले आहे. लेखकाला अशा ठिकाणी काव्य सुचते हे विशेष आहे.

भुजंगाने केलेल्या बलात्काराचा कौशीच्या मनावर वाईट परिणाम झाला. तिच्या मनावरची मरगळ काही केल्या धुऊन निघेनाशी झाली. (पृ. १०३) ती कुढत जगू लागली. भुजंगला टाळू लागली. पण भुजंग तिचा पिच्छा सोडत नाही. लोकांत त्याची चर्चा सुरू होते. 'भाबी, सुगीचं सुपारी घेतली तुम्ही?' असा खोचक टोमणा ग्यानूची मुलगी यमुनी मारताना दिसते. मजुरी देताना भुजंग कौशीचे दोन्ही स्तन पकडतो. तेव्हा यमुनी हसून म्हणते,'भाबी, दोन्ही हातानं मजुरी देली वाटते.' (पृ.

१०७) ह्या एकाच वाक्याने किती विषण्ण वास्तव व्यक्त होते ह्याची कल्पना येते. भुजंग निर्ढावलेला आहे. तो कौशीचे दोन्ही स्तन इतरांपुढेही बिनदिक्कतपणे पकडतो. कौशी हे सर्व सहन करते आणि यमुनीला मात्र ह्याचे हसू येते.

हरणी आणि कौशी आपल्यावर झालेला बलात्कार मनात ठेवतात. कारण बलात्कार करणारा बलाढ्य आहे. कौशी म्हणते, 'नवरा महादेवावाणी भोळा असतो. त्याचा इश्वास हये. तव्हरक बाईची ठाकूरकी. त्या इस्वासाले आपूणचं उघडं नागडं करायचं? नोको माय, पडू दे तिकडं' (पृ. ९४) वालंबीची सेक्सविषयी वेगळीच भूमिका आहे. सीतारामचा ताप उतरत नाही. त्याच्या औषधोपचारासाठी पैसे नाहीत. उसने पैसे मागण्यासाठी ती यादव पाटलाकडे जाते. यादव पाटील ह्याची पिठाची गिरणी आहे. यादव पाटील पैसे देण्याचे निमित्त करून तिला गिरणीत नेतो आणि लगट करू लागतो. वालंबीच्या लक्षात येतं. ती तिथून तत्काळ निघून येते. (पृ. ११) सितारामचा ताप उतरत नव्हता. सीतारामला दवाखान्यात नेल्याशिवाय गत्यंतर नव्हतं. पुन्हा एकदा वालंबी यादव पाटील ह्याच्याकडे येते. ह्यावेळी मात्र ती आपला मुलगा रघू ह्याला सोबत घेऊन येते, कारण तिच्या मनात यादव पाटील विषयी भीती आहे. यादव पाटील तिला पिठाच्या गिरणीत पङ्ख्याच्या पार पलीकडे घेऊन जातो. (पृ. ९८) तेव्हा वालंबीला तत्त्वज्ञान सुचते. ती म्हणते,'आपूण रांडव बाई. मन काय आपल्याला नाही? हये नं. मन हये. कुडी हये. चारचौघीसारखी आपुण बी हये. पण मन मारा लागते न माय! पडिक जमिनीत वहितील काढली तर तन टाका का धान टाका, उगवतेच ते. जीव काय बी म्हणो, पण कुडीची भूक टाळा लागते. रांडव बाईले तर इसराच लागते आशा भुकंले' (पृ. ९८-९९) वालंबीला शरीरसुखाची भूक विसरणे महत्त्वाचे वाटते कारण ती रांडव आहे. ती विधवा असल्याने तिला गर्भ राहाण्याची भीती वाटते. ज्या विधवा नाहीत त्या हरणी, गजरी आणि कौशी ह्यांना गर्भ राहाण्याची भीती वाटत नाही कारण अशा संबंधातून गर्भ राहिलाच तर तो नवऱ्याच्या नावावर खपवता येतो. ह्यातून आणखी एक गोष्ट स्पष्ट होते, की कुटुंब नियोजनाची साधने अजून गावपातळीपर्यंत नीट पोहचू शकली नाहीत.

वालंबीच्या मनात शरीरसुखाची सुप्त भूक असणारच. कारण तिचा नवरा मरून अनेक दिवस झालेले आहेत. तिला इतर स्त्रियांसारखेच शरीर आहे, मन आहे, वासना आहे. ती मन मारून जगते आहे. तिचा मुलगा सीताराम आजारी आहे. तिला उसने पैसे हवे आहेत. त्यासाठी ती पुन्हापुन्हा यादव पाटील ह्याच्याकडेच जाते. कारण यादव पाटील तिच्याकडे शरीरसुखाची याचना करत असतो. कदाचित ही याचना वालंबीला मोहात पाडत असावी. असे नसते तर ती पुन्हा यादव पाटील ह्याच्याकडे न जाता दुसऱ्याकडे गेली असती. यादव पाटील जेव्हा तिला लगट करू लागतो तेव्हा ती तत्काळ बाहेर पडत नाही. रघू तिला बोलावून बाहेर नेतो. म्हणजे

लहान रघूला कळते आता आपल्या आईने बाहेर पडले पाहिजे, पण हे वालंबीला कळत नाही. ह्यातून काय स्पष्ट होते ? वालंबीचा नवरा जिवंत असता तर तिनंही हरणी, गजरी आणि कौशीसारखे आपलं शरीर दुसऱ्याला दिलं असतं.

हरणी ज्वारीसाठी आपलं शरीर दुसऱ्याला देते. गजरी दुपारच्या चहासाठी आपलं शरीर दुसऱ्याला देते. कौशी मजुरीसाठी आपलं शरीर दुसऱ्याला देते. वालंबीला मात्र आपल्या मुलाच्या औषधोपचारासाठी वीस पंचवीस रुपये हवे आहेत. ह्यासाठी तिला आपलं शरीर दुसऱ्याला देता येत नाही. कारण ती रांडव आहे.

'राघववेळ' मध्ये वालंबीची नवऱ्याला उद्देशून जी स्वगते व्यक्त झालेली आहेत, ती अप्रतिम आहेत. वालंबीचे नवऱ्याविषयीचे प्रेम ह्या स्वगतांमधून व्यवत होताना दिसतं. 'तुमच्याच भरुशावर हयेत माहे लेकरं. ध्यान ठुवा त्याह्यचेवर. हो न. तुमचेबी हयेत. नाही म्हंतो काय मी? रजाचे गज व्हवू द्या त्याह्यले' (पृ. ३२) किंवा 'पहा न. लागलं न पोरीचं लगन. लय मोठं वझं डोस्क्यावून उतरलं जणू. हो नं. करणारच व्हती. नोको करू तर काय करू? तुम्ही बरं केलं. न झाले आपले नामा निराळे?' (पृ. ६१) किंवा 'लेकरांकडं पाहाची. त्याहाच्या तोंडाचा न्याहाळ धरायची. काहून म्हंजे? त्याह्याच्यात तुमचं रूप सोडून नाही का गेले तुम्ही?' (पृ. १००) अशा स्वगतांमधून वालंबीचं आपल्या नवऱ्यावरचं आणि मुलांवरचं प्रेम प्रकट होताना दिसतं. ती नवरा मेल्यानंतर मुलांचा सांभाळ करते. मुलांमध्ये नवऱ्याचं रूप पाहाते. जीवनातल्या बऱ्यावाईट प्रसंगी, नवऱ्याची तिला आठवण होते. ती हळवी होते.

वालंबी आणि कौशी ह्या दोन मातंग स्त्रियांच्या जीवनाची फरपट ह्या कादंबरीत व्यक्त झाली आहे. परिस्थितीच्या रेट्यापुढे टिकून राहण्यासाठी ह्या दोघींचा प्रयत्न चाललेला आहे. रघू मात्र ह्या दोघींपेक्षा वेगळ्या प्रवृत्तीचा आहे. त्याला आपल्या दारिद्र्याची चीड येते. भीक मागणं कधी संपेल ह्या विचाराने रघू तुटलेल्या पतंगासारखा भिरभिरत होता. (पृ. ३) गावातल्या पगंतीत जेवताना रघूचा घास मात्र काही केल्या घशाखाली जात नाही. (पृ. २) त्याला गिऱ्हाण मागणं चांगलं वाटत नाही. 'आपण मोठेपणी नाही मागणार गिऱ्हाण' (पृ. ५८) अशा विचाराचा रघू आहे. तो भीक मागायला जात नाही. जेवायला जात नाही. वाद्य वाजवायला जात नाही.

रघूच्या शिक्षणाविषयी मात्र खूप कमी लिहिलं आहे. आनंद यादव ह्यांच्या 'झोंबी' मध्ये शिक्षणाविषयी जी फरफट दाखवली आहे, ती इतरत्र सापडणे कठीण.

रघूला गणवेश घेण्यासाठी आणि परीक्षा शुल्क भरण्यासाठी सोनकर सर मदत करतात. रघू हुशार आहे त्यामुळे तो वर्गप्रमुख होतो. शाळेचे अध्यक्ष रघूला म्हणतात, 'हुशार हयेस लेका. चांगला अभ्यास करत जाय' (पृ. २७३) रघूचे कौतुक करताना सुभाना म्हणतो,'एवढुसा रघु आताच बालबाल गोष्टी करतो. मोठेपणी तर आच्छेखाले बोलू देणार नाही. नाकाले तूर लागू देणार नाही.' (पृ. २६९) सोनकर

सर असो, संस्थेचे अध्यक्ष असो किंवा सुभाना, रघूचे तोंड भरून कौतुक करतात.

रघू हुशार असल्यामुळे त्याचे सर्वत्र कौतुक होते. ह्यात त्याची जात आडवी येत नाही. अस्पृश्यांच्या मुलांना जी वेगळी वागणूक दिली जाते, ती रघूला दिली जात नाही. मंगला जोशी, 'मला हाताला धरून बाहेर काढले' (पृ. २८९) अशी तक्रार करते. मुख्याध्यापक रघूला समजावतात. 'मुलीच्या हाताला धरून बाहेर काढायाचं नाही.' ह्या प्रसंगात मात्र रघूला स्वत:ची जात आठवावी ह्याचे नवल वाटते.' मी मांगाचा, मंगला ब्राह्मणाची.' इथे लक्षात घेतले पाहिजे की मंगला जोशीने 'मला हाताला धरून बाहेर काढले' अशी तक्रार केली आहे. मातंगाने माझा हात धरला अशी तक्रार केलेली नाही. मुख्याध्यापकानेही समजवताना, 'मंगला जोशी ब्राह्मण आहे. तू मातंग आहेस. त्यामुळे तू तिला स्पर्श करू शकत नाहीस.' असे सांगितले नाही. तरीही रघूला आपण मातंग असल्यामुळे हे घडले असे का वाटावे? तसे असते तर रघूला वर्गप्रमुख म्हणून सवर्ण मुलांनी कधीच स्वीकारले नसते. हा लेखकाचा प्रताप आहे.

रघू हुशार आहे. तो हुशार नसता, तर वर्गप्रमुख बनला नसता. कारण हुशार नसलेल्या दरिद्री मातंग मुलाला वर्गप्रमुख कसे करता आले असते? एका मातंग मुलाने एका ब्राह्मण मुलीचा हात पकडून तिला वर्गाबाहेर काढायचे दृश्य दाखवायचे असेल, तर मातंग मुलगा त्यासाठी वर्गप्रमुख असला पाहिजे. त्याला वर्गप्रमुख करायचे असेल तर तो हुशार असला पाहिजे. त्यासाठी प्रत्येकाने, वालंबी, सुभाना, सोनकर सर, संस्थेचे अध्यक्ष ह्यांनी, त्याची स्तुती केली पाहिजे. इतक्या लोकांनी रघूच्या हुशारीचे प्रशस्तीपत्र दिल्यानंतर रघूला वर्गप्रमुख करणे आणि मंगला जोशीचा हात धरून तिला वर्गाबाहेर काढणे हे आपोआपच जमते. इथे एक गोष्ट जरूर लक्षात घेतली पाहिजे. वर्ग मुलांनी भरला आहे. मुलींपेक्षा मुलांची संख्या अधिक आहे. मुलं दांडगाई करत नाहीत. मुलांनी जर दांडगाई केली असती, तर रघूला मंगला जोशीचा हात पकडण्याचा आनंद कसा मिळाला असता? मुलगी दांडगाई करते. ती पण ब्राह्मण. इतर जातीच्या मुली दांडगाई करत नाहीत. कारण रघूला ब्राह्मण मुलीचा हात पकडायचा आहे. एका मातंग मुलाने ब्राह्मण मुलीला वर्गाबाहेर काढण्याचा प्रसंग मुद्दामच दाखवला असावा. कदाचित ब्राह्मणांनी दलितांना शिक्षण नाकारलं म्हणून लेखकाने ब्राह्मण मुलीला मातंग मुलाकडून वर्गाबाहेर काढण्याचा प्रसंग दाखवला असावा. त्यामुळे रघूचं हुशार असणं, वर्गप्रमुख असणं ह्या बाबी दुय्यम ठरल्या आहेत आणि त्याने मंगला जोशीचा हात धरला ही बाब प्रमुख झाली आहे.

'मंगला जोशी' चा हात पकडणे ही घटना तशी किरकोळ नाही. मुळात हा प्रसंग ह्या कादंबरीचा प्रमुख आधार आहे. नामदेव कांबळेंना मातंग मुलगा आणि ब्राह्मण मुलगी ह्यांचे प्रेम दाखवायचे आहे. पण खेड्यातल्या एका प्राथमिक शाळेत ते

शक्य नाही. त्यामुळे लेखकाने केवळ हात धरण्यापर्यंतच मजल मारली आहे. हा प्रसंग नीट समजून घेण्यासाठी रघूची लैंगिक जडणघडण समजून घेणे महत्त्वाचे ठरते.

रघूची आई वालंबी विधवा आहे. ती आपल्या अडीअडचणीच्या प्रसंगी धाकटा दीर पायरू ह्याची मदत घेत असते. त्यामुळे हरणीला पायरु आणि वालंबी विषयी संशय येत असतो. 'हो न. पोटच्या गोळ्याइची नाही कीव आली. भावजयीच्या घरात अंधार पडल्याचं ऐकून जागचं बूड हललं' (पृ. ६) हरणीचा हा मत्सर आहे. वालंबी विधवा असल्याने तिला 'सेक्स स्टार्व्हेशन' होते आहे, तरी ती आपल्या इज्जतीला भिते आहे. त्यामुळेच ती यादव पाटील ह्याला शरीर देऊ शकत नाही. रघूला ही परिस्थिती कळते आणि तो आपल्या आईला घरी घेऊन जातो. ग्रहण मागायला गेलेल्या कौशीचे स्तन प्रकाश धरतो त्यामुळे त्याच्या मनात कालवाकालव होते. आंधळ्या सुमनचेही 'सेक्स स्टार्व्हेशन' तिच्या बडबडीतून व्यक्त होते, तेव्हा रघू हे पाहून खुदकन हसतो. कौशीला तिच्या चारित्र्याचा संशय घेऊन घराबाहेर काढले जाते, हे रघूला माहीत आहे. कौशीचा नवरा चोरून येत जात असतो. त्यामुळे कौशी गरोदर होते. तिचं वाढणारं पोट, उलट्या, बाळंतपण ह्या गोष्टी रघूला कळालेल्या असतात. वर्गातली मंगला जोशी निश्चितच सुंदर आहे. रघू तिच्याकडे पाहात असणार. मुलाने मुलीचा हात पकडू नये असा संकेत आहे. बोली भाषेत 'हात पकडणे' म्हणजे 'शरीरसंबंधाची मागणी करणे' असा अर्थ ध्वनित होतो. नामदेव कांबळेनं जाणुनबूजून 'हात पकडणे' चा प्रसंग निर्माण केला आहे. रघूला केवळ आदर्श वर्गप्रमुख दाखवणे हा हेतू इथे दिसत नाही. म्हणून तर रघूला मदत करणारे सोनकर सर ह्या प्रसंगापासून अलिप्त आहेत.

सवर्ण मुलाने सवर्ण मुलीचा हात पकडला असता, तरी त्याला शिक्षा झाली असती. त्यासाठी मुलगा मातंगच असला पाहिजे असे नाही.

वालंबी पैशासाठी यादव पाटील ह्याच्याकडे जाते, तिथे तिच्या शरीराची मागणी होते. हरणी ज्वारी मागायला जाते, तिचा भोग घेतला जातो. कौशी ग्रहण मागायला जाते, तिचे स्तन धरले जातात. कौशी मजुरीला जाते. तिच्यावर बलात्कार होतो. गजरीचा तिच्या घरी येऊन भोग घेतला जातो. आणि रघूला मुलीचा हात धरला म्हणून शिक्षा होते. एकूण ही कादंबरी शरीरसंबंधांवर कशी आधारित आहे हे स्पष्ट होते.

रघू हुशार आहे. पण त्याला बौद्ध समाज, आंबेडकर जयंती ह्याविषयी काहीच माहिती नाही. त्याविषयी तो काहीच बोलत नाही. केवळ तो स्वत:च्या कोशात वावरताना दिसतो. त्याला त्याचे दारिद्र्य आणि त्याची जात ह्यापलीकडे काही सुचत नाही.

लेखक स्वत: जातीने मातंग असल्याने ह्या समाजातील प्रथा, रिवाज आणि

भाषिक व्यवहार ह्याची त्याला चांगली जाण आहे. त्याला मातंग समाजावर कादंबरी लिहायची असल्याने मातंग समाजातील चालीरीतीविषयक प्रसंग निवडून त्याचे वर्णन करणे आणि असे वर्णन करत असतानाच कादंबरीच्या कथानकाची रचना करणे असा प्रकार केलेला आहे. त्यामुळे ह्या कादंबरीत व्यक्तिरेखांपेक्षा प्रसंग महत्त्वाचे झाले आहेत. अमावश्या मागणे, नवरात मागणे, गिऱ्हाण मागणे, सवर्णांचे स्नान वाजवणे, गावात भीक मागणे, जेवायला जाणे, लाकडे फोडणे, मोळ विकणे, धोंडी मागणे, सालाने नोकरी करणे, शेतात मजुरी करणे असे प्रसंग निश्चित करून कादंबरीची रचना केलेली आहे. त्यामुळे ह्या कादंबरीतील व्यक्तिरेखा पुसट झाल्या आहेत.

सवर्ण पुरुषाला शरीर दिल्यामुळे हरणीला ज्वारी मिळते, तर सवर्ण पुरुषाला शरीर न दिल्यामुळे वालंबीला उसने पैसेही मिळत नाहीत. सवर्ण पुरुषाला शरीर दिल्यामुळे गजरी सुखाने संसार करते, तर सवर्ण पुरुषाबरोबर शरीरसंबंधांना नकार दिल्यामुळे कौशीला घराबाहेर हाकलले जाते. ह्यातून लेखकाला मातंग स्त्रीसाठी कोणता संदेश द्यावयाचा आहे, हे स्पष्ट होते. नामदेव कांबळे ह्यांची सेक्सविषयक जाण जशी प्रगल्भ आहे, तसा बोलीविषयक अभ्यासही दांडगा आहे. पुढल्या काळात त्यांची 'बोली' आणि 'सेक्स' विषयक जाण अधिक प्रगल्भ होईल ह्यात काही शंका नाही.

राघववेळ - नामदेव चं. कांबळे, देशमुख आणि कंपनी पब्लिशर्स प्रा. लि., आवृत्ती चौथी - फेब्रुवारी - २०००, पृष्ठे - ३०७.

वकिल्या पारधी

लक्ष्मण गायकवाड ह्यांनी 'पारधी' ह्या जमातीला केंद्रवर्ती मानून 'वकिल्या पारधी' नावाची कादंबरी लिहिली आहे.जेव्हा एखाद्या समाजाला किंवा जमातीला मध्यवर्ती कल्पून लेखन केले जाते, तेव्हा त्याचा लेखनाच्या स्वरूप आणि वैशिष्ट्यांवर काय परिणाम होऊ शकतो ह्याचा अभ्यास करण्यासाठी 'वकिल्या पारधी' ही कादंबरी एक उत्तम उदाहरण होऊ शकते. जेव्हा एखाद्या कलाकृतीमध्ये समाज प्रधान ठरू लागतो, तेव्हा त्यातील आशय, विषय आणि व्यक्तिरेखा ह्यांना आपोआपच गौण स्थान मिळते. समाजकेंद्री कादंबरीत त्या संपूर्ण समाजाचे चित्र स्पष्ट होणे आवश्यक असते. समाजाच्या चालीरीती, प्रथा, परंपरा, जातपंचायत, रूढीरिवाज आणि जगण्याची साधने ही पूर्णांशाने व्यक्त होणे आवश्यक असते. कादंबरीतील आशय, विषय आणि पात्रे कलाकृतीमध्ये एका सामाजिक तपशिलाचे ओझे वाहाण्याचे काम करत असतात. त्या समाजाचं वास्तव जीवन, त्या समाजाची हालचाल आणि त्या समाजाचं स्वप्न, एका अर्थाने एका संपूर्ण समाजाच्या भूत, भविष्य आणि वर्तमानाचा वेध अशी कलाकृती घेत असते.

लक्ष्मण गायकवाड ह्यांनी आपल्या मनोगतामध्ये म्हटलेच आहे, 'इथे पिचलेल्या, दबलेल्या आणि विकासापासून कोसोगणती दूर असलेल्या समाजाचं चित्र माझ्या डोळ्यासमोर सारखं नाचत असतं आणि तेच मला हातात पेन घेऊन लिहिण्याची ऊर्मी देत असतं.' (मनोगत) ज्या लेखनाचा मूलाधार 'समाज' आहे, त्या लेखनाची समीक्षा देखील समाजाधिष्ठितच व्हायला हवी. पारधी जमातीला केंद्र मानूनच ह्या कलाकृतीचे मूल्यमापन करणे इष्ट होईल.

बिरडीस, लगमण्या, तिरमाऱ्या हे पारधी आपल्या कुटुंबासोबत जीवन जगत आहेत. शिकार हे त्यांच्या उपजीविकेचे मूळ साधन आहे. जंगलातील पशुपक्ष्यांची शिकार करून उदरनिर्वाह करणं हा त्यांचा प्रमुख व्यवसाय आहे. इंग्रजी राजवटीपर्यंत त्यांच्या वन्य जीवनात ढवळाढवळ होत नाही. इंग्रजाच्या काळात मात्र ब्रिटिश अधिकारी शिकारीसाठी जंगलात जाऊ लागतात आणि पारध्यांच्या वन्य जीवनात ढवळाढवळ होऊ लागते. पारध्यांना इंग्रजांचे जंगलावरील अतिक्रमण आवडत नाही. दुसरे शिकारी आपल्या जंगलात येऊन शिकार करतात, हे त्यांना अस्वस्थ करू लागते. 'जंगलातील कुठल्याही प्राण्यांची शिकार ह्या गोऱ्या फिरंगी लोकांना करू द्यायची नाही.' (पृ. २२) अशी प्रतिज्ञा पारधी करताना दिसतात. कारण जंगलावर आपलं राज्य आहे अशी त्यांची भावना ह्यामागे कार्यरत असते. ह्याउलट इंग्रजांना जंगलातील वन्य लोकांचा राग येतो. ह्या जंगली लोकांचा बंदोबस्त केला नाही, तर ते आपल्याविरूद्ध बंड करतील (पृ. २२) ह्या भावनेने इंग्रज पारध्यांचा बीमोड करू लागतात आणि त्यांच्यामध्ये संघर्षाला सुरूवात होते.

पारधी, भिल्ल, ठग, पेंढारी, वारली अशा रानटी टोळ्यांचा कायमचा बंदोबस्त करण्याची मोहीम इंग्रजांकडून राबविली जाते. ह्याचाच एक भाग म्हणून जंगलात रेल्वे रूळ टाकण्याची योजना आखली जाते. ह्या रानटी जमातींचा अभ्यास करून त्यांच्याविरूद्ध कोणत्या उपाययोजना करावयाच्या ह्याचा अहवाल तयार केला जातो. इंग्रजांच्या आधुनिक हत्यारांपुढे वन्य जमातींचा निभाव लागू शकत नाही. ते जंगल सोडून पळून जातात आणि दऱ्याखोऱ्यात लपून राहू लागतात. इंग्रजांच्या बंदुका आणि तोफांच्या माऱ्यापुढे आदिवासी जमाती तग धरू शकत नाहीत. ते आपले बाण, तिरकमठे, भाले, बरचे टाकून देतात. ह्या रानटी जमातींचा प्रतिकार कायमचा मोडून काढण्यासाठी, इंग्रजांनी त्यांना 'बाय बर्थ क्रिमिनल' ठरवून टाकलं. तसा कायदाही केला.

इंग्रजांचा छळ टाळण्यासाठी जंगलात राहाणाऱ्या वन्य जमाती जंगलातून बाहेर पडू लागल्या. त्यांना नागरी जीवनाचं आकर्षण वाटू लागलं. ते जंगल सोडून गावाजवळ येऊन राहू लागले. बिरडीस सारखे अनेक पारधी जंगल सोडून गावाजवळ येऊन राहू लागले. आठवड्याच्या बाजारात गावातल्या लोकांना वन्य जीव आणि वनौषधी विकून उदरनिर्वाह करू लागले.

बिरडीस ढोकी ह्या गावाजवळ येऊन राहू लागतो. ढोकीतला बाजीराव देशमुख आणि उस्मानाबादचा नाना पाटील ह्यांच्यात राजकीय नेतृत्वाची स्पर्धा असते. ते दोघे राजकीय विरोधक असतात. दोघेही स्वातंत्र्यलढ्यात भाग घेतलेले असतात. नाना पाटील विधानसभेच्या निवडणुकीत बाजीराव देशमुखांचा पराभव करून निवडून येतात. त्यामुळे बाजीराव देशमुख चिडतात. त्यांच्या मनात नाना पाटील ह्यांचा सूड घेण्याचा विचार बळावू लागतो. ह्यासाठी बाजीराव देशमुख बिरडीस आणि त्याच्या सहकारी पारध्यांना नाना पाटलांच्या घरावर दरोडा घालायला सांगतात. पारधी नाना पाटलाच्या घरावर दरोडा घालतात. हे दरोडा घालण्याचे वर्णन अत्यंत वास्तव आणि जिवंत साकार झालेले आहे. दरोडा टाकण्याची पारध्यांनी केलेली तयारी आणि त्यांनी टाकलेला दरोडा ह्याचे वर्णन हादरवून सोडणारे आहे.

पारधी नाना पाटलाच्या वाड्यावर दरोडा टाकून चोरीचा हिस्सा बाजीराव देशमुखाला आणून देतात. पारधी जमात, चोरी कोठे करावी ह्या स्थळाची माहिती देणाऱ्याला, चोरीत मिळालेल्या मालाचा जो हिस्सा देते, तितका हिस्सा बाजीराव देशमुखाला मिळतो. पारध्यांनी वेळोवेळी चोऱ्या करून आणून दिलेल्या लुटीवर बाजीराव देशमुख पुढली निवडणूक लढवतात आणि नाना पाटील ह्यांचा पराभव करतात. गुन्हेगारांच्या मदतीने आणि चोरीच्या पैशावर कसे राजकारण खेळले जाते ह्याचे हे जिवंत दर्शन आहे. बाजीराव देशमुख निवडून आल्यानंतर ढोकी ह्या आपल्या गावी साखर कारखाना काढतात.

बिरडीस आणि त्याचे सहकारी पारधी चोरीपासून मिळालेल्या पैशातून शेती घेतात, शेळ्या-मेंढ्या घेतात, गावातील गरीब लोकांना व्याजाने पैसे देऊ लागतात आणि ह्या पैशातून गावात दारुचा धंदा सुरू करतात. पारधी ढोकीजवळ नागरी जीवन जगू लागतात. पुढल्या काळात साखर कारखान्यातून भरारी दारूची निर्मिती होऊ लागते. त्यामुळे पारध्यांची दारू आणि भरारी दारू अशी बाजारात स्पर्धा सुरू होते. पारध्याच्या दारू धंद्यावर ह्याचा वाईट परिणाम होऊ लागतो. तेव्हा पारधी उस्मानाबादच्या नाना पाटील ह्यांच्याकडे जातात आणि त्यांची मदत घेऊन बाजीराव देशमुखांना धडा शिकवण्याचा प्रयत्न करतात.

बाजीराव देशमुख असो किंवा नाना पाटील असो, त्यांना पारध्यांकडून चोरीचा माल फुकट मिळत असल्याने ते त्यांची बाजू घेत असतात आणि पारध्यांना त्रास न देईल असा पोलिस अधिकारी बदलून आणत असतात. पोलिसांनाही पारध्यांपासून हप्ता मिळत असल्याने, तेही पारध्यांना पाठीशी घालण्याचे काम करतात. आपल्याला हवा असलेला पोलिस अधिकारी यावा, म्हणून पारधीही प्रयत्न करत असतात. पारध्यांच्या विरोधातला पोलिस अधिकारी आला, की तो पारध्यांचा अमानुष छळ करू लागतो. या कादंबरीत पोलिसांनी पारध्यांना जो अमानुष छळ केलेला आहे, तो

अंगावर शहारे आणणारा आहे. ब्रिटिशांपेक्षाही अधिक क्रूर छळ पोलिसांकडून कसा केला जातो, ह्याचे वर्णन ह्या कादंबरीत आलेले आहे.

बादशहा पारधी हा धनिकांच्या घरावर दरोडे घालत असतो आणि लुटलेला माल गरिबांना वाटत असतो. त्यामुळे तो लोकांत प्रिय असतो. बादशहा पारधी हा लोकसभेच्या निवडणुकीत सिंधूताई पवार ह्यांना मदत करतो. सिंधूताई पवार निवडणुकीत निवडून येतात. बादशहा पारधी पोलिसांना शरण जातो आणि पोलिसांचा 'खबऱ्या' बनून सामान्य जीवन जगू लागतो. बादशहा पारधी पोलिसांना शरण गेल्यानंतर त्याच्या टोळीतील इतर पारधी बादशहासारखा दरोडेखोर होण्याचे ठरवून, दरोडे घालू लागतात. बादशहाचा आदर्श घेऊन बिरडीसचा मुलगा रानपळ्या दरोडेखोर बनतो.

पुढल्या काळात रानपळ्यालाही दरोडे घालणे आणि पोलिसांचा ससेमिरा चुकवून लपूनछपून जगणे ह्याचा उबग येतो. बादशहा पारध्यासारखं पोलिसांना शरण जाऊन चांगलं जीवन जगावं असं रानपळ्याला वाटू लागतं. तो ढोकीमध्ये शेती विकत घेऊन स्थिर जीवन जगण्याचा विचार करू लागतो. रानपळ्या जी शेती विकत घेणार असतो, तीच शेती साखर कारखान्यासाठी पंतगराव पाटलांनाही हवी असते. पारधी शेती विकत घेऊन स्थिर जीवन जगू लागले, तर गावाच्या राजकारणात दखल देतील, म्हणून पतंगराव पाटील आणि बाजीराव देशमुख पोलिसांशी संगनमत करून पारधी वस्तीवर हल्ला करतात आणि ढोकीचे पारधी हत्त्याकांड घडते. ह्या हत्त्याकांडाचे वर्णन वाचकाला अस्वस्थ करणारे आहे. ह्या हत्त्याकांडातून रानपळ्याची बायको बकरी वाचते, कारण ती चोरीच्या आरोपाखाली तुरुंगात शिक्षा भोगत असते.

बकरी तुरुंगात शिक्षा भोगत असताना तुरुंगातच बाळंत होते. तुरुंगातून बाहेर आल्यानंतर ती जगण्यासाठी मुंबईला जाते. मुंबईतल्या रोडवर भीक मागून जगू लागते. एके दिवशी ती रोडवर गजरे विकत असते आणि तिचा मुलगा वकिल्या फुगे विकत असतो. त्या मायलेकराची जगण्याची धडपड पाहून रोडने जाणाऱ्या ख्रिश्चन फादर गोन्साल्विस ह्यांना दया येते. ते आपली कार थांबवतात आणि बकरीच्या परवानगीने वकिल्याला शिक्षण देण्यासाठी घेऊन जातात. फादर गोन्साल्विस हे वकिल्या पारधी ह्या मुलाचे नाव वकील गोन्साल्विस असे ठेवून त्याला सेंट जॉन स्कूलमध्ये घालतात. हे हिंदुत्ववादी संघटनेचा कार्यकर्ता असलेल्या प्रवीण जोशी ह्याला कळते. 'हिंदूतील गरीब आदिवासी पारध्यांना पैसे देऊन धर्मान्तर घडवण्याचा हा प्रकार आहे' (पृ. २५७) म्हणून प्रवीण जोशी विरोध करू लागतो. बकरी प्रवीण जोशीचे ऐकत नाही. वकील गोन्साल्विस ख्रिश्चन स्कूलमध्ये शिक्षण घेऊ लागतो. 'वकिल्या पारधी' ह्या कादंबरीचे कथानक असे साधे, सरळ आणि सोपे आहे. ही कादंबरी पारधी समाजाच्या उत्क्रांत होणाऱ्या जीवनावर प्रकाश टाकण्यासाठी लिहिली आहे. वन्य जीवनापासून सुरू होऊन ही कादंबरी मुंबईच्या जीवनापर्यंत प्रवास करते.

ह्यात पारधी जीवनाच्या बदलत्या समस्यांचे चित्रण केलेले आढळते. पारध्यांच्या मौखिक इतिहासावर आधारलेली ही कादंबरी आहे.

लक्ष्मण गायकवाड ह्यांनी ह्या कादंबरीमध्ये राक्षसगुणी आणि देवगुणी ह्यांच्यातील संघर्षाचा उल्लेख केलेला आहे. अर्थातच हा संघर्ष आर्य आणि अनार्य ह्यांच्यामधला आहे. आर्यांनी मूळ रहिवासी असलेल्या आदिवासींचा पराभव केला. आर्यांनी पराभूत केलेल्या आणि त्यांचे दास्यत्व स्वीकारून गावगाड्यात ज्या जाती राहिल्या, त्या अस्पृश्य ठरल्या आणि ज्या जाती आर्यांनी केलेला पराभव नाकारून जंगलाच्या आश्रयाला गेल्या त्या आदिवासी म्हणून राहिल्या असे इतिहास कथन बिरडीस ह्या पारध्याने केलेले आहे. (पृ. ४, ५) पुढे हाच बिरडीस 'आपण राणा प्रतापाचे वंशज आहोत' (पृ. १११) असेही सांगताना दिसतो.

पारधी जमात आर्यांनी पराभूत केलेली आहे हे खरे असेल तर ती राणा प्रतापाची वंशज कशी ठरते? कारण राणा प्रताप हे मध्ययुगातले आहेत. बिरडीस हा स्वातंत्र्यपूर्व काळातला, अर्थात महात्मा गांधीजींच्या काळातला आहे. ह्या काळातला एक अशिक्षित पारधी हा इतिहास संशोधकासारखा बोलला पाहिजे, अशी अपेक्षा करणे चुकीचे ठरेल. राणा प्रतापही आपल्या पराभवानंतर वनाच्या आश्रयाला गेले होते. म्हणून आपण त्याचे वंशज अशी बिरडीसची धारणा आहे.

वन्य जीवन जगणारे पारधी इंग्रजांच्या छळाला कंटाळून जेव्हा गावाजवळ येऊन राहू लागतात तेव्हा ते जगण्यासाठी वनौषधी आणि वन्य जीवन ह्यांची विक्री करू लागतात. पुढल्या काळात वन अधिकारी पारध्यांचा छळ करू लागतात. त्यामुळे पारध्यांना वनावर अवलंबून जगणे अवघड होऊ लागते. पारधी जेव्हा गावगाड्याच्या संपर्कात येऊ लागतात, तेव्हा छोट्या मोठ्या चोऱ्या करून उदरनिर्वाह करू लागतात. शेतातला माल आणि शेतकऱ्यांची जनावरे पळवणे, हा त्यांच्या जगण्याचा मार्ग होतो. ह्यातूनच ते मोठ्या चोऱ्या, दरोडे ह्याकडे वळताना दिसतात. पारधी जंगलात राहिल्यामुळे काटक आणि चपळ असतात. त्यांची भाषा आणि जीवनपद्धती ही इतरांपेक्षा वेगळी असते. त्यामुळे त्यांना वेगळे लेखून त्यांच्यावर अन्याय केला जातो. इंग्रजांनी आणि पोलिसांनी त्यांना गुन्हेगार लेखून त्यांचा छळ केल्यामुळे गावगाड्यातील लोकही पारध्यांना गुन्हेगार समजतात. त्यामुळे पारध्यांना गावगाड्यात कामधंदा मिळत नाही. अशा परिस्थितीत पारध्यांना, जगण्यासाठी चोरी करणे हा मार्ग तेवढा खुला राहातो.

बाजीराव देशमुख असो, नाना पाटील असो, सिंधूताई पवार असो किंवा काही पोलिस अधिकारी असोत, त्यांना पारध्यांकडून चोरीचा ऐवज घेण्यात काहीच गैर वाटत नाही. हे कशाचे द्योतक आहे? राजकारणी आणि पोलिस अधिकारीच ही व्यवस्था पोसत असताना दिसतात. चोरी करून चोरीचा हप्ता आणि हिस्सा देणारे पारधी 'आमच्यावर अन्याय होतो' म्हणून ओरड कशी करू शकतात? पारध्यांना

चोरी करून अमानुष छळ सहन करत जगावं लागतं ही त्यांची असहायता आहे.

पारध्यांचे पुनर्वसन झाले पाहिजे ह्याकडे ही कादंबरी अंगुलीनिर्देश करताना दिसते. ह्या कादंबरीतील पारध्यांना नागरी आणि स्थिर जीवन जगण्याची इच्छा आहे पण पारध्यांना स्थिर होऊ दिले जात नाही हे वास्तव आहे. ही कादंबरी म्हणजे अस्थिर जीवन जगणारी पारधी जमात आणि स्थिर प्रस्थापित व्यवस्था, ह्यातील संघर्षाची आत्मकथाच आहे. ही आत्मकथा बिरडीस ह्या पारध्याच्या तोंडून व्यक्त झाली आहे.

ह्या कादंबरीतील पात्रांची नावे अभ्यासण्याजोगी आहेत. पारध्यांचा संबंध एक तर जंगलाशी येतो किंवा कोर्टकचेऱ्यांशी. त्यामुळे त्यांची नावे ह्याची निदर्शक असल्याची दिसतील. तीरमाऱ्या, वाघआवळ्या, वाघमाऱ्या, मानकाप्या, अशी प्राण्यांच्या शिकारीवरून पडलेली जशी नावे आहेत तशी भाल्या, बंदुक्या, जमया, तलवाऱ्या, पिस्तुल्या, काडतुस्या अशी शस्त्रांशी संबंधितही नावे आहेत. जंगल्या, जळन, गवत, रानमळ्या, बकरी, गेंड्या, हरणी अशी निसर्गातील नावे आहेत. तारक्या, जज्या, वकिल्या, बॅलिस्टऱ्या, जमादाऱ्या, कैदीन, जेलवंती अशी कोर्टकचेऱ्यांशी संबंधित नावे आहेत. पारध्यांमध्ये अनेक पोटजमाती आहेत. लंगोट पारधी, भिल्ल पारधी, हरण पारधी, फासे पारधी, राज पारधी, गौंड पारधी, वाघ पारधी इ. पारधी नावे वाचल्यानंतर वाचकाच्या मनात गोंधळ उडून जाईल अशी अवस्था आहे.

ह्या कादंबरीत काही बदल पाहाण्यासारखे आहेत. आर्यांनी पराभव केल्यानंतर पारधी जमात जंगलाच्या आश्रयाला जाते आणि इंग्रजांनी पराभव केल्यानंतर ती जंगल सोडून गाववाड्यात येताना दिसते. आर्यांनी पराभव केल्यानंतर ते शिजलेलं अन्न खात नाहीत, पायात चप्पल घालत नाहीत, घरात दिवा लावत नाही. घरात 'दिवा लावणे' गुन्हा मानतात, पण इंग्रजांनी पारध्यांचा बीमोड केल्यानंतर दिवा लावणाऱ्या वस्तीजवळ येऊन राहू लागतात. 'धोतर शर्ट घालणारे लोक दिसले की पळून जाणारा बिरडीस तशाच प्रकारचा पोशाख करू लागला.' (पृ. २९) हा केवळ वरवरचा बदल नाही. प्रारंभीच्या काळात पारध्यांना आपली मुलं शिकारी झाली पाहिजेत असं वाटत असतं. नंतरच्या बदललेल्या परिस्थितीत ती चोर दरोडेखोर झाली पाहिजेत असं त्यांना वाटू लागतं. त्यानंतर मात्र आपली मुलं शिकली पाहिजेत आणि त्यांनी आपल्या दुःखाला वाचा फोडली पाहिजे असं पारध्यांना वाटू लागतं. पारध्याच्या जगण्याच्या परिस्थितीत बदल झाला, की त्यांची मानसिकताही बदलताना जाणवते. हा बदल लेखकाने अतिशय जाणतेपणाने टिपलेला आहे. त्यामुळेच हे लेखन महत्त्वाचे वाटू लागते.

पारध्यांनी वन्य जीवनाचा त्याग केल्यानंतर त्यांना 'आपणही इतर शेतकऱ्यांप्रमाणे शेती करावी, बैल बारदाना बाळगावा' (पृ. ७७) असे वाटू लागते. बिरडीसच्या वस्तीवर शेतकरी पक्षाचा झेंडा फडकू लागतो. (पृ. १२५) त्यांच्या वस्तीवर कारखान्याच्या

दिव्यांचा प्रकाश पडू लागतो (पृ. १२७) हे बदलही महत्त्वाचे आहेत. शेतकरी पक्षाचा झेंडा फडकणे, कारखान्याच्या दिव्यांचा प्रकाश पडणे ही आधुनिक प्रतीके आहेत. ह्याचाही पारध्यांच्या पारंपरिक मानसिकतेवर कसा परिणाम झाला आहे, ते पारध्यांच्या पुढील संवादावरून कळून येईल. मानकाप्या म्हणतो,'आपल्या देशातून गोरे इंग्रज गेले म्हणतात, पण कैदखान्यात डांबून ठेवलेल्या आपल्या पारधी लोकांना का सोडत नाहीत? आपण तर जमीनदार देशमुखापेक्षाही गोऱ्या इंग्रजांच्या विरोधात खूप मोठा लढा दिला.'(पृ. ४८) तर बिरडीस म्हणतो,'कदाचित देशासाठी लढणाऱ्याला स्वातंत्र्य मिळालं असेल तर जंगलासाठी लढणाऱ्यांना स्वातंत्र्य देण्याचं नाकारलं असेल.' (पृ. ४९) पारध्यांमधील ह्या आधुनिक जाणिवा महत्त्वाच्या आहेत.

पारध्यांना पदोपदी अन्यायाची वागणूक मिळताना दिसते. 'तुम्ही ह्या गावाचे रहिवासी नाहीत.'(पृ. ५१) असे सुनावले जाते. 'ही तुमची स्मशानभूमी नाही' म्हणून प्रेताला पुरण्यासाठी जागा दिली जात नाही.' (पृ. २०७) इतकेच नव्हे तर त्यांना रहिवासी असल्याचा दाखला दिला जात नाही. (पृ. २११) अशा प्रकारचा पारध्यांचा छळ होताना दिसतो. ही कादंबरी पारध्यांच्या छळावर आधारलेली आहे. पारध्यांवर होणाऱ्या अन्यायाला वाचा फोडण्यासाठी ही कादंबरी लिहिली गेली आहे. त्यामुळे ह्या कादंबरीतील सर्व सवर्ण पात्रे आणि पोलिस अधिकारी ह्यांच्या व्यक्तिरेखा एकाच प्रकारच्या बेतलेल्या दिसतील. पात्रांची नावे वेगवेगळी असली तरी त्यांचे पारध्यांविषयीचे वर्तन मात्र एकसारखेच आहे. ह्याला अपवाद आहेत त्या मुस्लिम आणि ख्रिश्चन व्यक्ती. ह्या व्यक्तिरेखा पारध्यांशी सहृदयतेने वागताना दिसतात. मुळातच ही कादंबरी एका जमातीला केंद्र मानून लिहिली गेली असल्याने, ह्यातील व्यक्तिरेखा गौण बनल्या आहेत. ह्यातील स्त्री व्यक्तिरेखा तर नगण्यच वाटतात. कादंबरीच्या सुरुवातीला 'दिवा लावणे' ह्याला विरोध आहे. जंगल आहे, तर कादंबरीच्या शेवटी दिव्यांचा लखलखाट आहे, मुंबईसारखे महानगर आहे. संपूर्ण कादंबरीत झालेली पारध्यांची 'कोडियारा' देवी कादंबरीच्या शेवटी हद्दपार होते. 'कोडियारा' देवीची जागा चर्च घेताना दिसते.

लेखकाने पारधी आणि पारध्याचे जीवन चित्रित करण्यासाठी जाणीवपूर्वक मेहनत घेतलेली आहे. वनातील प्राण्यांची नावे, झाडाझुडपांची नावे पानोपानी विखुरलेली दिसतील. वन्य जीवनातील औषधोपचारांची येथे जंत्रीच दिलेली दिसेल.

१) पोटात आल्यास, खोकला आल्यास किंवा मिरगी आल्यास कस्तुरीचा वास द्यावा किंवा कस्तुरी खायला द्यावी म्हणजे आजार बरा होईल. (पृ. ३)
२) म्हवाची फुलं खाल्ल्याने पोटात आजार होत नाहीत. बाळंतिणीला पान्हा फुटतो. (पृ. १०)
३) पारवे खाल्ल्यामुळे संधिवात होत नाही. पानकुत्र्याचे मटण खाल्ल्यामुळे महारोग होत नाही. रानडुक्कर खाल्याने शरीर मजबूत होते. (पृ. ३५)

४) बाळंतिणीला भरपूर दूध यावे म्हणून बिब्याच्या गोडंब्या, हिंग, काळीमिरी, जायफळ, लाजाळूचा पाला, टेकाळीच्या मुळ्या, झुंझरुराची साल ह्याचं मिश्र मोहाळाच्या मधाबरोबर खावे.
५) लहान मुलाला हिवताप येऊ नये म्हणून हरणाच्या पोटातील गवधरन दगडावर घासून मधाबरोबर चाटायला द्यावे. (पृ. ३७)
६) घोरपड खाल्ल्याने कंबर मजबूत होते. सांधेदुखीचा रोग होत नाही. (पृ. ५१)
७) चोरी करताना अंगाला एरंडीचे तेल लावावे म्हणजे कोणी पकडल्यास निसटून जाता येते. (पृ. ११३)
८) कोल्ह्याची चरबी तळून काढलेले तेल लहान मुलांना दिल्यास खोकला किंवा पोटाचे विकार बरे होतात. (पृ. ८३)
९) पावसातील गारा खाल्याने हिवताप बरा होतो. अंगातील उष्णता नष्ट होते. (पृ. २०५)

अशी अनेक उदाहरणे देता येतील. ही उपचारपद्धत खरी की खोटी ह्या वादात पडण्याचे कारण नाही. अशा तपशिलांमुळे पारध्यांचे वन्य जीवन डोळ्यांपुढे उभे राहाते हे खरे.

१) हरणाच्या पायाच्या नसा दोरीसारख्या काढून त्या वाळवल्या की त्याची शिकारीसाठी मजबूत दोरी करता येते.(पृ. ३)
२) हरणाचं मांस वाळवून तीन ते चार महिने खाता येते. (पृ.४)
३) वाळलेला डिंक भाजून खायला चांगला असतो. (पृ. ७)
४) पारधी वस्तीवर चितर भाजल्याचा वास दूरपर्यंत दरवळत होता. (पृ. ८)
५) हिंस्त्र प्राण्याचा वास तीव्र स्वरूपाचा असतो. (पृ. ९)
६) बिरडीसची गाय आपल्या मालकाचा वास आल्याशिवाय जवळ यायची नाही. (पृ. ३४)
७) पारधी आपल्या सहकाऱ्यांना इशारे देताना कोल्ह्याचा किंवा रानकोकिळाचा आवाज काढतात. (पृ. ४४)
८) पारध्यांचे डोळे बहिरी ससाण्यासारखे असून त्यांना रात्रीसुद्धा दिसते. (पृ.५२)
९) पारध्यांच्या वस्तीजवळ उजेड चमकला की ते आपल्यावर कुठले तरी संकट येणार असं समजतात. (पृ. ५३)
१०) सापाला बघून साळुंक्या किलबिल करून ओरडत होत्या. (पृ. १०८)
११) वाघाचं मांस रुचकर नसतं. (पृ. ३३)

असे अनेक तपशील ह्या कादंबरीत वाचायला मिळतील. पारधी जमातीत मोहाच्या फुलांपासून तयार केलेली दारु पिऊन रात्री कोडियारा देवीच्या समोर आपल्या शौर्याची, पराक्रमाची आणि शिकारीची गाणी गाण्याची प्रथा आहे. (पृ. ९)

जिवंत रेड्याच्या मानेत सुरा खुपसून बायकामुलांसह रक्त पिण्याची प्रथा आहे. रेडा मेल्यानंतर रक्त प्यायचे नाही असा संकेत आहे. (पृ. १५)दिवा लावणाऱ्या वस्तीजवळ राहणे पारध्यांच्या रीतीरिवाजाप्रमाणे गुन्हा ठरत होता. (पृ. १६) अट्टल गुन्हेगार असलेले पारधी रात्री बारानंतर घरी येतात अशी पद्धत आहे. (पृ. ५३) पारध्याच्या प्रत्येक बाईने लग्नाच्या आधी ती पतिव्रता आहे हे सिद्ध करण्यासाठी उकळत्या तेलातून बंदा रुपया काढण्याची प्रथा आहे. (पृ. ६६) पारधी पिढ्यान् पिढ्या जिवंत राहण्यासाठी संकटकाळी आपल्या माणसाचं बलिदान द्यायचं झालं तर मागंपुढं पाहात नाहीत. (पृ. ११६) चोरी करणाऱ्या ठिकाणाची माहिती देणाऱ्याला सर्वात मोठा हिस्सा देण्याचा शिरस्ता आहे. (पृ. ११७) पारध्यामध्ये लग्नाच्या अगोदर दोन दिवस मळ काढण्याचा कार्यक्रम होतो. (पृ. १३४) उडणाऱ्या पक्ष्याला मारून त्याचं मांस बायकोला चारल्याशिवाय पारधी आपल्या बायकोचा सांभाळ करू शकत नाही, अशी समजूत आहे. (पृ. १३६) ह्या सगळ्या तपशिलातून पारधी समाजाचे समग्र चित्रण झालेले दिसून येईल.

'वकिल्या पारधी' ही कादंबरी वाचताना वाचक हादरून जाईल, असे अनेक प्रसंग आहेत. जिवंत रेड्याचे रक्त पिणे, दाताने जिवंत बकऱ्याची मान कापणे, आपल्याच सहकाऱ्याचे अडचणीच्या वेळी शिर उडविणे, अन्न मिळत नाही म्हणून पाळलेल्या बकरीच्या पिल्लाची हत्त्या करणे, शेळी चोरून आणताना तिने ओरडू नये म्हणून तिच्या जिभेत काटा टोचणे, उकळत्या तेलातून पैसे काढणे अशा अनेक प्रसंगांची मालिकाच आहे. ढोकी हत्त्याकांड आणि पोलिस चौकीतील पारध्यांचा छळ हे प्रसंग वाचकाला हादरून टाकणारे आहेत. पारध्यांच्या जीवनातील स्थित्यंतरावर भेदक प्रकाश टाकणारी ही कादंबरी आहे. पारधी समाजाला आणि त्याच्या व्यथा वेदनांना समजून घेण्यासाठी ही कादंबरी मला महत्त्वाच्या दस्तऐवजासारखी वाटते.

'वकिल्या पारधी' ही कादंबरी पारधी समाजाचे समग्र चित्रण करणारी कलाकृती आहे. आर्यांपासून ते इंग्रजांपर्यंत आणि इंग्रजांपासून ते स्वातंत्र्यापर्यन्तच्या काळातील पारध्यांच्या जीवनातील आणि जीवनदृष्टीतील बदल अतिशय जाणीवपूर्वक उलगडून दाखवणारी ही कलाकृती आहे. पारधी जमात आणि जमातीचे जगणे अत्यंत बारकाव्याने इथे जसे व्यक्त झाले आहे, तसा पारध्यांच्या सामाजिक समस्यांचा वेधही ह्या कादंबरीत घेतलेला दिसेल.

वकिल्या पारधी - लक्ष्मण गायकवाड, स्वरंग निर्मिती, ठाणे - ४०० ६०१, पृष्ठे - २६१, किंमत - २८० रु.

बलुतं

दया पवार ह्यांचं 'बलुतं' हे आत्मकथन प्रकाशित झाल्यानंतर त्याची विपुल चर्चा झाली. 'बलुतं' पूर्वीचे दलित साहित्य हे कथा, कविता ह्या वाङ्मय प्रकारांत बंदिस्त होते. 'बलुतं'नंतर मात्र दलित आत्मकथनांची लाट निर्माण झाली आणि अनेकांनी आत्मकथा लिहिल्या. दलित आत्मकथनांमुळे दलित साहित्याची वादळी चर्चा झाली, त्या प्रमाणात ह्या साहित्याकडे वाचकवर्गही आकर्षित झाला. प्रकाशकही दलित आत्मचरित्रे मोठ्या प्रमाणात प्रकाशित करू लागली. त्यामुळे वेदना, विद्रोह आणि नकार ह्या आवर्तात सापडलेल्या दलित साहित्य आणि समीक्षेला एक नवी गती मिळाली. दलित आत्मकथनांमुळे दलित समाज आणि त्यांचे प्रश्न लोकांपुढे चर्चेचे विषय झाले.

दया पवार ह्यांच्या 'बलुतं' ह्या आत्मचरित्राचा सर्वत्र उल्लेख होताना दिसतो. मराठीतीलच नव्हे तर भारतीय भाषांतील हे पहिले दलित आत्मकथन आहे. 'बलुतं' ची उलटसुलट चर्चा झाली. 'बलुतं' प्रकाशित झाल्यानंतर आलेल्या वाचकांच्या पत्रांवर आणि अनुभवांवर आधारित 'बलुतं : एक वादळ' नावाचे

पुस्तकही प्रकाशित झाले. दया पवारांना पद्मश्री मिळाली. एका पुस्तकामुळे एका लेखकाच्या आयुष्यात किती फरक पडतो, ह्याचे हे उदाहरण आहे.

'बलुतं' हे पुस्तक अन्य दलित आत्मकथनांपेक्षा खूप चर्चित ठरले. इतकेच नव्हे, तर ते अन्य आत्मचरित्र लेखनासाठी मार्गदर्शकही ठरले. अनेक दलित लेखकांनी निर्भयपणे आपले अनुभव शब्दबद्ध केले. दलित लेखकांना निर्भयपणे लिहिण्याचे बळ 'बलुतं' ह्या पुस्तकाने दिले. 'बलुतं' हे पहिले दलित आत्मकथन असल्याने त्याची मोठ्या प्रमाणात दखल घेतली गेली. 'बलुतं' ला मिळालेली प्रसिद्धी, प्रतिष्ठा आणि पुरस्कार ह्यामुळे अन्य दलित लेखकांनीही कथा, कविता लिहिण्यापेक्षा आपले आत्मचरित्र लिहिणे अधिक पसंत केले. कथा कवितेमधल्या काल्पनिक वेदना आणि विद्रोहापेक्षा, प्रत्यक्षात जगलेलं दलित लेखकाचं जीवन कितीतरी स्फोटक होतं. ह्या भीषण आयुष्याला साहित्याचा विषय बनवता येते, ह्याचा कित्ता 'बलुतं' ने घालून दिला. त्यामुळेच पुढील दलित लेखकांना कित्ता गिरवणे सोपे झाले

।।१।।

'बलुतं' मधील दगडू मारुती पवार आणि दया पवार या एकाच जीवनाच्या अनेक बाजू आहेत. दगडू हे दयाचे ओंगळवाणे नाव आहे आणि दया हे दगडूचे नेभळट रूप आहे. दया पवार आपले 'दगडू' हे नाव बदलतात. त्यांना आपल्या नावाची लाज वाटते. आई आणि मावशीचीही लाज वाटते. 'बलुतं' हे दगडू आणि दया ह्या द्वंद्वाचं आत्मकथन आहे. दया पवारांनी स्वत:विषयी 'बलुतं' मध्ये जी विधाने केली आहेत, ती पुढे दिली आहेत.

१) माझी मानसिकता दुभंगलेली, जरासंधासारखी (पृ. ४)
२) पुस्तकी जगामुळं मी आमच्या वस्तीपासून जाणिवेच्या पातळीवरही दूर जाऊ लागलो. (पृ. २७)
३) कळू लागलेल्या वयापासून मी एकाकी होत चाललो. (पृ. २८)
४) दिवसेंदिवस पुस्तकी होत चाललो. महारवाड्यातून जाणिवेच्या पातळीवर दूर जाऊ लागलो. (पृ. २७)
५) पुस्तकांची संगत जडल्यामुळे माझं मूळचं संवेदनाक्षम मन हे जादाच संवेदनाशील झालेलं. (पृ. ७१)
६) मी स्वाभिमानशून्य जगलो, याचा आज मला विषाद वाटतो हे मात्र खरं. पण तेव्हा वाटायचं, खरंच आपल्याला ताठ कणा नाही काय? सालं, आपण एवढे भित्रे कसे? ही भीती आपल्याला कोणी दिली?(पृ. ७२)
७) आपल्या बुळेपणाची लाज वाटते. (पृ. ७६)
८) ह्या टेरिलिनच्या कपड्यात आपण किती पांढरपेशे झालोय. (पृ. ९३)
९) आज माझ्या चेहेऱ्यावर उदासीनतेचं जे शेवाळ दिसतं, ते तेव्हापासून जमा

झालेलं. (पृ. १०६)

१०) आपल्या आणि यांच्या जगात अंतर पडत चाललंय याची खंत मात्र खूपच बैचेन करते. (पृ. १२१)

११) माझ्या मनात ह्या प्रतिष्ठेच्या कल्पना शिक्षणामुळे निर्माण झालेल्या. (पृ.१३३)

१२) मी मात्र एकटाच पोखरत चाललो. झाडाला वाळवी लागावा तसा. (पृ.१३४)

१३) आपण एवढे नेभळटासारखे का बरे वागलो, याचं कारण मात्र आजही कळत नाही. (पृ.१४९)

१४) मी किती डरपोक आहे, याची प्रचिती मला लगेच आली. (पृ.१४९)

१५) मी आयुष्यभर घाबरत आलो. त्याला कारणं जशी वैयक्तिक आहेत, तशी ज्या अभावग्रस्त समाजात मी जन्माला आलोय, त्यातही सापडतील. (पृ.१८५)

वरील विधाने ही दया पवारांच्या व्यक्तिमत्त्वावर भगभगीत प्रकाश टाकणारीआहेत. ह्या विधानांच्या आधारे पुढील विधाने करता येऊ शकतील.

अ) दया पवारांची मानसिकता ही दुभंगलेली, बुळी आणि स्वाभिमानशून्य अशी होती.

आ) शिक्षणामुळे ते पांढरपेशे बनले होते.

इ) पांढरपेशे बनल्यामुळे त्यांना स्वसमाज आणि आपल्या नातेवाईकांची लाज वाटत होती.

ई) त्यांचा स्वभाव भित्रा, घाबरट, नेभळट, डरपोक होता.

उ) ते एकाकी बनले होते. त्यामुळे उदासीन, बैचेन आणि खोट्या प्रतिष्ठेच्या कल्पना घेऊन जगत होते.

ऊ) त्यांना त्यांच्या तुटलेपणाची आणि नेभळटपणाची चीड येत होती.

दया पवार शिक्षणामुळे पांढरपेशे बनतात, त्यांचं मन संवेदनाक्षम बनतं, ते आपल्या समाजापासून तुटतात, इतकं ढोबळ विवेचन करता येणार नाही. दया पवारांना आंबेडकरी चळवळीची पार्श्वभूमी आहे, हे लक्षात घेतले पाहिजे. शिक्षणामुळे त्यांना प्रस्थापित विषम व्यवस्थेची जाणीव होते. त्याचबरोबर प्रतिकूल प्राप्त परिस्थितीचेही आकलन होते. व्यवस्था आणि परिस्थिती ह्याविरुद्ध संघर्ष करू इच्छिणाऱ्या मनाला आपल्या अगतिकतेची, असहायतेची, तुटलेपणाची,हतबलतेची जाणीव होते. ही हतबलता दुभंगलेली, नेभळट,बुळी, भित्री आणि उदासीन अशी आहे. दया पवारांच्या काळात नवसाहित्यिकांची चळवळ चालू होती. ह्या साहित्यावर अस्तित्ववादाचा पगडा होता. दया पवारांच्या लेखनावर नवसाहित्याचा व मध्यमवर्गीय जाणिवेचा प्रभाव दिसतो. दया पवारांच्या 'बलुतं' मधील 'कावाखाना' आणि जयवंत दळवीच्या 'चक्र' मधील झोपडपट्टीवासियांच्या जीवनातील साधर्म्य हे तत्कालीन जाणिवांचे वाङ्मयीन चळवळीचे द्योतक आहे. दलित लेखक व नवलेखक यांच्या मानसिकतेतील साम्य दलित

साहित्याच्या आरंभ काळातील आहे, हे लक्षात घेतले पाहिजे.

दलित साहित्याचा उदयाच्या वेळी नवसाहित्यिकांच्या बंडखोरीचे एक उदाहरण होते. त्याचाच हा परिणाम असावा.

दया पवारांची दुभंगलेली मानसिकता ही त्यांची एकट्याची नाही. त्याकाळात शिकून मध्यमवर्गीय बनलेल्या दलितांच्या मनाची ही एक बाजू होती. समाजापासून तुटून, डरपोक बनलेल्या, दलित ब्राह्मणाच्या जगण्याची, इतकी जाहीर निंदा दया पवारांनी स्वत:च्या निमित्ताने केलेली आहे. पोतराजाने स्वत:वर आसूड ओढून घ्यावेत असे हे फटके आणि प्रहार आहेत. चळवळीपासून, समाजापासून दुरावलेल्या सुशिक्षित मध्यमवर्गीय दलितांच्या नेभळटपणाचे विदारक दर्शन 'बलुतं' मध्ये पाहायला मिळते. दया पवारांची ही आत्मटीका त्यामुळे अनेकांना झोंबली. दया पवारांनी 'बलुतं' मध्ये जी हिंमत दाखविली आहे ती केवळ परखड आणि अत्यंत प्रामाणिक अशी आहे. त्यामुळे 'बलुतं' वर मध्यमवर्गीय दलितांनी टीकेची झोड उठवलेली दिसून येते.

।। २ ।।

'बलुतं' वर अश्लीलतेचाही आरोप झाला. 'बलुतं' मध्ये स्त्री पुरुष संबंधांची चविष्ट चर्चा आलेली आहे. दया पवारांनी 'बलुतं' मध्ये स्पष्टच लिहिले आहे, 'आतापर्यंत दुसऱ्याची लफडी काढण्यात मी चांगलाच रस घेतला. पण स्वत:चं सांगताना मात्र कासावीस होतोय.' (पृ. १६८) दया पवारांनी जणू दुसऱ्याची आणि स्वत:ची लफडी सांगण्यासाठीच हे आत्मकथन लिहिले आहे असा ह्या विधानाचा मतितार्थ निघतो. 'बलुतं' मध्ये अनेक लैंगिक किस्से आणि त्यांचं वर्णन आलेलं आहे. लेखकाने आपल्या वडिलांच्या लफड्यापासून ते स्वत:च्या बायकोच्या लफड्यापर्यंत सगळंच लोकांपुढे मांडलं आहे.

दया पवार ज्या कावाखान्यात राहत होते तिथे सेक्सची उघड चर्चा होत होती. (पृ. १३७) इथे दुसऱ्याचा संभोग पाहाण्यात काहीच गैर वाटत नव्हते. दया पवारांनीही आपल्या लहानपणी कावाखान्यातील अनेक संभोगदृश्ये पाहिलेली आहेत. (पृ. ३०) इतकेच नव्हे तर अनेक विधवांचे किस्से ऐकलेले आहेत. (पृ. ३८) इतरांचा संभोग पाहणे इथला रिवाजच आहे. लेखकाने आपला मावस चुलता शिवा ह्यांचा संभोग चोरून पाहिलेला आहे. त्याचे वर्णन पुढीलप्रमाणे आहे, 'ते कसरतीचे खेळ करणाऱ्या स्त्रीला घरी घेऊन येत. ते उघडेनागडे होत. घामाने थबथबत. भिंतीवरचा आरसा जमिनीवर कोन करून ठेवीत. स्त्रियांच्या दोन मांड्यात केस असतात ह्याचं पुढे बराच काळ मला सारखं नवल वाटत होतं.' (पृ. ३०) लेखकाची नजर किती सूक्ष्म आणि चौकस होती हे ह्यावरून कळून येईल.

दुसरा प्रसंग सयाजीचा आहे. सयाजीची कमाई खाणाऱ्या आणि त्याला

अंगाला हात लावू न देणाऱ्या स्त्रीला कावाखान्यातील स्त्रिया कसा धडा शिकवतात ते पाहाण्यासारखं आहे. त्या घरात शिरतात. कुणी तिचे पाय पकडतात, तर कोणी डोकं आणि सयाजीला कार्यक्रम उरकण्यास सांगतात. आम्ही हे सारं खिडकीतून पाहात होतो. (पृ. १३८) पुढे दया पवारांचे लग्न झाल्यानंतर कावाखान्यातील स्त्रिया दया पवार आणि त्यांच्या पत्नीला एका खोलीत जागा देतात आणि त्यांच्या पहिल्या रात्रीची गंमत पाहाताना दिसतात. (पृ. १४७) कावाखान्यात असे प्रकार चालत असल्याने अनेक नवरदेवांच्या पहिल्या रात्री तशा खूप गाजलेल्या असतात. (पृ. १४६) संभोगाला प्रवृत्त करणं, भांग पाजणं, जोडप्यांना कोंडणं, त्यांचा संभोग बघणं असे प्रकार कावाखान्यात दिसून येतात.

दया पवाराच्या लहानपणी विठाबाई नावाची बाई त्यांना जवळ घेत असते. ह्या प्रकाराविषयी लेखकाने पुढीलप्रमाणे लिहिले आहे, 'ती मला उरीपोटी घ्यायची पलंगावर उताणी झोपायची. मला मांड्या चेपायला सांगायची. अशावेळी ती पातळ वर करीत असे. तिच्या केळीच्या गाभ्यासारख्या मांड्या चेपताना मात्र चमत्कारिक काहूर उठायचं. तसं माझं वय खूप लहान होतं, पण हे सारं बघताना घालमेल व्हायची, एवढं मात्र खरं.' (पृ. ३१) दया पवार जरी वयाने लहान असले तरी विठाबाई लहान नव्हती. मोठी माणसं आपल्या विकृत लैंगिक समाधानासाठी लहान मुलांचा वापर करतात, त्यातलाच हा प्रकार आहे. दया पवार जरी लहान असले तरी त्यांची 'सेक्स' मधील प्रगती भलतीच आहे. त्यांना इयत्ता चौथीच्या वर्गात असताना 'मुलगी बाई कशी होते' हे कळते. इयत्ता सहावीच्या वर्गात शिकत असताना ते इयत्ता सहावीच्या वर्गात शिकणाऱ्या बानू नावाच्या मुलीच्या प्रेमात पडतात. (पृ. ५६) ह्याला ते 'काफ लव्ह' म्हणून संबोधताना दिसतात.

कावाखान्यातील सेक्सचं रसायन असं अफलातून आहे. ह्याला कारणंही तशी आहेत. कावाखान्यात यहुदी आणि मुसलमानांची अरेरावी चालताना दिसते. दारु, सट्टा, बेटींग, मारामारी अशी कृत्ये इथे नित्याची आहेत. वेश्या व्यवसाय आणि हिजड्यांचा देहविक्रय राजरोस चालताना दिसतो. कावाखान्यातील काही स्त्रिया धुणीभांडी करण्यासाठी वेश्यांच्या घरी जात असतात. अशा वातावरणामुळे कावाखान्यातील स्त्री पुरुष संबंधात कमालीचा सैलपणा जाणवतो.

दया पवार ज्या वातावरणात वाढले आणि त्यांना जो आनुवंशिक वारसा लाभला आहे, तो स्वैर आहे. लेखकाचे वडील चांगलेच बाहेरख्याली होते. (पृ. १५) त्यांच्या रांडाही तशा सामान्यच. कुणी बंगल्यात काम करणाऱ्या आया, तर कोणी लॉरीवर मातीकाम करणाऱ्या. 'त्यांनी (दया पवारांच्या वडिलांनी) किती बाया बदलल्या असतील ह्याला तर गणतीच नाही.' (पृ. १५) आपला मुलगा दया पवार ह्याच्यादेखतही ते आपल्या रखेलीबरोबर स्वैर वागताना दिसतात. (पृ. १५) केवळ हा कावाखान्याचाच

परिणाम होता असे नाही. दया पवारांचे वडील मुंबई सोडून जेव्हा गावी येतात तेव्हाही त्यांच्या वर्तनात फरक पडल्याचे दिसून येत नाही. 'निजायला द्या तवा इळे देतो.' असे म्हणत खेड्यातल्या बायकांचा त्यांच्या खुशीने भोग घेताना दिसतात. (पृ. २२) दया पवारांचे सासरेही काही कमी नव्हते. त्यांनी तर आपल्या रखेलीला बाळंतपणासाठी दया पवारांच्या घरी आणलं होतं. (पृ. १६७) ह्याला लेखकाची हरकत नव्हती. दया पवारांच्या वडिलांचा आनुवंशिक अवशेष दया पवारांच्या प्रेम प्रकरणांतून व्यक्त होतो, तर त्यांच्या सासऱ्याचे अनुवंशिक गुण त्यांच्या पत्नी सई हिच्या वर्तनातून दिसून येतात. दया पवारांच्या बहिणीचा सासराही म्हातारपणात बाई बाटलीत रमलेला दिसून येईल. (पृ. १८२) ह्याला दया पवाराच्या आईचा अपवाद आहे.

दया पवारांच्या वडिलांच्या निधनानंतर दया पवाराची आई गरोदर कशी असा प्रश्न उमा आज्याला पडताना दिसतो. (पृ. ३८) दया पवाराला ह्यात तथ्य असावे असे वाटते. दया पवार आईला दुखावतात. दया पवारांच्या वडिलांच्या निधनाअगोदर दयाची आई गरोदर राहिलेली असते अशी माहिती पुढे येते. दया पवारांच्या आईची आई दुसरी घरोबा करताना दिसते. (पृ. २३) 'बलुतं' मध्ये अनेक विधवा आहेत. त्यांचा व्यभिचार आहे. अनैतिक संबधांचा बभ्रा आहे. 'बलुतं' मध्ये भाऊ-बहिणीचे, सासरा-सुनेचे जसे संबंध आहेत, तसे पशुबरोबर संभोग करणारेही आहेत. अशा प्रकारच्या संदर्भामुळे 'बलुतं' वर अश्लीलतेचा आरोप झाला. जे वास्तव आहे, तेच अश्लील आणि बीभत्स अशा स्वरूपाचे आहे. अशा प्रकारचे घाणेरडे जीवन दलितांच्या वाट्याला का यावे असा प्रश्न इथं निर्माण झाला पाहिजे.

केवळ कावाखान्यामध्येच सैल वातावरण होते असे नाही, तर गावाकडेही खुल्लमखुल्ला व्यभिचार घडताना दिसून येतो. 'टोपलीभर यसकर पाळीच्या भाकरी एखाद्या अडल्या नडल्या बाईला दिल्या तर ती लगेच वश व्हायची.' (पृ. २९) भाकरीसाठी वश होणारी स्त्री एकीकडे आहे, तर दुसरीकडे महारवाड्यातील काही तरुण श्रीमंत शेतकऱ्यांकडे सालानं होते. अशा वेळी त्यांचा मराठा बायांशी हमखास संबंध यायचा. ह्या स्त्रिया त्यांचा उपभोग घेत. (पृ. ६५) असे चित्र आहे. शाळेतील मास्तरही शाळेत गरीब स्त्रियांचा भोग घेताना दिसतो. (पृ. २९) दारिद्र्यामुळे लैंगिक अत्याचार कसा केला जातो ह्याची ही उदाहरणे आहेत.

'बलुतं' मध्ये लैंगिक प्रसगांची रेलचेल आहे. दया पवारांनी स्वत:च कबूल केल्याप्रमाणे त्यांनी दुसऱ्याची लफडी सांगण्यात चांगलाच रस दाखवलेला दिसतो. ह्यात त्यांनी आपल्या जन्मदात्याला किंवा पत्नीलाही अपवाद केलेले नाही. 'आपली मावशी वेश्या आहे' हे सांगण्याचे त्यांनी धाडस दाखवले आहे. अनेक वाचकांना हे खटकते. आत्मचरित्रात वास्तव आणि सत्य घटनांना महत्त्व असते. मुळात आत्मचरित्राचे

मूल्य हे त्यातील सत्यावर आधारलेले असते. 'बलुतं' मध्ये आजवर व्यक्त न झालेल्या सत्य घटनांची मालिका आहे. हे सत्य झोंबणारे आहे. सत्याचं विदारक दर्शन 'बलुतं' मध्ये प्रकट झालं आहे. असं अश्लील, ओंगळ, बीभत्स, सत्य सांगून लेखकाने दलित समाजाची बेअब्रू केली आहे, अशी तक्रार दलित वाचकांनी केली आहे. वाचकांच्या तक्रारीत कितीही तथ्य असले, तरी वास्तव नाकारता येत नाही.

दया पवारांच्या प्रेमप्रकरणांवरही 'क्ष' किरण टाकणे आवश्यक आहे. दया पवारांना शाळेच्या (प्राथमिक) जगामुळे महारवाड्यातील पोरींचं आकर्षण वाटत नाही. (पृ. ५४) कारण त्या स्वच्छ राहात नाहीत, आंघोळ करत नाहीत असे लेखकाचे स्पष्टीकरण आहे. महारवाड्यातील मुलीच नाही तर आई आणि मावशी ह्यांच्याविषयीही असा दुरावा दिसून येतो. महारवाडा घाणेरडा आहे. अस्पृश्यता ही अपमानास्पद आहे. आणि आपण अस्पृश्य आहोत ह्या बाबी चोरून ठेवल्या पाहिजेत अशी एक तीव्र भावना 'बलुतं' मधून व्यक्त होताना दिसते. आपली अस्पृश्य ओळख बदलण्यासाठीच लेखक आपले नावही बदलताना दिसतो. अशा वृत्तीमुळेच लेखकाला महारवाड्यातील मुलींचं आकर्षण वाटत नाही. दलित स्त्रीविषयी आकर्षण वाटण्याचा एक प्रसंग 'बलुतं' मध्ये आलेला आहे. दादासाहेब गायकवाड ह्यांच्या पत्नीविषयीचा हा प्रसंग आहे. 'त्यांची बायको देखणी, गोरीपान, घाऱ्या डोळ्यांची, सदाशिव पेठेतील असावी अशी. आपल्यालाही अशीच बायको असावी, अशी मनात सुप्त इच्छा बळावलेली ' (पृ. ९८) कदाचित अशा सदाशिव पेठी रूपाचा दया पवारांच्या मनावर खोल परिणाम झालेला असावा. त्यामुळेच ते सईबरोबर लग्न करायला तयार होताना दिसतात. कारण 'सईचे घारे, निळसर डोळे' हे तिचं वेगळं व्यक्तिमत्त्व होतं. 'कोब्रा मुलगी दिसावी ना, तशी ती दिसायची' (पृ. १३०) इथे मुद्दाम एक गोष्ट अधोरेखित करणे आवश्यक आहे. दादासाहेब गायकवाड ह्यांची पत्नी असो किंवा सई, ह्या स्त्रिया केवळ सुंदर आहेत म्हणून त्या आकर्षक आहेत असे नाही, तर त्या 'सदाशिव पेठी' आणि 'कोब्रा' प्रमाणे सुंदर आहेत हेही तितकेच महत्त्वाचे आहे. हा धागा पकडला तर दया पवारांची मानसिकता समजू शकेल. ते सहावीच्या वर्गात असताना सहावीच्या वर्गातील बानूच्या प्रेमात पडतात. अर्थात त्यांनी म्हटल्याप्रमाणे हे त्यांचे कॉफ लव्ह आहे. ह्याविषयी त्यांनी म्हटलं आहे, 'तिचं (बानूचं) का तिच्या जातीचं आकर्षण वाटू लागलं होतं, हे आज सांगता येत नाही, (पृ. ५५) दया पवारांनी म्हटल्याप्रमाणे हे जर 'कॉफ लव्ह' असेल तर 'बानूविषयीचं' आकर्षण वाटले पाहिजे, पण असे घडताना दिसत नाही. लेखक जेव्हा बानूबरोबर बानूच्या 'जातीचाही' उल्लेख करतो, तेव्हा सारे संदर्भच बदलताना दिसतात. बानूच्या जातीविषयी आकर्षण वाटणे म्हणजे उच्च जातीविषयी आकर्षण वाटणे, असा ह्याचा अर्थ आहे. बानू केवळ सुंदर आहे असे नाही, तर 'ती आकाशाला लागलेले फळ आहे.' ही

भावनाही महत्त्वाची ठरते. (पृ. ५६) मुळात आकाशाला लागलेले फळ ही प्रतिमा खूप बोलकी आहे. ह्यातून दया आणि बानूमधील आकाश आणि धरती इतके अंतर जसे ध्वनित होते तसे आकाशाचे दैवी पावित्र्य आणि महत्ताही लक्षात येते. असे असेल तर हा सांस्कृतिक सुडाचा अविभाज्य भाग ठरतो. सवर्णांनी दलित स्त्रिया वापरल्या म्हणून आपण सवर्ण स्त्रिया वापरल्या पाहिजेत ही सुप्त भूमिका ह्यातून कार्य करताना दिसते.

माणसामध्ये भिन्नलिंगी व्यक्तीविषयी जसे सुप्त आकर्षण असते, तसे भिन्न जाती, धर्म, संस्कृती आणि प्रदेशातील भिन्नलिंगी व्यक्तीविषयी आकर्षण असू शकते. बानूविषयी जर असे विजातीय आकर्षण असेल, तर सलमाच्या जातीविषयीही असा प्रश्न निर्माण होऊ शकतो. कारण कावाखान्यातील मुसलमान दलित स्त्रियांना भाजीपाला समजत होते. (पृ. ८९) म्हणून लेखकाला सलमाविषयी आकर्षण वाटले असावे का? हा प्रश्न अनुत्तरित राहतो.

दया पवारांना जेव्हा बानू ही तिच्या जातीमुळे अप्राप्य वाटू लागते, तेव्हा ते तिचा नाद सोडून देतात. दुसऱ्याला नादाला लावून त्याचा नाद सोडणे ही तर लेखकाची प्रवृत्तीच दिसते. बानू असो, गऊ असो किंवा सलमा असो ह्या तीनही प्रेम प्रकरणात लेखकाने माघार घेतलेली दिसते. तरुणपणी लेखकाला हस्तमैथुनाची जशी सवय जडते (पृ. ११४) तशी गऊ ही वडारी मुलगी आवडताना दिसते. 'तिचे उघडे दंड मात्र कमळाच्या गाभ्यासारखे ते वासना चेतवीत.' (पृ. ११४) दया पवारांना महारवाड्यातील मुली आवडत नसत, पण वयात आल्यानंतर मात्र पालातील वडारी गऊच काय हस्तमैथुनही आवडताना दिसते. हा लेखकाच्या वयाचा परिणाम असावा, असे वाटते.

'सलमा' ह्या प्रेमप्रकरणाविषयी लेखकाने पुढीलप्रमाणे विधान केले आहे. 'एका मुसलमानामुळे माझ्या संसाराचे धिंडवडे निघाले होते, तेव्हा एका मुसलमान पोरीसंबंधी मी थाप मारतोय असं कुणाकुणाला वाटेल.' (पृ. १७६) हे पोएटिक जस्टीस वाटावे असे प्रकरण आहे. कारण सई-मेहबूब हे प्रकरण जसे अर्ध्यावरच संपते, तसे दया आणि सलमा हे प्रकरणदेखील अर्ध्यावरच संपताना दिसते. सलमा आक्रमक आहे. लेखक दलित आहे, शिवाय त्यांनी आपली बायको सोडली आहे हे माहीत असूनही सलमा दया पवारांवर प्रेम करताना दिसते. 'मांजर उंदराशी खेळावं तशी ती दयाशी खेळत होती.' (पृ. १७६) या खेळातून सलमा सईची जागा घेताना दिसते. सईमुळं उद्ध्वस्त झालेल्या लेखकाला सलमामुळे जीवदान मिळते. (पृ. १७८) सलमा लेखकाला पळून जाण्याची सूचना करते (पृ. १८०) आणि दया पवार सलमाला टाळू लागतात. (पृ. १८०) तेव्हा ती लेखकाला 'डरपोक' म्हणताना दिसते. (पृ. १८०) बानू आणि गऊ ह्यांचीही अशीच प्रतिक्रिया असणार.

॥३॥

'बलुतं' मधील पतीपत्नीचे संबंधही खूप चर्चिले गेले. दया पवार आणि सई ह्याविषयी खूप लिहिले गेले. 'बलुतं' मधील पतीपत्नीचे संबंधही तपासून घ्यावे लागतील. सईच्या रूपाच्या प्रभावाने दया पवार तिच्यापुढे चहाटळकी करताना दिसतात. (पृ. १४६) लेखकाचा हा चहाटळपणा पाहून जावजी बाबांना चिंता वाटू लागते. 'पोराच्या संसाराचं हसू तर होणार नाही ना?' अशी त्यांना सार्थ भीती वाटते. (पृ. १४३) पुढे जाऊन ती खरी ठरते. सुंदर सईची सर्वांनाच काळजी वाटत असते. 'एवढी देखणी बायको घेऊन तू झोपडपट्टीत कसा जाशील? तिथं मवाल्याचं राज्य' (पृ. १४८) अशी विचारणा त्यामुळेच होते. एक तर सई सुंदर असल्यामुळे तिच्यावर सहज कुणाही मवाल्याची नजर बसू शकते. दुसरे दया पवार दिवसभर नोकरीला जातात आणि स्वभावाने भित्रे आहेत. तेव्हा त्यांना सईवर नजर ठेवणे शक्य होणार नाही, असे इतरांना वाटते.

दया पवारांचा घरी येणारा मित्रही सईकडून पाणी घेताना तिचा चिमटा घेतो. सई ह्याविषयी दयाकडे तक्रार करते, तर दया पवार म्हणतात. 'अग तू आहेसच तशी देखणी. कुणाचंही मन तुला पाहून ढळेल.' (पृ. १४९) ह्या सगळ्याचा अर्थ काय निघतो? सई देखणी असल्यामुळे तिच्यावर मवाल्याची नजर पडेल अशी सर्वांना भीती वाटते, पण स्वत: दया पवारांना मात्र ह्यात वावगे काही वाटत नाही. हे नैसर्गिकच वाटते. त्यामुळे ते चिमटे घेणाऱ्या मित्राकडे कानाडोळा करताना दिसतात. दयाचा मित्र सईच्या रूपावर भाळलेला दिसतो. कारण तो आपल्या मित्राच्या पत्नीचेही चिमटे घ्यायला मागेपुढे पाहत नाही. दया पवारने अशा माणसाबरोबर मैत्री का करावी? आणि अशा मित्राला घरी का आणावे? सई देखणी आहे, म्हणून तिने इतरांचे चिमटे सहन करावेत काय? कावाखान्यात जुगार खेळायला येणारी माणसं सईला नोटा दाखवत असतात. (पृ. १४९) ह्याविषयी ती दयाकडे तक्रार करते. दया पवार सईच्या तक्रारीकडे लक्ष देत नाहीत. कदाचित सई देखणी असल्यामुळे जुगार खेळायला येणारी माणसं तिला नोटा दाखवत असावीत असा त्यांचा भ्रम झाला असेल. सई वडीलधाऱ्या मंडळींकडे ह्याविषयी तक्रार करते. सईला चिमटा घेणारा मित्र असो किंवा तिला नोटा दाखवणारे जुगारी असोत, त्यांना ठणकावून सांगण्याचं धाडसच मुळी आपल्या नवऱ्याकडे नाही, हे सईच्या लक्षात आले असेल का?

सईला सुरुवातीची दोन तीन वर्षे मूलबाळ होत नव्हतं. त्यामुळे ती खूप कष्टी होती. ह्यासाठी ती चुलत्याकडे गोलपिठ्यात जाई. गोलपिठ्यात वेश्या व्यवसाय चाले. त्यामुळे सईने गोलपिठ्यात चुलत्याकडे जाऊ नये असे दया पवारांना वाटे. (पृ. १६७) सई गोलपिठ्यात जायची, भगतला भेटायची आणि त्याच्याकडून अंगारा आणायची. मूल व्हावं म्हणून सई धडपडत होती. एकीकडे मूल व्हावं म्हणून

ह्यासाठी सईची तडफड दिसते, तर दुसरीकडे सईला सजवता येत नाही (पृ. १५१) तिला गोल पातळ नेसवता येत नाही. (पृ. १५३) अशी खंत करणारे दया पवार दिसतात. सईला एक मुलगी होते.

कावाखान्यातील सायकल दुकानात काम करणारा मेहबूब हा तरुण दया पवारांना आवडत असतो. तो स्वभावानं गोड असतो. रंगाने गोरापान, अंगाने धष्टपुष्ट आणि शेरोशायरीचा शौकीन असतो. त्यामुळे तो दया पवारांना मनापासून आवडत असतो. (पृ. १७०) ह्या मेहबूबविषयी आणि सईविषयी आजूबाजूला कुजबूज सुरू होते. (पृ. १६९)

दया पवार सुंदर बायकोकडे लक्ष देण्यापेक्षा 'बुद्धायन' लिहिण्यात गर्क असतात. तेव्हा त्यांचा मित्र म्हणतो, 'बुद्धायन काय लिहितोस? झवायन लिही' (पृ.१६९) चिमटे घेणारा मित्र काय, 'झवायन लिही' म्हणणारा मित्र काय किंवा महेबूब काय, दया पवारांना ह्याची नीटपणे पारख करता आलेली नाही, हेच खरे. दया पवारांची आईदेखील, 'सई आणि मेहबूब' ह्यांच्या संबंधांविषयी दया पवारांना सांगून-सुचवून पाहाते. दया पवार आपल्या नेहमीच्या स्वभावाप्रमाणे आईच्या सांगण्याकडे दुर्लक्ष करतात. शेवटी दयाची आई घर सोडून निघून जाते. (पृ. १६९) तरीही दया पवार आपल्या पत्नीच्या वर्तनाविषयी गंभीर झालेले दिसत नाहीत. उलट ते लोकांना खिजवण्यासाठी 'मी मेहबूबबरोबर जास्तीत जास्त फिरू लागलो.' (पृ. १६९) अशी कबुली देताना दिसतात. दया पवारांच्या अशा वागण्यातून सई आणि मेहबूबला कोणते संकेत मिळाले असतील ह्याचा जराही विचार लेखकाने केलेला दिसत नाही.

दया पवार एके दिवशी नोकरीवरून घरी परत येतात तेव्हा त्यांची पत्नी मेहबूबबरोबर घरामागे गप्पा मारत असताना त्यांना दिसते. त्यामुळे दया पवारांना संशय येतो. (पृ. १७०) नवरा संशय घेतोय हे पाहून सई रडू लागते. दुसऱ्या वेळीही सई मेहबूबला भेटताना सापडते. (पृ. १७०) दया पवारांनी प्रत्यक्ष पकडल्यामुळे मेहबूबही रडू लागतो. दया पवार मेहबूबला मुंबई सोडून जाण्यास सांगतात आणि मेहबूबही मुंबई सोडतो.

सईच्या वागण्याला कंटाळून तिच्या सासूने घर सोडले आहे. तिच्याविषयी कावाखान्यात कुजबूज होते आहे, आणि स्वत:चा नवराही संशय घेतो आहे. असे असतानाही मेहबूबला भेटावे असे सईला का वाटते? दया पवार सईला पहिल्यावेळी माफ करतात आणि दुसऱ्यावेळी मात्र तिला माहेरी सोडून देतात. सई पुन्हा नांदण्यासाठी आल्यानंतर लेखक तिला साडी चोळी करून माहेरी पाठवत असतो. शेवटी सई ह्या प्रकाराला क़ंटाळून एका वृद्ध गृहस्थाबरोबर विवाह करून मोकळी होते. सई आणि दया पवार ह्यांची काडीमोडही झालेली नसते, हे लक्षात घेण्याजोगे आहे. ह्या सगळ्या प्रकरणात टीकाकारांनी दया पवारांवर टीकेची झोड उठवलेली दिसते.

।।४।।

'बलुतं' मधील अनेक व्यक्तिरेखा कायमच्या स्मरणात राहणाऱ्या आहेत. दया पवारांचे वडील दादा, 'गबागबा खा' म्हणारी आजी, उमा आज्या, तात्या, काकू, बानू, गऊ, सलमा, दया पवारांची आई, सई, सासरा, मेहबूब ह्या व्यक्तिरेखा ठळकपणे वाचकाच्या स्मरणात राहतात. 'बलुतं' मध्ये असंख्य व्यक्तिरेखा आहेत. काही व्यक्तिरेखा तर एक दोन परिच्छेदात प्रकट होतात. नंतर पुस्तकात पुढे कधीच भेटत नाहीत. तरीही अशा व्यक्तिरेखा विसरता येत नाहीत. केवळ एखादा प्रसंग सांगण्यासाठीच अशा व्यक्तिरेखांचा उल्लेख झालेला असतो. त्यामुळे अशा व्यक्तिरेखांच्या स्वभाववैशिष्ट्यांपेक्षा प्रसंगाचे निवेदन महत्त्वाचे ठरते. एखादी व्यक्ती प्रसंगामुळे लक्षात राहणं आणि आपल्या स्वभाववैशिष्ट्यांमुळे लक्षात राहाणं ह्यात फरक करता येऊ शकतो. 'बलुतं' मधील यहुदी - गोरे, मुसलमान, दहाची नोट छापणारा माणूस, सीताराम भाट, दोन बायकांचा सटवा, तात्या शिंदे तमासगीर, सटवा वाजंत्री, मुसलमान मामलेदार, समाध्या, दादासाहेब गायकवाड, बाबासाहेब आंबेडकर, शंकर नावाचा वेडा, महारोग्याचा मुलगा हरी, सुपरवायझरवर पान खाऊन थुंकणारा मास्तर, घोडीझव्या दामू, सीता, सुनेच्या अंथरूणावर जाणारा सासरा, सुदाम बाबा, सोनवणे नावाचे दलित मास्तर, कडू, खरात, पालक, तुकाराम शिरकांडे, आजोबा, आईचे चुलते तानाजी, मामा, राणूजी, हातात वहाण घेऊन मारुतीच्या अंगावर धावून जाणारा सत्यशोधक समाजाचा कार्यकर्ता, विठोबा, चंदर, मंजुळा, विठाबाई, सखाराम वस्ताद, सहदबा हा हिजडा, जमना मावशी, आंबू, सदाशिव, प्राचार्य उपासनी, रोकडे, बबन, कुलकर्णी मास्तर, महादू, सयाजी, जाधव, देढे बोर्डिंगमधला मुलगा, भगवान मास्तर, पाखरे नावाचा विद्यार्थी, दया पवारांच्या सासऱ्याची रखेली देशमुख बाई, दया पवारांची बहीण, बहिणीचा नवरा, सासरा, दया पवारांची दुसरी सुशिक्षित बायको व मुले अशा असंख्य व्यक्तिरेखा आठवत राहतात.

कथा, कादंबरी, नाटक अशा वाङ्मय प्रकारांपेक्षा आत्मचरित्र हा वाङ्मय प्रकार भिन्न आहे. व्यक्तींच्या आयुष्याच्या प्रत्यक्ष आधारावरच आत्मचरित्र हा वाङ्मय प्रकार विकसित होत असल्याने त्यात अनेक व्यक्तींचा उल्लेख होणे अटळ असते. छोट्या छोट्या प्रसंगातून आत्मचरित्रकाराच्या आयुष्याचा अन्वयार्थ लावता येत असल्याने सर्वच प्रसंग आणि त्यातील पात्रे महत्त्वाची ठरत असतात. त्यामुळे 'बलुतं' मधील पात्रे, दया पवारांचे आयुष्य समजून घेण्याच्या दृष्टीने महत्त्वाची वाटतात. दया पवारांनी काही पात्रांवर अन्याय केलेला आहे. काही हातचे राखूनही ठेवले दिसते.

दया पवारांनी आपल्या आई आणि दादांविषयी जितके लिहिले आहे, तितके आपल्या बहिणीविषयी लिहिल्याचे दिसत नाही. त्यांनी आपल्या सासऱ्याविषयी जितके लिहिले तितके सासूविषयी लिहिल्याचे जाणवत नाही. 'बलुतं' मध्ये अगदी

सुरुवातीलाच दया पवारांनी आपल्या सुशिक्षित बायकोचा, दोन मुलींचा, मुलाचा आणि नातवाचा उल्लेख केला आहे. अडाणी सईचा त्याग केल्यानंतर सुशिक्षित पत्नी आणि मुले होईपर्यंतच्या इतिहासाविषयी लेखकाने मौन पाळलेले दिसते.

दया पवारांची मावशी जमना ही वेश्या असते. आयुष्याच्या उत्तरार्धात जमनाची शोकांतिका होते. ती रस्त्यावर भीक मागत असताना दया पवार तिला ओळख देत नाहीत. 'जमना मावशीची तीक्ष्ण बाणासारखी नजर अंधारातही काळीज चिरीत जाते.' (पृ. ९४) असे ह्या प्रसंगाविषयी लेखकाने लिहिले आहे. एकीकडे आपल्याच व्यक्तीला ओळख द्यायची नाही आणि दुसरीकडे आपणच अस्वस्थ कबुली द्यायची हा उफराटा प्रकार आहे. दया पवार मावशीलाच काय, स्वत:च्या आईलादेखील ओळख देत नसत. त्यांच्याच शब्दात पुढील ओळी वाचूयात 'सर्व मुलांसमक्ष मी आईशी बोलत नसे. आई मोळी विकून गेली म्हणजे दूरवर तिच्यामागे पळत जात असे. तिच्याशी चोरून बोलत असे.'(पृ. ७४) दया पवारांचा स्वभावच असा आहे. बाबासाहेब आंबेडकरांची सभा चुकवून ते ज्या बानूवर प्रेम करत होते, तिच्या पडत्या काळातही लेखक तिच्याकडे पाठ फिरवताना दिसतो. बानू मात्र अगतिकपणे दया पवारांचं दूर जाणं एकटक पाहात असते. (पृ. ५७) दया पवाराचं असं तोंड चोरून जगणं हे केवळ त्यांच्या एकट्याचं नाही, तर एका पांढरपेशा गांडू दलित पिढीचं हे विदारक स्वगत आहे. अशा स्वगताला संवेदनाक्षम किंवा प्रांजळपणा म्हणून गोंजारता येणार नाही. दया पवारांनी पाठ फिरवली तरी ह्या व्यक्तिरेखा लेखकावर प्रेम करताना दिसतात. 'आई - सई आणि सलमा' अशा तीन बाजू असलेल्या एका संवेदनाक्षम त्रिकोणाचं हे वादळी आत्मचरित्र आहे. आई लेखकाचे घर सोडून जाते, लेखक सईला घराबाहेर काढतो, तर सलमा दुसऱ्या घरी जाते.

दया पवारांचं व्यक्तिमत्त्वही अनाकलनीय आहे.लहानपणी आपल्या वडिलांच्या बाहेरख्यालीपणाला विरोध करतात, तर तरुणपणी सासऱ्याच्या रखेलीला आपल्या घरात आश्रय देतात. लहानपणी त्यांना त्यांची बहीण गंमत म्हणून नाचलेली आवडत नाही. वडील मेल्यानंतर आई गरोदर राहाते ह्या भावनेने ते चवताळून जातात, पण तरुण बायको वाममार्गाला लागते हे कळूनदेखील शांत राहतात. दया पवारांची लैंगिक जाण आणि जीवन कमालीचे गुंतागुंतीचे झाले आहे. ते अजाणत्या वयात इतरांचे अनेक संभोग पाहतात. विठाबाई त्यांना लहानपणी उत्तेजित करताना दिसते. त्यांची मावशी वेश्या आहे, तर चुलता हिजडा आहे. हिजडे आणि वेश्यांच्या कामजीवनाची दया पवारांना जाण आहे. अजाणत्या वयापासूनच त्यांच्या आयुष्यावर लैंगिक गोष्टींचा भडिमार झालेला आहे. त्यामुळेच त्यांच्या मनात लैंगिकतेविषयी भय आणि कमालीची उत्सुकता दिसून येते. बानूविषयीचे कॉफ लव्ह असो किंवा सलमाविषयीचे आकर्षण असो, ह्यामागे दया पवाराचे पापभीरू कामजीवन दडलेले दिसते.

दया पवारांनी अत्यंत धाडसाने पांढरपेशेपणाचा बुरखा फाडण्याचा प्रयत्न केला आहे. दलितांना जगाव्या लागणाऱ्या बीभत्स वास्तवाचा पंचनामा केलेला आहे. 'बलुतं' हे केवळ एकट्या दया पवारांचं आत्मचरित्र नाही, तर संक्रमण काळात जगणाऱ्या पांढरपेशा दलित मानसिकतेचं हे जळजळीत उदाहरण आहे.

बलुतं - दया पवार ग्रंथाली, मुंबई - २८, पहिली आवृत्ती - १९७८, पृष्ठे - १९५, किंमत - ५० रुपये

प्र. ई. सोनकांबळे ह्यांच्या 'आठवणींचे पक्षी' ह्या आत्मचरित्राची जी चर्चा झाली ती बव्हंशी त्यातल्या 'महारी मराठी' भाषेमुळे. अन्य दलित आत्मकथनांपेक्षा ह्या आत्मकथनाची जी दखल घेतली गेली, ती लेखकाच्या निवेदन शैलीमुळे. भाषा आणि निवेदनशैली ही ह्या आत्मकथनाची जमेची बाजू आहे. दुसरे म्हणजे लेखकाचा पापभीरू स्वभाव, जो अन्य दलित लेखकांच्या पार्श्वभूमीवर वेगळा वाटतो. विद्रोही लेखनाच्या पार्श्वभूमीवर शांत आणि संयत स्वरुपाचं लेखन म्हणूनच वेगळं ठरलं. 'आठवणींचे पक्षी' मधला नम्र भाव, परिस्थितीशरण वृत्ती, जुळवून घेण्याचा स्वभाव आणि अन्य आत्मचरित्रांमध्ये व्यक्त होणारा कार्यकर्त्यांच्या आवेशाचा अभाव ह्यामुळे ह्या पुस्तकाची चांगली कलाकृती म्हणून चर्चा झाली. दलित साहित्यात धमकावत व्यक्त होणारा वाङ्मयबाह्य दबावाचा टापू ह्या आत्मचरित्रात नसल्याने ह्या पुस्तकाचे चांगलेच स्वागत झाले. 'आठवणींचे पक्षी' हे दलित आत्मकथन आहे. त्यात असंख्य दलित अनुभव आहेत. समीक्षकांनी ह्यातील अनुभवांकडे पाठ फिरवून त्यातील बोलीभाषेचा गोडवा

आठवणींचे पक्षी

गायिला आहे. इथे प्रथमच अनुभवांपेक्षा भाषा महत्त्वाची ठरली आहे. साहित्यात अनुभव महत्त्वाचे की त्याची भाषा महत्त्वाची, हा प्रश्न ह्या अनुषंगाने उपस्थित करता येईल.

वाङ्मय म्हणजे केवळ अनुभवांची जंत्री नसते. वाचक हा साहित्यातून जीवन समजून घेण्याचा जसा प्रयत्न करत असतो, तसा तो भाषिक कृती समजून घेण्याचा प्रयत्न करत असतो. त्यामुळे कलाकृतीतील अनेक सुभाषितवजा वाक्यांखाली वाचक अधोरेखिते करताना दिसतात. वाचकांना सुंदर वाक्ये, उपमा, अलंकार, प्रतिमा आणि प्रतीके भावत असतात. अलंकार हा वाङ्मयाचा मोहर असतो. शैलीमुळे वाङ्मयाला बहर येत असतो. भाषेची क्षमता आणि समृद्धी वाचकांना भुरळ घालत असते. आपली भाषिक क्षमता वाढवणे, आपल्या तरल चिंतनाला समृद्ध आयाम देणे, आपल्या विचारांना वाङ्मयीन बैठक देणे, आपल्या अभिव्यक्तीचा रियाज करणे, आपल्या लेखनाचे सौंदर्य वाढविणे, आपल्या जीवनदृष्टीला अर्थ प्राप्त करून देणे, जग आणि जीवन जवळून समजून घेणे, इतक्या व्यापक अर्थाने वाचक साहित्य वाचत असतात. 'आठवणींचे पक्षी' ही कलाकृती वाचकाला एका वेगळ्या भाषिक प्रदेशात घेऊन जाणारी आहे, म्हणूनच ती महत्त्वाची आहे.

बोली भाषा ही बहुजनांची भाषा आहे. प्रमाणभाषा ही अभिजनांची भाषा आहे. साहित्याला मुळातच दैवी देणगी मानल्याने प्रथमत: ते देववाणीत लिहिले गेले. संस्कृत ही देववाणी होती. देववाणी शिकण्याचा, वाचण्याचा शूद्रांना अधिकार नव्हता. अशावेळी ज्ञानाची भाषा म्हणून अर्धमागधी आणि पालीसारख्या भाषा पुढे आल्या. संस्कृत आणि प्राकृत असा वाङमयीन संघर्ष प्राचीन काळापासूनच सुरू आहे. तो नव्या स्वरूपात प्रमाणभाषा आणि बोलीभाषा अशा रूपात आज टिकून आहे. अनेक भाषांच्या सरमिसळीतून नवीन भाषिक संस्कृती उदयाला येते. आज इलेक्ट्रॉनिक युगात निर्भेळ आणि पवित्र भाषा ऐकायला मिळणे दुर्मिळ आहे. जितकी भाषा भ्रष्ट होईल तितकी भाषेची वृद्धी होईल. भाषेच्या क्षेत्रात शुद्धाशुद्धता, सोवळेओवळे हे क्षुद्रपणाचे ठरते. उलट प्रमाणभाषेला जिवंत ठेवण्याचे, तिला व्यापक परिणाम देण्याचे महान कार्य बोलीभाषेकडून होत असते. ह्या अर्थी दलित साहित्याने भाषाभिवृद्धीचे महान कार्य केले आहे आणि अशा कार्यामध्ये 'आठवणींचे पक्षी' ह्या पुस्तकाचा वरचा क्रमांक आहे.

भाषिक व्यवहार हा अमर्याद असतो. त्याहूनही मानवी भावभावना ह्या अथांग असतात. सगळेच मानवी भाव शब्दात पकडता येत नाहीत. माणसाचे मन पूर्णपणे व्यक्त करायला शब्द अपुरे पडतात. अशावेळी शब्दांची, भाषेची उसनवारी करावी लागते. ही उसनवारी, भाषिक मोडतोड एक नवी भाषिक कृती जन्माला घालत असते. भाषेचा प्रयोग, नवीन शब्दांची उपलब्धी आणि शैलीचे नाविन्य ह्या बाबीही

वाङ्मयीन व्यवहारात अत्यंत महत्त्वाच्या आहेत. वि. स. खांडेकर आणि शिवाजी सावंत ह्यांचे वाचक शब्दवेडे आहेत. शब्दवेडापायी ते अनेकवेळा कलाकृतींचे पारायण करत असतात. बोलीभाषेच्या अभ्यासकाला, आपला ग्रामीण भूतकाळ जाणून घेऊ इच्छिणाऱ्याला, ग्रामजीवन आणि ग्रामसंस्कृती ह्याविषयी जिव्हाळा असणाऱ्याला, सर्वसामान्य माणसाच्या जिवंत उद्गाराविषयी आदर वाटणाऱ्याला प्र. ई. सोनकांबळे ह्यांचे लेखन मनापासून आवडल्याशिवाय राहणार नाही.

'आठवणींचे पक्षी' ह्या आत्मचरित्राची भाषा ही बोलीभाषा आहे. ती वाचताना वाचक अडखळतो. महानगरी वाचकाला ही आत्मकथा समजून घेताना क्लिष्ट वाटणारी आहे. पण ज्यांनी ग्रामीण जीवन जगलं आहे अशा वाचकांना त्यांच्या भूतकाळाची आठवण करून देणारी ही शैली आहे. अनेक शब्द विस्मृतीत जात आहेत. भाषेचा ऱ्हास होतो आहे. ह्या दृष्टीने प्र. ई. सोनकांबळे ह्यांच्या कृतीचे एक भाषिक कृती म्हणून खूप महत्त्व आहे. ही आत्मकथा खेड्यातल्या भाषिक व्यवहाराला वाङ्मयाच्या केंद्रस्थानी आणताना दिसते.

प्र. ई. सोनकांबळेंच्या भाषेचे वैशिष्ट्य म्हणून त्यांनी बोलीभाषेतील वापरलेले जोडशब्द इथे देता येतील. बारके सुरके, वंटरू फिंटरू, कापून फिपून, बकऱ्याची फिकऱ्याची, पिवून खावून, कापलं सवरलं, चरट-फिरट, खांडून-खुंडून, भाकर बिकर, पडलं सुडलं, दुकान बिकान, फुकटच्या फाकट, सुटीत बिटीत, शिळं पाकं, शेणपाणी, खुलून फुलून, कांदा फिंदा, उपास तापास, काडी बिडी, ससे बिसे, खासकून खिसकून अशा शब्दातून बोलीची लय आणि ढब व्यक्त होताना दिसते. ह्या जोड शब्दात महत्त्वाचा मुख्य शब्द एकच असतो. त्याला जोडून येणाऱ्या शब्दाला तसा अर्थ नसतो. पण तो जोडून आल्यामुळे बोलीचे रूप घेऊन येतो आणि मूळ शब्दाला व्यापक पसारा देतो. बोलीची अंगभूत लय 'आठवणींचे पक्षी' ह्या आत्मचरित्रातून व्यक्त होताना दिसते. साहित्यामधून संस्कृती आणि भाषा ह्यांचे जतन केले जाते. ह्या दृष्टीने प्र. ई. सोनकांबळे ह्यांनी आधुनिक काळातही आपली बोली टिकवून ठेवली, आणि ती शब्दबद्ध केली. म्हणून मला 'आठवणींचे पक्षी' ह्या पुस्तकाचे मोठेपण जाणवते. आपली भाषा, आपलं जगणं जसंच्या तसं पुढच्या पिढ्यांसाठी प्र. ई. सोनकांबळे ह्यांनी जपून ठेवले आहे. एक भाषिक कृती म्हणून ह्या कलाकृतीचे मूल्यमापन केले जाणे त्यासाठी महत्त्वाचे ठरते.

'आठवणींचे पक्षी' ही लेखांच्या रूपात व्यक्त झालेली आत्मकथा आहे. कुमुद पावडे ह्यांची 'अंत:स्फोट' ही आत्मकथाही अशाच प्रकारची आहे. एकेक घटना व प्रसंग निवडून त्यावर आपल्या शैलीत लेखाच्या रूपाने केलेले हे लेखन आहे. अनेक लेखांच्या शृंखलेतून प्र. ई. सोनकांबळे ह्यांचे जीवन वाचकांच्या पुढे उलगडत जाते. सदर आत्मनिवेदन लेखाच्या रूपात मांडल्यामुळे त्यामध्ये अनेकवेळा पुनरुक्तीचा

दोषही आढळून येतो. तरीही ह्या आत्मकथनाची विपुल चर्चा झाली आहे. त्यामुळे त्यामागचं कारण जाणून घेणं महत्त्वाचं ठरतं.

'आठवणींचे पक्षी' किंवा 'अंत:स्फोट' ह्यांना रूढार्थाने आत्मचरित्रे म्हणायचे का? असा प्रश्न पडतो. लेखकांनी आपल्या आयुष्यातील महत्त्वाच्या प्रसंगांवर लिहिलेले हे लेख आहेत. ह्या लेखनाची शैली आत्मनिवेदनाची आहे. अनेक लेखांच्या तुकड्यांमधून ही आत्मनिवेदने प्रकट झाली आहेत. त्यामुळे आत्मचरित्राचा जो एकसंध परिणाम असतो, तो काही अंशी खंडित होताना जाणवतो. प्रत्येक लेखाचा स्वतंत्रपणे जसा विचार करता येऊ शकतो, तसा वेगवेगळाही विचार करता येऊ शकतो. लेखाची भाषा आणि शैली, ही ग्रंथाच्या भाषा आणि शैलीपेक्षा वेगळी असते. संपूर्ण ग्रंथाला आवाक्यात घेणारी शैली आणि एका लेखापुरती मर्यादित होणारी शैली, ह्याची तुलना होऊ शकत नाही. ह्या अर्थाने प्र. इ. सोनकांबळे ह्यांची व्यक्त होण्याची मर्यादा एका लेखाइतकीच आहे. त्यामुळे त्यांच्याकडून पुढील काळात ग्रंथलेखन झाल्याचे दिसत नाही. 'आठवणींचे पक्षी' ह्या पुस्तकाच्या प्रत्येक नव्या आवृत्तीला नवीन लेख लिहून जोडण्याचा त्यांचा प्रयत्न ह्याचेच निदर्शक आहे.

'आठवणींचे पक्षी' मधील बहुतांश लेखन हे दोन ते तीन पृष्ठांइतकेच आहे. शालेय विद्यार्थ्यांनी लिहावा अशा निबंधाइतका हा मजकूर आहे. हा लेखसंग्रह मराठवाड्यातल्या महारी भाषेत लिहिला आहे. ही मराठवाड्यातल्या महारांची जशी भाषा आहे, तशी त्या भागातल्या ग्रामीण जीवनाचीही भाषा आहे. प्र. ई. सोनकांबळे आपल्या आयुष्यातील आठवणी अत्यंत सहज आणि सोप्या पद्धतीने सांगताना दिसतात. 'प्र. ई. सोनकांबळे कोठेही भाषण करत नाहीत, कोठेही थांबून असल्या प्रसंगांना गडद करत नाहीत, नाट्य निर्माण करत नाहीत.' असे बाबूराव बागूल ह्यांनी प्रस्तावनेत नामूद केलेले आहे. (पृ. १६) प्र. ई. सोनकांबळे ह्यांच्या लेखनाचाच हा विशेष नाही, तर त्यांच्या जीवनाचाही हा विशेष आहे. निरलंकृतपणा हा त्यांच्या जगण्यावागण्याचा अलंकार आहे. त्यांचा प्रांजळपणा, भाबडेपणा आणि कनवाळूपणा हा त्यांच्या अनुभवातील अस्सल ठेवा आहे. 'तिने आणले म्हणून, समद्याचं बगून, साऱ्याचं बघून, दिसऱ्याचं बघून' ह्या जगण्यातल्या कृती घडताना दिसतात.

प्र. ई. सोनकांबळे ह्यांचं बालपण एका परदेशी मुलाच्या रूपात व्यतीत झालं आहे. प्र. ई. सोनकांबळेंच्या जातीपेक्षाही त्यांचं परदेशी असणं हे इथं महत्त्वाचं ठरलं आहे. बिनआईबापाचा परदेशी मुलगा म्हणून त्यांचं सर्वत्र कौतुक होताना दिसतं. अक्करमाशी मधील शरण असो किंवा 'कोल्हाट्याचं पोर' मधील किशोर असो, ह्यांनाही वडील नाहीत. पण ह्यांना असं कौतुक मिळालेलं दिसत नाही. ते तिरस्कृत ठरताना दिसतील. परदेसी परलूला कोणीही मदतीचा हात पुढं करताना दिसतं. त्याचं अनाथपण इथं गडद होताना दिसतं. त्यांच्या अनाथपणालाच जोडून त्यांची अस्पृश्य

जात आणि दारिद्र्यही भिववणारे आहे. प्र. ई. ना दोन बहिणी आहेत. एक मोठी आक्का, दुसरी लहान बाई. दोघीही विवाहित. आक्का परलूला आपल्याकडे ठेवून घेते आणि त्याचा सांभाळ करते. आक्काबरोबर बिनसल्यानंतर परलू अनेकवेळा बाईकडे जातो. बाईचा नवरा दाजी हा पाजी माणूस आहे. ह्या माणसाविषयी खुद्द लेखकाने पुढील उद्गार काढलेले आहेत, 'लहान दाजी चतरा, हिशेबी, आपमतलबी, रागीट, तापट आणि डोळे वटारणारा' असा आहे. ह्या दाजीची परलूला भीती वाटत असते. 'कुऱ्हाडीचा दांडा' अशा शब्दात दाजीची संभावना झालेली दिसते. (पृ. ३७) लहान दाजी परलूचे शोषण करताना दिसतो. परलूला दुकान घालून देण्याचे आमिष दाखवून त्याच्याकडून ढोरमेहनत करून घेण्याचे काम दाजी करत असतो. त्यामुळे प्र. ई. च्या मनात आपल्या लहान दाजीविषयी रोष असलेला दिसून येतो. प्र. ई. सारखा नम्र स्वभावाचा माणूस असा का भडकतो? ह्याचं कारण त्याच्या बालमनात दडलेलं आहे. परलू जेव्हा आपल्या लहान बहिणीकडे जाई, तेव्हा तो दाजीला भिऊन घरी न जाता मऱ्याईच्या देवळात लपून बसे. परलूच्या मनावर दाजीची इतकी दहशत होती. म्हणून परलूच्या बालमनातला भीतीचा स्फोट, भयंकर त्वेषाच्या रूपात प्र. ई. च्या लेखनातून व्यक्त होताना जाणवतो.

'आठवणींचे पक्षी' ह्या आत्मचरित्रात आक्का ही केंद्रस्थानी आहे. कष्ट उपसून परलूला शिकवणारी आक्का वाचकाच्या मनाचा ठाव घेते. पण लहान बहीण बाई मात्र शेवटपर्यंत मुकीच राहाते. ती केवळ एक सहनशील दुःखाची भव्य प्रतिमा आहे. आक्का बाळंतपणासाठी आपल्या लहान बहिणीला आपल्या घरी आणते. अशावेळी रात्री दिवा पेटून तिचे घर जळते. तिचा संसार उघड्यावर पडतो. आक्का न डगमगता ह्या प्रसंगाला सामोरी जाते. आक्काच्या दुःखाची सावली म्हणून प्र.ई. च्या जीवनाकडे पाहाता येईल. आक्काला कष्ट पडू नये म्हणून परलू सतत राबत असतो. बाईला तिचा नवरा त्रास देऊ नये म्हणून घरी न जाता मऱ्याईच्या देवळात लपून बसत असतो. ह्यामधून लेखकाचं आपल्या बहिणींविषयी असलेलं प्रेम दिसून येतं. त्याचप्रमाणे त्याचं निमूटपणे जीवनाला सामोरं जाणंही दिसून येतं.

आक्का हे पात्र म्हणजे 'आठवणींच्या अनेक पक्ष्यांमधील' आकाशात हिंडणारी एक घार आहे. 'निस्पुरी भाड्या माय बाप गिळाला आता मला गिळाय बसलाय' असा संताप व्यक्त करणारी आक्का (पृ. २१) 'आरं खारं जरा, घे पोट भरून' अशी ममताही व्यक्त करताना दिसते. (पृ. २८) प्रल्हादही 'रोटी नसली की चिंचोके भाजून खायाचो' अशी वेदना व्यक्त करताना दिसतो. ह्या संपूर्ण आत्मनिवेदनात भुकेचं भीषण रूप प्रकट झालं आहे. चतकोर भाकरीसाठी प्रल्हाद मेलेलं कुत्रं ओढून नेतो. सडलेले कुत्रे धरून ओढल्यामुळे हातांना दुर्गंधी येत असते. कुत्रे ओढून टाकले तरी म्हातारीची सून चतकोर भाकरी देतानाही खळखळ करते. (पृ. ६३) इतकेच नव्हे, तर

हीच भूक कुत्र्याच्या तोंडातील मांस मिळवण्यासाठी कुत्र्याबरोबर झुंजायला तयार होते. प्रल्हाद कुत्र्याला मारू लागतो. खवळलेले कुत्रे प्रल्हादवर झेप घेऊन त्याला चावते. रक्तबंबाळ करते. माणूस आणि पशू ह्यांच्यातील भुकेच्या आदिम रूपाचे हे भयावह चित्रण आहे. (पृ. ९१)

मराठवाड्यातील ग्रामीण बोली आणि महारी बोली ह्यांची सरमिसळ ह्या लेखनात झालेली दिसून येईल. लेखकाची स्वत:ची बोली असल्यामुळे ती अकृत्रिमपणे व्यक्त झालेली आहे. लहान लहान वाक्ये, म्हणी, वाक्प्रचार, जनसामान्यांच्या बोलण्याच्या लकबी आणि सवयी ह्या भाषेतून व्यक्त होताना जाणवतील. आटवा, पान, नवटाक, चिवटाक अशी जुन्या मापांची नावे, मुर्दाड, हलाल, सागुती, डल्ल्या, चान्या अशी मटणाची नावे, लाकोशी, दूदगा, डेचकी, कन्या, न्हानगा, खुरपणं, खळगी, वांबाळ असे अनेक शब्द बोलीच्या संदर्भाशिवाय कळणार नाहीत. बोलीतल्या अशा शब्दांमागे असलेला ग्रामजीवनाचा तपशील नागर जीवनातील वाचकांना समजून घ्यावाच लागेल. 'पाटलाचं घोडं महाराला भूषाण', 'अदिला पदी घुबडाला गादी', 'खातुस आळगीला नि लोळतुस मळगीला' अशा म्हणींचा अर्थही पारंपरिक पद्धतीने लावता येणार नाही.

प्रल्हाद हा बिन आईबापाचा परका पोर. ह्यामुळेच त्याला अस्पृश्य असूनही सवर्ण लोकांची सहानुभूती मिळताना दिसते. भीमराव बापू पाटील लेखकाला 'परलू महाराज' म्हणताना दिसतात. असा पाटील दलित साहित्यात इतरत्र सापडणे म्हणूनच दुर्मिळ वाटते. परलू महाराजाची काळजी भीमराव बापू पाटील असोत, लेखकाला शिक्षणासाठी मदत करणारे विनायकराव गुरुजी असोत, परलूला नोकरीत ठेवून घेणारे किसंड्रा पाटील असोत, आमदार असूनही परलूसारख्या पोरक्या पोराची आस्थेने विचारपूस करणारे वसंतराव पवार असोत, बळीराम पवार हा वर्गमित्र असो, वर्गातल्या सवर्ण मुली असोत, दासू कोडगिरे, वासुदेव पिंगळे गुरुजी, भाऊ बापू महाराज, हाडोळतीच्या प्रल्हाद गादेवारांचा बापू, वाण्याचा वैजनाथ, तेल्याचा संग्राम व हिपळगावचा किशन अशी अनेक माणसं प्रल्हादला मदत करताना दिसतात. प्रल्हाद 'गुणाचं पोरगं' आहे अशीच सर्वांची समजूत आहे. 'हाडोळतीच्या हरदास पाटलाची विहीर तर आपल्यासाठी मोकळीच असायची' (पृ. ५०) अशी कबुलीही लेखकाने दिलेली आहे. ह्याचा अर्थ असा नाही की लेखकाला त्याच्या जातीवरून हीन लेखलं गेलं नाही. चेलम्यात पाणी पिण्याचा प्रसंग असो किंवा उंटावरून केलेला प्रवास असो ह्यावेळी लेखकाला त्याच्या जातीवरून हीन लेखले गेले आहे. जिथे पशू पाणी पितात तिथे अस्पृश्याला पाणी पिता येत नाही. इतकेच नव्हे, तर अस्पृश्याला पैसे देऊन भाड्याने बैलगाडी किंवा उंटही प्रवासासाठी मिळत नाही. हा जातीयतेचा अस्वस्थ करणारा अनुभव आहे.

प्र. ई. सोनकांबळे ह्यांचं लेखन जसं अकृत्रिम आहे, तसं ते अनेकवेळा

कृत्रिमही झालेलं आहे. मुद्दाम म्हणून जेव्हा लेखक लिहू लागतो, तेव्हा अशी कृत्रिमता प्रकर्षाने जाणवताना दिसते. प्र. ई. च्या लेखनातील पुढील उतारा पाहाता येईल, 'जसजसा मोठा होत चाललो तसतसा शाळा नसली म्हणजे लोकायसंग गुड खुडायला व नंतर नंतर पिवळा कापायला जायला लागलो. गुड खुडणे एकदाचे सोपे पण पिवळा कापणे जरा कठीण. कारण जरा धाट धांडाळ फिंडाळ असलं तर कधी कधी धाटं न कापून विळा हातावर किंवा पायावर येयाचा. विळ्याने व धांडाळ धाटाच्या चिवटीने हातापायाची बोटं अनेक वेळा कापून रक्त नसतानाही बाहेर आल्यामुळे खूप आग झाल्याचे व चिघळू नये म्हणून जखमजोडीचा पाला ताबडतोब हातावर चोळून लावल्याचे आठवते.' (पृ. २५) ह्या उताऱ्यात महारी बोलीतील शब्द जसे आहेत, तसे प्रमाण भाषेतील शब्दही आहेत. उदाहरणार्थ म्हणजे, नंतर नंतर, पण, कठीण, खूप, म्हणून, अनेकवेळा इत्यादी प्र. ई. सोनकांबळे ह्यांची वाक्यरचना सदोष अशी आहे. अशा सदोष वाक्यरचनेमुळे त्यांची भाषा क्लिष्ट होताना दिसते. बोलीमध्ये वाक्ये लहान असतात. सुटसुटीत असतात. बोलीची सहजता इथं अनेकवेळा अवघडलेली दिसते. प्र. ई. सोनकांबळे ह्यांच्या लेखनातील पाल्हाळिकपणाही त्यांच्या बोलीला अधिक दुर्बोध करताना दिसतो.

प्र. ई. सोनकांबळे ह्यांना आपल्या पोरकेपणात अनेकवेळा आईवडिलांची पोकळी जाणवताना दिसते. आईवडिलांच्या आठवणीनं ते अनेकवेळा अस्वस्थ होताना दिसतात. त्यांचं बालपणही कावीळ, पांथरी, खरूज अशा रोगांनी ग्रासलेलं दिसतं. रोगांबरोबर जनावरेही त्यांना छळताना दिसतात. बैल अंगावरून जातो, उंट खाली लोळवितो, कुत्रे चावते. परलू आपत्तीचं आयुष्य जगतानाही विचलित होत नाही. तो मुर्दाड खात नाही. गळ्यात माळ घातलेली असल्याने त्याचं आचरण धार्मिक वृत्तीचं असल्याचं दिसतं. तो शाळा कधीच बुडवीत नाही. नापास होत नाही. तो सतत इतरांना मदत करताना दिसतो. 'श्यामची आई' मधील 'श्याम'चं कौतुक करणारा मराठी वाचक म्हणूनच 'आठवणींचे पक्षी' मधील परलूचे कौतुक करताना दिसतो.

प्रल्हाद शाळा शिकत असताना आक्काला मदत करण्याची संधी चुकवत नाही. शिक्षणाबरोबर तो कामही करत असतो. रानात जात असतो. ढोरं राखत असतो. हाडे गोळा करून विकत असतो. बाभळीची साल विकत असतो., 'शाळेला जाताना शाळेला जाण्याअगोदर हाडोळतीच्या ढोरांच्यात सालीची मोळी टाकून जायचा व शाळा सुटली की मग जे भाव होऊन जे देतील ते घेऊन येत गेलो.' (पृ. ४२) ढोराला कातडे रंगवण्यासाठी बाभळीची साल नेऊन देण्याचं कामही प्रल्हादने केले आहे. असे हे दलित विद्यार्थ्यांचे जीवन आहे.

प्रल्हादविषयी लोकांच्या मनात जशी कणव व्यक्त होताना दिसते, तशी प्रल्हादच्या मनातही लोकांच्या विषयी करुणा असलेली दिसून येते. लेखकाला ज्यांनी

ज्यांनी मदत केलेली आहे, त्यांच्याविषयी त्याच्या मनात अपार कृतज्ञता असलेली दिसून येते. लेखक जेव्हा अहमदपूरला कार्यक्रमाच्या निमित्ताने जातो, तेव्हा तो शालेय जीवनात मदत करणाऱ्या डॉ.सुमन रणखांबे ह्यांच्या घरी जातो. लेखक जेव्हा कार्यक्रमाच्या निमित्ताने लातूरला येतो तेव्हा आठवण ठेवून भीमराव बापूंना भेटायला जातो. पण त्यांचं निधन झाल्याचं त्याला कळतं आणि लेखक भीमराव बापूंच्या आठवणीनं कासावीस होतो. विनायकराव गुरुजींविषयी कृतज्ञता व्यक्त करताना लेखकाने आपल्या भावना पुढीलप्रमाणे व्यक्त केलेल्या दिसतील, 'कसं विसरू विनायकरावा तुम्ही केलं जग स्वैर मजसाठी' (पृ. ३७) प्र. ई. सोनकांबळे मोठे झाले तरी आपला भूतकाळ विसरायला तयार नाहीत. त्यांचं आणि त्यांच्या भूतकाळाचं अतूट असं नातं आहे. आणि ह्या नात्यालाच त्यांनी 'आठवणींचे पक्षी' असं नाव दिलेलं आहे.

आठवणींचे पक्षी, प्र. ई. सोनकांबळे, चेतना प्रकाशन, औरंगाबाद, प. आ. १९७९, पृष्ठे - १७९, किंमत २५ रुपये.

उपरा

'**उपरा**' हे लक्ष्मण माने ह्यांचं आत्मचरित्र आहे, तसे ते कैकाडी ह्या भटक्या जमातीचेही आत्मचरित्र आहे. प्रत्येक कला- कृतीला एक कथानक असते, तसे माणसाच्या आयुष्यालाही एक कथानक असते. कलाकृतीची जशी सुरुवात होते, विकास होतो आणि शेवट होतो, त्याप्रमाणे मानवी जीवनाचेही असते. मानवी जीवन अनेक महान ग्रंथांना आव्हान देत असते. असे हे जीवन आत्मचरित्राच्या रूपात जेव्हा पुस्तकात बंदिस्त होत जाते, तेव्हा माणसाच्या आयुष्याची एका पुस्तकासारखी चिकित्सा करणे शक्य होते. मला वाटतं, आत्मचरित्र ह्या वाङ्मयप्रकाराचा अशा प्रकारेच अधिक चांगला अभ्यास करणे शक्य आहे.

आत्मचरित्रात एक सलग आणि सोलीव माणूस तपासायचा असतो. स्वतःहून लेखक आपलं आयुष्य, आपला स्वभाव, आपलं चारित्र्य, आपले प्रश्न, आपल्या व्यथा वेदना, वाचकांपुढे मांडत असतो. लेखकाने मांडलेल्या आयुष्याला प्रमाण मानून त्या लेखकाच्या जीवनाचा आणि व्यक्तिमत्त्वाचा समग्र अभ्यास करणे भाग असते. लेखकाने किती प्रांजळपणे किंवा

हातचे राखून लिहिले आहे हे जसे शोधायचे असते, तसे जे सांगितले आहे, त्यातील वास्तव आणि सत्य समजून घेण्याचा आपल्यापरीने प्रयत्न करायचा असतो.

बाबासाहेब आंबेडकरही आपल्या आयुष्याला एक कादंबरी मानताना दिसतात. शेक्सपिअरही जगाला एक रंगभूमी मानताना दिसतात. नियती प्रत्येकाचं विधिलिखित लिहीत असते अशी पारंपरिक समजूत रूढ असल्याचे दिसेल. मानवी आयुष्याला एक सृजन, एक कला, एक ग्रंथ म्हणून पाहाता येईल का? ह्या प्रश्नाची दिशा इथे गवसताना दिसेल. मानवी आयुष्य म्हणजे व्यक्ती आणि परिस्थिती ह्यातील चिवट संघर्ष होय. माणूस परिस्थितीचे अपत्य असतो, परिस्थिती त्याला घडवीत असते हे जसे खरे आहे, तसे माणूस परिस्थितीवर मात करून स्वतःला घडवीत असतो हेही सत्य आहे. ह्या सगळ्या जीवन व्यवहाराकडे एक कला म्हणून पाहाता येईल का? असा इथे प्रश्न आहे.

'उपरा' हे कैकाडी जमातीतील एका संवेदनाक्षम तरुणाचे आत्मचरित्र आहे. लक्ष्मण माने मनोगतामध्येच प्रांजळपणे कबूल करतात, की 'उपरा' लिहिण्याअगोदर, कोणी लेखक होशील असं भविष्य सांगितलं असतं तर मी त्याची थट्टा केली असती. (मनोगत) हे खरंच आहे. लेखक हा त्याच्या पिढीतला पहिला शिकणारा माणूस आहे. त्यामुळे 'आपण शिकू का?' ह्या एका प्रश्नाच्या ओझ्याखाली हे सगळं आत्मचरित्र भरडलं गेलं आहे. लक्ष्मण माने ह्यांच्या हजारो वर्षांच्या इतिहासात, त्यांचं शिकणं हे जसं ऐतिहासिक आहे, तसं क्रांतिकारकही आहे. लेखकाची आणि त्याच्या बाची, 'शिकून मास्तर होईल' ही इच्छा असल्याचे दिसते. लक्ष्मण माने दोन वेळा दोन वेळच्या रोजी रोटीसाठी मास्तर होताना दिसतात. पण तिथंही त्यांच्या पदरी निराशाच पडते. एक प्रचंड आशा पदरी घेऊन ह्या आत्मचरित्राचा प्रवास सुरू होतो आणि एका प्रचंड निराशेच्या छायेत हे आत्मचरित्र संपताना दिसते. ही निराशा नाही, हे एक सामाजिक वास्तव आहे, जे कोणालाही निराश करतं.

आत्मचरित्राच्या सुरुवातीचा भाग हा लेखकाच्या बालपणाचा, त्याच्या आई, वडील आणि भावंडांचा, त्याचबरोबर कैकाडी ह्या जमातीचा आहे. ह्यात कैकाडी जमातीच्या दैनंदिन जगण्यातील अभावग्रस्तता, अगतिकता आणि परिस्थितीशी दिलेली झुंज व्यक्त होताना दिसते. दुसऱ्या भागात लेखकाचे प्राथमिक, हायस्कूल आणि महाविद्यालयीन शैक्षणिक जीवन, ह्या जीवनातील तारुण्यसुलभ उनाडक्या व्यक्त झालेल्या दिसतात. तिसऱ्या भागात लेखकाचा प्रेमविवाह, समाजवादी मित्रांची आत्मीय मदत आणि लेखकाचं पत्नीबरोबर जात पंचायतीपुढं शरण जाणं हा भाग येतो.ह्या आत्मचरित्राचे असे विभाग कल्पून अधिक तपशिलाने अभ्यास करणे सोयीचे होईल.

आत्मचरित्र हे त्या लेखकाचे असल्याने तोच संपूर्ण कथानकाचा आधारबिंदू असतो. लेखकाला आत्मचरित्रात वजा केले तर त्या आत्मचरित्राला तसा काही अर्थ

नाही. लेखकाचं जगलं, भोगलेलं जीवन हे आत्मचरित्राचे खरे जिवंत रसायन असते. लेखकाचे स्वत:चे जिवंत अनुभव हे कोणत्याही आत्मचरित्राचे बलस्थान असते. बाकीचे त्याने पाहिलेले, ऐकलेले अनुभव पुस्तकाची पृष्ठमर्यादा वाढवीत असतात. तसे त्यांना दुय्यम स्थान असते. सामाजिक संदर्भ आणि लेखकाचा भोवताल समजून घेण्यासाठी अशा अनुभवांची मदत होत असते.

लक्ष्मण माने शिक्षण घेण्यासाठी धडपड करताना दिसतात. मुळात त्यांनी शिकावं ही त्यांच्या बाची प्रामाणिक इच्छा आहे. लक्षाच्या शिक्षणासाठी प्रचंड कष्ट उपसण्याची बाची तयारी आहे. लक्षाच्या शिक्षणाला त्याच्या आईने विरोध दर्शविला, म्हणून बाने तिला फोकाने बडवून काढले आहे. लक्षाच्या शिक्षणासाठी त्याची बहीण गाढवं राखू लागते. प्राथमिक शिक्षणाच्या वेळी रामभाऊ आणि कांबळे मास्तर, हायस्कूलच्या काळात भोसले हेडमास्तर आणि महाविद्यालयीन जीवनात प्राचार्य राम गायकवाड हे मदत करताना दिसतात, ज्यामुळे लेखकाला शिक्षण घेणे शक्य होते. मुळात लेखकाची अभ्यासातली गती धीमी आहे. त्याला इंग्रजी आणि गणित जमत नाही. ह्याचा अर्थ लेखक मंदबुद्धीचा आहे असे होत नाही. कारण अशा माणसाकडून पुढल्या काळात उत्तम प्रकारचे लेखन झालेले दिसून येते. लेखकाची कौटुंबिक विपन्नावस्था आणि त्याच्या रूचीला न भिडणारे अभ्यासक्रम हे त्याच्या शिक्षणातील अडसर आहेत.

सतत जगण्यासाठी भटकत राहाव्या लागणाऱ्या कैकाडी जमातीमध्ये लक्ष्मण मानेंचा जन्म झालेला आहे. ही जमात एका गावी स्थिर राहून जगत नाही. त्यामुळे लेखकाला एका शाळेत टाकणे शक्य होत नाही. सतत भटकत राहावे लागत असल्याने लेखकाने कुठल्या शाळेत जाऊन शिकावे? हा प्रश्न निर्माण होताना दिसतो. शिवाय कैकाड्याच्या मुलाने शिकावे का? हाही प्रश्न आहे. म्हणूनच लक्ष्मण मानेंच्या बाला मास्तर पुढील प्रश्न विचारताना दिसतो, 'लेका, बिनभिकाराला शाळा असतीया व्हय ?' (पृ. १७) पण लक्ष्मण मानेंच्या बाची जिद्द मोठी आहे. 'आमागत काय हुरडं फुकत बसावं काय?' (पृ. ३) असा त्यांचा प्रश्न आहे. आपला भूतकाळ आपल्या मुलाच्या वाट्याला येऊ नये ही त्यांची इच्छा आहे. लक्षा शाळेत जातो तेव्हा 'कैकाड्याचं पोरगं शाळंत?' असे आश्चर्यजनक भाव सर्वांच्या चेहऱ्यावर उमटताना दिसतात. (पृ. ४) असे हे वास्तव आहे.

'मी आपनहून शाळेत जातोय असं बघून बाला खूप आनंद झाला. त्या दिवशी तो तीन चार वेळा साळंकडं चकरा मारून गेला' (पृ. ७) असे लक्ष्मण मानेंनी लिहिले आहे. आपला मुलगा शिकतोय ह्यावर बाची जशी नजर आहे, तशी बा 'साळंकडं चकरा मारतोय' ह्यावरही लेखकाची नजर आहे. हे असं पितापुत्राचं प्रेम आहे. 'अभ्यास करावा म्हणून सारी ग्वाड बोलायची' असं लक्ष्मण माने म्हणतात. (पृ. ४४) 'बा बिनचुकता अभ्यासाला बसवीत हुता' (पृ. ५०) असं लक्षाच्या बाचं

शिक्षणावर प्रेम आहे. लक्षा जेव्हा पास होतो, तेव्हा 'माझा वाघ पास झालाय' अशा प्रकारचा आनंद त्याचा बा व्यक्त करताना दिसतो. (पृ. ६०) आपल्या मुलाच्या शिक्षणासाठी बा रामभाऊ, भोसले हेडसर आणि प्राचार्य राम गायकवाड ह्यांची भेट घेऊन विनवणी करताना दिसतो. इतकेच नव्हे, तर गावातल्या पोरीबरोबर लक्षा फोटोत दिसतो म्हणून गावातल्या पोरीच्या बापाचा मार खातानाही दिसतो.

लेखकाला आपल्या आई वडिलांबरोबर भटकावे लागते. जिथं फोकं असतील आणि राहण्यासाठी आडोसा मिळेल अशा गावी पाल उतरवणं, उतरल्याची गावच्या पाटलाला खबर देणं आणि त्या गावकोशीत कनिंग, टोपली करून देऊन उदरनिर्वाह करणं असा ह्या जमातीचा जीवन व्यवहार आहे. ''गाढवं आणि फोकं'' ही ह्या जमातीच्या जगण्याची साधनं आहेत. गाढवाच्या दिंडीबरोबर निघालेली ही पालाची यात्रा आहे.

लेखक लहानपणी जेव्हा गाढवं राखायला जातो, तेव्हा 'भाड्या गाढवाने गंज उपासली अन हिथं काय मुत पितुयास व्हय?' (पृ. २) अशा प्रकारची बोलणी त्याला खावी लागतात. लेखक जेव्हा उकिरड्यावर तंबाटकी खायाला जातो, तेव्हा 'काय रे मेल्यानू काय करताया तिथं' (पृ. १४) म्हणून त्याला हुसकावले जाते. 'भाकरी वाढ ग माई, शिळं पाकं वाढा वं काकू'(पृ. १७) अशा प्रकारे भीक मागतानाही कुत्री अंगावर येतात, लोक भीक वाढत नाहीत. शाळेत गेले तर 'कैकाडी' म्हणून त्रास होतो, बँड वाजवले तर 'नाच्या' म्हणून छळले जाते, गावातल्या लग्नात जेवायला गेले तर 'पंगत बाटवली' म्हणून हाकलून काढले जाते असे उपेक्षित जीवन लेखकाला जगावे लागते. (पृ. ७२)

लक्ष्मण माने शिक्षणाबरोबरच बँड पथकासाठी वाद्ये वाजवण्याचेही शिकतात. त्यामुळे ह्या आत्मचरित्रात शिक्षण घेताना आलेले अनुभव जसे आहेत, तसे बँड पथकातील अनुभवही आहेत. गावातील लग्नांच्या प्रसंगी वाजंत्री म्हणून वाजवायला गेल्यानंतर आलेल्या अनुभवांचे वर्णन इथे केलेले आहे. त्याचबरोबर मडी, जेजुरी आणि कुरवली येथे होणाऱ्या यात्रेचं आणि यात्रेला जोडून बसणाऱ्या जात पंचायतीचेही वर्णन ह्या पुस्तकात दिलेले आहे. 'लग्न' आणि 'यात्रा' ह्या निमित्ताने लेखकाने अनेक किस्से सांगितलेले दिसतात. जणु 'उपरा' तील दाहक दुःखाने वाचक गंभीर होऊ नये म्हणून अशा किश्श्यांची पेरणी केलेली असावी असे वाटते. 'लग्न' आणि 'यात्रा' ह्या प्रसंगांच्या निमित्ताने विशेष करून स्त्री पुरुष संबंधांविषयी रेलचेल वर्णन करणारे किस्से कथन करणे लेखकाला शक्य झाले आहे. लेखकाने जणू ही संधीच शोधलेली दिसते.

लक्ष्मण माने हे अगदी सुरुवातीपासूनच प्रेमाचे भुकेले दिसतात. सातवीची परीक्षा संपल्यानंतर सर्व मुलांचा एकत्र फोटो काढला जातो. त्यावेळी गावातली मुलगी योगायोगाने लक्ष्मण मानेजवळ थांबलेली असते. हा फोटो पाहून त्या मुलीचा बाप लक्ष्मण माने ह्यांच्या बाला मारतो. ही जखम लक्ष्मण मानेच्या जिव्हारी लागलेली

दिसते. (पृ. ७५) म्हणूनच लक्ष्मण माने 'मराठ्याच्या पोरीसंग गटायचं' (पृ. ८३) असं मनाशी पक्कं ठरवतात. आई-वडिलांनी लक्ष्मण मानेंच लग्न ठरविल्यानंतर ते पळून जातात. कदाचित त्यांना आपला निश्चय पूर्ण करायचा असेल. म्हणूनच ते म्हणतात 'दहावीला असतानाच एका पोरीमागं लागलो होतो' (पृ. ९३) शिकत असताना काम करणं आणि प्रेम करणं असा त्यांचा जीवनक्रम आहे. शिक्षणापेक्षाही त्यांचं 'लक्ष वर्गातल्या गोऱ्या गोऱ्या पोरी बघण्यातच अधिक रंगायचं.'(पृ. १०७) अशी त्यांची मानसिकता आहे.

शालेय जीवनात लक्ष्मण माने पत्ते खेळतात, सिगारेट ओढतात आणि मित्राबरोबर वेश्येकडे जातात. तारुण्यसुलभ भावनांनी त्यांच्या मनात पेट घेतलेला दिसतो. 'पोरगी-निजनं-धरनं असलं काय काय इचार करतच' त्यांना झोप लागते (पृ. ८२) एकीकडे तारुण्य आणि दुसरीकडे दारिद्र्य ह्याची सोबत अशी लेखकाची अवस्था आहे. 'अंगावरची कापडं आणि कॉलेजचं वातावरण यामुळं जात सांगायला लाज वाटायची' (पृ. ११४) असे म्हणताना लेखक दिसतो. बी. सी. स्कॉलरशिप मिळाल्यामुळे जशी त्याला जातीची जाणीव होते, तशी त्याच्यावर प्रेम करणाऱ्या ब्राह्मण मुलीने, 'किमान मराठा असशील असं वाटलं होतं' (पृ. ११४) अशा प्रकारचा नकार दिल्यानेही होते. लक्ष्मण माने आपला मित्र नारायणला त्याच्या प्रेमविवाहात मदत करतात आणि 'एक प्रचंड क्रांती केल्याचा अनुभव' घेतात. (पृ. १११) प्रेमविवाह हा त्यांना प्रचंड क्रांतीसारखा वाटत असल्याने ते शशीच्या प्रेमात पडतात. तिच्याशी लग्न करण्याचे निश्चित करतात. लक्ष्मण मानेंचे सवर्ण मित्र ह्याला विरोध करून त्याची साथ सोडून जातात. 'जे मित्र ताटात घेऊन जेवले, त्यांनीच पुन्हा जातीचा मुद्दा काढून बाजूला टाकलं होतं' (पृ. ११६) अशी ह्या प्रसंगाविषयी लेखकाची प्रतिक्रिया आहे. रोटी व्यवहार चालेल पण 'बेटी व्यवहार' नाही अशा वृत्तीवर लेखकाने बोट ठेवलेले दिसते. 'किमान मराठा असशील' म्हणणारी ब्राह्मण मुलगी असो, किंवा लक्ष्मण माने ह्यांच्या आंतरजातीय विवाहाला विरोध दर्शविणारे बहुजन समाजातील त्याचे मित्र असो, ह्यांना खालच्या जातीबरोबर रक्त संबंध मान्य होताना दिसत नाहीत.

लक्ष्मण मानेंच्या आयुष्यात अनेक सवर्ण माणसं आली आहेत. तीही मदत करणारी, सहानुभूती दर्शविणारी आहेत. इतकी सवर्ण सज्जन पात्रे अन्य कुठल्या दलित आत्मचरित्रात अभावानेच आढळतील. 'स्कूल ऑफ आंबेडकरी थॉटस्' असो, साधनेमधील राजा ढाले ह्यांच्या लेखाचे समर्थन असो, शंकराचार्यांवर जोडे फेकण्याचा प्रसंग असो किंवा समाजवादी युवक दलातील काम असो. ह्यामधून लेखकाची वैचारिक जडण घडण पक्की होताना दिसते. नरेंद्र दाभोळकर, श्याम पटवर्धन आणि यदुनाथ थत्ते ह्यांनी लेखकाला आत्मीय मदत केलेली आहे. लक्ष्मण माने ह्यांनी आपल्या मित्रांना आर्थिक मदत केलेली आहे, इथे जातीच्या मर्यादा आल्या नाहीत.

एक मात्र निश्चित, मित्रांना मदत करणारा लक्ष्मण माने समीसाठी, पोपटसाठी मात्र काहीच करताना दिसत नाही.

लक्ष्मण माने आणि त्यांच्या घरमालकाची मुलगी शशी ह्यांचे प्रेम जमते. मालकाच्या पोरीला, शशीला, भेटण्यासाठी कितीही उशीर झाला तरी रात्री लक्ष्मण माने खोलीवर यायचे. (पृ. ११८) आणि पहाटे लक्ष्मण आणि शशी ह्याचं प्रेम रंगायचं. हे प्रेम मित्रांना कळाल्यामुळे ते खोली सोडून गेले, पण ह्याची जराही माहिती शशीच्या घरी कळत नाही. जेव्हा शशी लक्ष्मण मानेबरोबर पळून जाण्याची तयारी करते आणि ह्या प्रकरणाचा सुगावा भावाला लागतो, तेव्हाही प्रेमात व्हावा तसा शशीचा छळ होत नाही. केवळ 'आमचं नाक कापलं' म्हणून शशीची आई आक्रोश करते. (पृ. १२६) लक्ष्मण मानेंची आईदेखील 'आमचं नाक कापलं' असा आक्रोश करताना दिसते. (पृ. १३३) शशीला घरून पळून जातानाही अडचण येत नाही. ती पळून गेल्यानंतर तिच्या घरचे कोणी तिचा शोध घेतानाही दिसत नाहीत. आंतरभारतीचे देशपांडे, राष्ट्र सेवा दलाचे पटवर्धन ह्यांच्यामुळे लक्ष्मण माने ह्यांचा आंतरजातीय विवाह पार पडतो.

लक्ष्मण मानेंनी आंतरजातीय विवाह केल्यानंतर त्यांचा बा म्हणतो,'आता जातीत चिठी फिरंल त्याला काय करायचं? आपला गू आपल्या तोंडात दुनिया घालंल त्याला काय सांगू? कंच्या तोंडानं पंचात बसु? आता सारी पंचात बोलंल आन् लक्षा, मी खाली ध्यान घालून माती टोकरीन. मागं चार पोरी हाईत्या. त्यानला कुनाला दिऊ?' (पृ. १३४) अशी वडिलांची अडचण झाली आहे. एकीकडे वडील अशा अडचणीत आहेत, तर दुसरीकडे 'मी जिवंत असेपर्यंत तुला रस्त्यावर यावं लागणार नाही' असे नरेंद्र दाभोळकर लेखकाला त्याच्या अडचणीत आधार देत आहेत. आंतरजातीय विवाह करून आर्थिक अडचणीत सापडलेले लक्ष्मण माने आर्थिक मदतीसाठी समाज कल्याण खात्याकडे अर्ज करतात तेव्हा त्यांना नकार मिळतो. केवळ जोडीदारापैकी एकटा अस्पृश्य असेल तर आर्थिक मदत मिळेल असे लक्ष्मण माने ह्यांना उत्तर मिळते. तेव्हा लक्ष्मण माने अस्वस्थ होतात. 'महाराला निदान महारकी असते, हाडकी असते, हाडकुळी असते. डोक्यावर कसं का असेना छप्पर असतेच. पण मी-मला धरणीमाय ठाव देईना आन् आभाळा हात पोचना. हागंदरीतल्या माणसाला अस्पृश्य म्हणत नाहीत. मग काय म्हणतात? पोटापायी पायात भिंगरी बांधणारा तुमचा कोण'(पृ. १३२) हाच प्रश्न 'उपरा' ह्या आत्मकथेनं संपूर्ण समाजव्यवस्थेला विचारलेला आहे.

समाजवादी विचारसरणीत वाढलेला लेखक जात पंचायतीला शरण जाताना दिसतो. 'जातीचा जो ठिपका पुशीन म्हणत होतो. तो गडद झाला होता'(पृ. १५४) असं आपलं मनोगत व्यक्त करताना दिसतो. ह्या पार्श्वभूमीवर 'वटसावित्री' ला नकार

देणारी शशी अधिक बंडखोर वाटते. लेखक आपल्या लहानपणी जेव्हा जेव्हा अडचणीत येतो, तेव्हा तेव्हा,'पेढे वाटेन' असा नवस बोलताना दिसतो पण शशी प्रकरणात हा नवस त्यांना आठवलेला दिसत नाही. 'उपरा' मधील 'परिस्थिती' आणि 'जात पंचायत' खलपुरुषाची भूमिका निभावताना दिसतात. गावगाड्यात कैकाडी जमातीचे होणारे शोषण, अज्ञान आणि अंधश्रद्धेमुळे ह्या जमातीची झालेली दैन्यावस्था, जात पंचायत आणि देवदेवतांचं ह्या जमातीतील प्राबल्य स्पष्ट करणारी ही आत्मकथा आहे. ह्या सगळ्याच अरिष्टांना ओलांडण्याचा लेखकाचा प्रयत्न चालू आहे.

'उपरा' च्या पूर्वार्धात लेखकाने अत्यंत शांतपणे आपल्या आयुष्याचा वृत्तांत कथन केला आहे. लेखकाच्या आईवडिलाला फोक काढले म्हणून लोकांनी केलेली मारहाण हृदयद्रावक आहे. ह्या ठिकाणी रामभाऊ धावून येतात. 'उपरा' ही एका व्यक्तीची आणि एका जमातीची अनेक प्रसंगांच्या तुकड्यातुकड्यातून व्यक्त झालेली आत्मकहाणी आहे. अनेक उपकथानकांच्या गुंफणीतून एक कथानक पुढे सरकताना दिसते. लक्ष्मण माने विवाह झाल्यानंतर मात्र अधिक आक्रमक होताना दिसतात. त्यांची शैली शिवराळ होताना दिसते. आंतरजातीय विवाहामुळे झालेल्या कोंडीच्या वेळी नरेंद्र दाभोळकर मदतीला धावून येतात. रामभाऊ आणि दाभोळकर ह्या पुस्तकातल्या सत्प्रवृत्ती आहेत.

आत्मकथेलाही एक कथानक असते, पात्रे असतात, सुरुवात, मध्य आणि शेवट असतो. मुख्य कथानकाच्या बरोबरीने अनेक उपकथानकांच्या माध्यमातून आत्मचरित्राच्या नायकाचा समग्र जीवनपट उलगडत जातो. आत्मचरित्रातील अनेक व्यक्तिरेखा, नायकाच्या व्यक्तिमत्त्वाच्या अनेक पैलूंचे दर्शन घडविण्यासाठी येतात. आत्मकथेतील अनेक आयुष्ये ही आपापल्या पद्धतीने व्यतीत होत असली तरी ह्या सर्व आयुष्यांचा मिळून एक कोरस बनतो. त्यातला मुख्य स्वर हा नायकाचा असतो. म्हणूनच माणूस परिस्थितीच्या समर्थ हातातील एक पात्र असते आणि त्याचे आयुष्य म्हणजे परिस्थितीने निर्माण केलेली एक दिव्य कलाकृती असते. 'उपरा' मध्ये त्याची प्रचिती येताना दिसते.

माणूस हा, परिस्थिती आणि निसर्गाच्या रसायनातून घडत असताना, स्वत:ची एक जीवनदृष्टी विकसित करत असतो. ह्यामध्ये शिक्षण आणि चळवळीची शक्ती प्रेरक असते. 'उपरा' ही कलाकृती लक्ष्मण माने नावाच्या व्यक्तीच्या जीवनातील साद पडसाद, समस्या आणि स्वभाव, समाज आणि संघर्ष, व्यक्ती आणि जात अशा वीणीनं विणलेली दिसते. लक्ष्मण माने सारखा कलावंत असो किंवा 'उपरा' ह्या आत्मचरित्रातील दाहक समाजजीवन असो, हे परिस्थितीच्या रेट्यातून फुलत गेलेले दिसेल. जणू ही प्रस्थापित व्यवस्थाच एका माणसाला आपल्याविरूद्ध चेतवण्याचं कार्य करताना दिसते.

उपरा - लक्ष्मण माने, ग्रंथाली, मुंबई - २८, पृष्ठे - १५४, किंमत - ८० रुपये, पहिली आवृत्ती - १९८०

उचल्या

'उचल्या' ही लक्ष्मण गायकवाड ह्यांची आत्मकथा आहे. गुन्हेगार जमातीतल्या लेखकाचे हे पहिलेच आत्मकथन असल्याने त्याची विपुल चर्चा झाली. ही चर्चा वाङ्मयीन असण्यापेक्षा सामाजिकच अधिक होती. भटक्या विमुक्त जमातींच्या व्यथा वेदनांना आणि प्रश्नांना लोकांपुढे आणणारी कलाकृती म्हणून ह्या पुस्तकाचे मूल्य खूप मोठे आहे. 'सर्व दुःखे लोकांच्यासमोर मांडण्याच्या' उद्देशानेच ही आत्मकथा लिहिली आहे. (मनोगत) लेखकाची लेखनामागील भूमिका जेव्हा स्पष्ट आणि ठाम असते तेव्हा त्याच्या लेखनात ही भूमिका पुस्तकाच्या पानोपानी व्यक्त होणे अपरिहार्य असते. मुळात अशा वाङ्मयीन कलाकृतीचे मूल्यमापन करताना, लेखकाची ही भूमिका वाटाड्याचे काम करू शकते.
'उचल्या' ही आत्मकथा लक्ष्मण गायकवाड ह्या धडपडणाऱ्या युवक कार्यकर्त्याची आहे. 'ना जन्मदिवस, ना गाव, ना घर, ना शेत, ना एक जात अशा एका उचल्या जातीत' (पृ.१) लेखकाचा जन्म झाला आहे. पाथरूट, टकारी, भामटा, उचले, गीरने वडार, कामाटी, घंटीचोर, वडार अशा वेगवेगळ्या नावांनी त्यांची जात ओळखली जात असल्याने (पृ. २) लेखकालाही अनेक

जाती सांगाव्या लागतात. ते म्हणतात, 'आमचं मूळ ठिकाण काय आहे, कुठनं आलो याचा काय बी पत्ता नाही.' (पृ. २)

लक्ष्मण गायकवाडने सुरुवातीलाच कोणत्या प्रकारचे मांसाहारी अन्न त्यांनी खाल्ले ह्याची नोंद केलेली आढळते. उंदरं, ससं, मुंगसं, हरण, घोरपड, व्हले, खडूळी, बदके, बगळे, कासव, मासं, रानमांजरं, तितरं, डुक्करं, पानकुत्रे, कोल्हे, कबुतरे, खेकडे, मेंढी, बोकडं, साळुंकी, करकुंची, पानकांबडे, मोर (पृ. ८) एवढ्या प्रकारचे मांस खाणारा हा जगातला एकमेव लेखक असावा. त्यांनी आपल्या हलाखीच्या जीवनाचे वर्णन करताना लिहिले आहे,'आमी लई दिवस गाढव काट्याचा पाला, तरवठ्याचा पाला, गाजराचा पाला, कुर्डुचा पाला, दगडी शेपू अशा प्रकारचा पाला खाऊन दिवस काढत होतो.' (पृ. ३२) एखाद्या जमातीचा त्यांच्या अन्नावरून अभ्यास करायचा म्हटला, तर लक्ष्मण गायकवाड हे किती पशुतुल्य जीवन जगत होते ह्याचा दाखला मिळू शकतो.

'आम्हाला कामधंदा कोन देत न्हाई, म्हनून चोरी करावं लागतं' (पृ. ५०)असं लक्ष्मण गायकवाड ह्यांनी लिहिलं आहे. ह्यात विमुक्त जमातींची अन्नानं अगतिकताच दिसून येत नाही, तर प्रस्थापित समाजव्यवस्थेची विकृत मानसिकताही दिसून येते. 'चोरी' करणाऱ्याला 'चोर' म्हणणे एक वेळ समजू शकते, पण संपूर्ण जमातच 'चोर' ठरविणे हे गैर आहे. जर ह्या जमातीला कामधंदा मिळत नसेल, त्यांच्याकडे सतत गुन्हेगार म्हणूनच पाहिलं जात असेल, तर ह्या जमातींनी जगण्यासाठी चोरी करू नये तर काय करावं? प्रस्थापित समाजव्यवस्था किती पक्षपाती आहे, ह्याचं विदारक वर्णन पुढील ओळीतून स्पष्ट होईल. 'मला वाटायचे आपले लोक पोटासाठी चोरी करतात त्यांना चोर म्हणून शिक्षा होते. जे लोक दिवसाढवळ्या चोऱ्या करतात, यांना कोण पण काय पण म्हणत नाहीत.' (पृ. १४३) पोटासाठी चोरी करणारे आणि दिवसाढवळ्या चोरी करणारे, असे दोन वर्ग आहेत. पोटासाठी चोरी करणारा वर्ग गरीब आहे. तो केवळ पोटासाठी चोरी करतो. दिवसाढवळ्या चोरी करणारा वर्ग हा पोट भरलेला वर्ग आहे. तो पोटासाठी चोरी करत नाही, तर अधिक श्रीमंत होण्यासाठी, विलासी जीवन जगण्यासाठी चोरी करतो. भ्रष्टाचार, लाचलुचपत आणि वाममार्गांनी देशाला, कायद्याला फसवून लाखोंचा गैरव्यवहार होत असतो. अशा चोऱ्या करणारा मात्र जन्मजात गुन्हेगार ठरत नाही. उलट त्याला समाजात प्रतिष्ठा असते. मोठे अधिकारी, राजकीय नेते आणि व्यापारी ह्या प्रकारात येतात.

एकदा चोरी करूनच जगणे क्रमप्राप्त ठरले, की मग त्या चोरीमध्ये कौशल्ये हस्तगत करणे हे आपोआपच येते. पिढ्यान् पिढ्या चोरी केल्याने एका पिढीकडून दुसऱ्या पिढीकडे ह्या धंद्यातले शहाणपण वर्ग होते. चोरी कशी करावी, चोरी करताना कोणती खबरदारी घ्यावी, कोणत्या युक्त्या कराव्यात ह्यातूनच चोरीचे एक शास्त्र तयार

होते. चोरी करण्यात पारंगत होणारा नावाजला जाऊ लागतो. जो सहजपणे चोरी करू शकतो, पोलिसांच्या जाळ्यात सापडत नाही तो चारचौघात श्रेष्ठ ठरतो. वाकबगार चोराला आपली मुलगी देणे किंवा त्याची जमातीमधे कदर करणे, असे प्रकार आपोआप घडतात. आपला मुलगा विख्यात चोर व्हावा अशी विमुक्त जमातीतील प्रत्येक पालकाची इच्छा होते. पोलिसांनी कितीही छळ केला तरी त्याने गुन्हा मान्य करू नये व आपल्या सहकाऱ्यांची नावे सांगू नये, ह्याची सुरुवातीपासूनच तयारी करून घेतली जाते. चोरीचे शिक्षण देणाऱ्या ह्या जमाती चोरी करून कशा जगतात, चोरी करून जगण्यामुळे त्यांना काय भोगावे लागते ह्याचे विषण्ण करणारे वर्णन 'उचल्या' आत्मकथेत व्यक्त झालेले आहे.

लक्ष्मण गायकवाड ह्यांनी चोरीच्या शिक्षणाविषयी सुरुवातीलाच खुलासा करून टाकला आहे. 'आमच्या चोऱ्याचे चार परकार आहेत (१) खिसे कापणे (२) जोडे आणि गठुडे चोरणे (३) ठकवणे (४) बोलता बोलता फसवणे. उदाहरणार्थ 'नकली सोने देऊन असली सोने हडपणे' (पृ. ८,९) ह्या चार प्रकारच्या चोऱ्या शिकवण्यासाठी आईवडील आपल्या मुलांना सक्ती करतात. चोरीचे शिक्षण देणारा आपल्या चोर शिष्याने केलेली सहा महिन्याची चोरी खातो. (पृ. ९)

लक्ष्मण गायकवाड ह्यांनी ह्या चोरीच्या शिक्षणाविषयी लिहिलं आहे. 'चोऱ्या करण्याच्या आदी मार खाण्याचं शिक्षण देतात' (पृ. ५) हे मार खाण्याचं शिक्षण अगदी रानटी प्रकारचे आहे. पोलिसदेखील छळ करणार नाहीत इतका चोरी करणाऱ्याचा छळ केला जातो. त्याला बुटाने, फोकाने मारले जाते. त्याच्या डोळ्यात, गांडीत मिरची भरली जाते. पोलिसांनी कितीही मारले तरी त्याने इतरांची नावे सांगू नयेत म्हणून त्याला मार खाण्याचे शिक्षण दिले जाते. त्याला मारून तयार केले जाते. 'वाण्या बामनासारखं माराला भिऊ लागलाय' (पृ. ५) अशी मार खाताना भिणाऱ्याची संभवना केली जाते. मारहाणीला न भिणं, छळापुढं न डगमगणं, गुन्हा कबूल न करणं, सहकाऱ्यांची नावं पोलिसांना न सांगणं अशा प्रकारची मानसिकता तयार करून घेतली जाते.

'आमच्या उचल्याच्या घरात देवापरीस मोठा आमचा दाखला वाटायचा अन् खिसे कापायची भारत पत्ती घरातली लक्ष्मी वाटायची.'(पृ. ३) लेखकाचं हे विधान नेमक्या वास्तवावर बोट ठेवणारं आहे. ह्या जमातीच्या लोकांना बाहेरगावी जायचं झालं तर पोलिस पाटलाचा दाखला घेऊन जावं लागायचं'(पृ. २) हा दाखला अत्यंत महत्त्वाचा आहे. हा दाखला नसेल तर दुसऱ्या गावी प्रवेश नाही. तिथे त्याला दोन तीन दिवस राहाण्याची परवानगी नाही. दाखला नसेल, तर त्याला 'चोर' समजले जाई. त्यामुळे त्यांना सतत दाखला जवळ बाळगणे आवश्यक होई. हा दाखला देताना पोलिस पाटीलही भरपूर पैसे घेई. अशा दाखल्यामुळे त्यांना बाहेरगावी जाण्याचा परवाना मिळे. एक प्रकारचा पासपोर्ट, व्हिसा अशा प्रकारचे महत्त्वाचे हे कागदपत्र मानले जाई. म्हणूनच लक्ष्मण गायकवाड ह्यांनी अशा दाखल्याला ईश्वरापेक्षाही

अधिक महत्त्वाचे मानलेले आहे. चोरी करण्यासाठी भारत पत्तीचा उपयोग करावा लागे, भारत पत्तीमुळेच चोरी करता येई. चोरी करण्याचे हे महत्त्वाचे साधन असल्याने त्याचे महत्त्व घरातल्या लक्ष्मीसारखेच आहे असे लेखकाने म्हटले आहे. 'दाखला' आणि 'भारत पत्ती' ह्या दोन बाबी ह्या जमातीच्या जीवनातल्या अत्यंत महत्त्वाच्या आहेत. 'हे देवा! येश दे. तिरगायला येश येऊ दे. पोलिसापासून वाचव' (पृ. ६) असे ते देवाला साकडे घालतात. चोरी मिळावी, पोलिसांनी पकडू नये, भरपूर पैसे मिळावेत हे त्यांचे ईशस्तवन आहे. ह्या ईशस्तवनाचे स्वरूप प्रस्थापित व्यवस्थेतल्या भाविकांना कदाचित विचित्र आणि अभद्र वाटू शकेल, पण ह्या जमातीच्या जगण्याचा हा मंत्र आहे, हे समजून घेतले पाहिजे. 'जर जनावराला कुठं विकायचं झालं, जर दुसऱ्या गावाला न्यायाचं झालं, तर त्याला जसा दाखला लागतो अन् बिगर दाखल्याचं जनावर घेत नाहीत, तसं त्या जनावरासारखी आमच्या उचल्या लोकांची गत होती. पोलिस पाटलाचा दाखला असेल तर दुसऱ्या गावात तो दाखला त्या गावच्या पोलिस पाटलाला दाखवून तीनच दिवस राहायला येतं. दाखला नसेल तर त्या गावचा पोलिस पाटील चोर म्हणून धरून देतो.' (पृ. २-३)

चोऱ्या करण्याचे ठिकाण म्हणजे यात्रा, बाजार, बस स्टेशन अशा गर्दीच्या जागा 'जत्र्यात बारक्या पोराच्या गळ्यातले हारं, वजरटिका दातानं कवा भारत पत्तीनं तोडून कापून आणायची अन् सावकाराकडे विकून घरं चालवायची' (पृ. २) अशी ह्या जमातीची अवस्था आहे. 'खिसेकापूपासून सावधान' अशा प्रकारचा प्रचार झाल्याने ह्या धंद्यावर गंडांतर आलेलं आहे. 'समदे लोक हुशार झालेत' (पृ. ४५) त्यामुळे खिसा कापणे अवघड झाले आहे. चोरी करणारी टोळी कशा पद्धतीने चोरी करत असते ह्याचे तपशीलवार वर्णन 'उचल्या' ह्या पुस्तकात पुढीलप्रमाणे दिलेले दिसेल, 'मुच्चू (चोरी) करणाऱ्यांची आठ धा जणांची टोळी असते. त्यातला येक मानूस समद्याचे बिऱ्हाड राखतो. तर एक सैपाकी असतो. बाकीचे खिसं कापनाऱ्यासंगं जातात. कारन येकालाच खिसा कापता येत न्हाइ. त्येच्यासंग कमीतकमी तीन चार जणं असतात. येक जो असतो तो कोनाकडं पैसे जास्ती हायेत, कोन कोठं काय इकत घेतो त्याच्याकडं ध्यान ठिवतो. जास्ती पैसे खिशात ठेवल्याचे पाहिले की त्या मानसाच्या मागंमागं ऱ्हायाचं येकाचं काम असतं. पैसंवाला गर्दीत गेला की तो सोबतीच्या साथीदारांना इशारा करतो. साथीदार हळूहळू मागं येतात. पैसंवाला कुठं बाजार घेन्यासाठी लई गर्दी असंल तिथं, नायतर देवदर्शनासाठी गेला तर लईच चांगलं. त्या गर्दीत दोघं तिघं टोळीवाले पुढं होतात अन् एक दोन मागं होऊन गर्दी करू लागतात. जो खिसा कापतो त्याच्या दोन बोटामंदी पत्ती असते. तो चटकन त्या गर्दीत त्या मानसानं जिथं पैसे ठिवलेत त्याच्या खालच्या बाजूला पत्तीनं खिसा कापतो अन् पत्ती चटकन तोंडात टाकून जिभंच्या खाली धरतो. दोन बोटं खिशात घालून

नोटा खिशाबाहेर काढतो. त्याचा मागचा साथीदार चटकन त्येच्या हातातलं पैसं घिवून पसार होतो. मग येकजण थुंकतो नायतर खाकरतो अन् निघन्याचा इशारा करतो. सगळेच निघून पसार होऊन ठरलेल्या जागी जमतात. येकेकदा गर्दीत पैसंवाला सापडला नाही तर टोळीवाले बसठेसनाला जातेत. लायनीत मागं पुढं करतेत. तोंडाला आलं की, पुढचे लोक वरबी जात नाहीत खालीबी येत न्हाईत. 'पुढं चला, पुढं चला' असा कालवा करतेत. तेवढ्या येळातच खिसा मारून टोळीवालं पसार व्हत्यात. पन धरलं तर लई मारतेत. म्हनून कवाकवा खिसं कापाया बारक्या पोरवाली शिकवत्यात. जर बारकं पोरगं खिसं कापताना धरलं गेलं तर संगट असलेलं येक दोन लोकंच दुसरे मारन्याआदी मारू लागतेत. लाताबुक्क्या घालतेत. इतकं मारतेत की लोकान्ला वाटावं, की हे साध्या कपडांतले पुलीसच हायेत. मारताना शिव्या देतेत, चोऱ्या करतूस का भाडखाव. येवढ्या बारक्यापनी खिसं कापतूस. असं म्हनत लोकानची नजर हेरतेत. तवा आमच्यापैकी येकांदा पुढं होऊन म्हनतो, 'जाऊ द्या सायब, लई मार खाल्लाय. बारकच हाय' असं करून टोळीवाले त्येला सोडीवत्यात. कवा कवा तर पोलिस ठान्याला उगीचच घेऊन चला म्हनून आनतेत अन् नेताना येकांद गल्ली बोळ बघून सोडून देत्यात' (पृ. २५) अशाप्रकारे चोरी केली जाते. चोरीच्या मालाची चोरांमध्ये वाटणी केली जाते. 'चोऱ्या करून आणलेल्या वाटण्या व्हताना कमी जास्त झालं की मारामाऱ्या व्हायच्या' (पृ. ४१) इतकेच नव्हे, तर 'ज्या साथीदारासंगं चोरी करताना बेईमानी केली असल्यास त्याच्यासंगे सहा महिने, दोन महिने नुसतं पोटावरचं चोऱ्या करायच्या, त्यानं बेईमानी केली म्हणून त्याला त्याचा हिस्सा मिळायचा नाही' (पृ. ४१) अशी ही व्यवस्था आहे. ह्या पुस्तकाची सुरुवात 'भूक' आणि 'गुन्हा' ह्याने होताना दिसते, तर शेवटी संघटन आणि संघर्ष व्यक्त होताना दिसतो.

गुन्हेगार जमातीला स्वसमाजाच्या जात पंचायतीचा आणि पोलिसांचा छळ सहन करावा लागतो. अशा अमानुष छळांची प्रकरणे ह्या आत्मकथेत विपुलपणे दिलेली आहेत. लक्ष्मण गायकवाड ह्यांचा आजा लिंगप्पा हा पोलिसांचा खबऱ्या म्हणून काम करतो आणि चोरी करणाऱ्यांची नावे पोलिसांना सांगतो. म्हणून जात पंचायत बसते आणि लिंगप्पाचा खून करण्याचा निर्णय घेऊन त्याचा खून करते. हे प्रकरण पोलिसांपर्यंत नेऊ दिलं जात नाही. अशी ही जात पंचायत आहे. (पृ. ४) पोलिस तर ह्या जमातींबरोबर शत्रुवत् व्यवहार करताना दिसतात. लेखकाने पोलिसांविषयी पुढीलप्रमाणे वर्णन केलेले दिसते. 'माझ्या घरी पोलिस झडती घ्यायला आले अन् घरातल्यांना मारू लागले की त्याचा मार बघूनच मी कित्येक वेळेस चड्डीतच मुतून अन् हागून घ्यायचा' (पृ. ३) हाच लेखक पुढल्या काळात पोलिसांच्या विरोधात भटक्या विमुक्त समाजाचा 'कत्ती हातोडा' मोर्चा काढताना दिसतो. भटक्या विमुक्त समाजाला संघटित करून त्यांच्या अन्यायाविरूद्ध त्यांना संघर्ष करायला लावणाऱ्या,

एका धडपडणाऱ्या जिद्दी कार्यकर्त्यांचा हा जीवन संघर्ष आहे. लक्ष्मण गायकवाड ह्यांचे संपूर्ण आत्मचरित्र हे संघर्षाच्या दिशेने विकसित होत गेलेल्या एका बंडखोर मानसिकतेचं आत्मनिवेदन आहे. अगदी शालेय जीवनापासूनच ह्या जाणिवा प्रकट झालेल्या आहेत. लेखकाने आपल्या विद्यार्थीदशेत भारताच्या पंतप्रधानाला पत्र लिहून 'महात्मा गांधीजींचे स्वप्न केव्हा पुरे होणार?' असा प्रश्न विचारला आहे. हाच प्रश्न आजही सार्वत्रिक निवडणुकांच्या वेळी मोठ्या धामधुमीत विचारला जातो. पण अजूनही लेखकाने त्याच्या विद्यार्थीदशेत विचारलेल्या प्रश्नाची सोडवणूक झालेली दिसत नाही. शाळेतील पंधरा ऑगस्टचा प्रसंग असो किंवा सूत गिरणीतील. लेखक अशा प्रसंगी स्वत:हून भाषण करताना दिसतो. भाषण करणे हा ह्या लेखकाचा स्वभाव आहे. मुळात 'उचल्या' हे त्यांचे आत्मचरित्र म्हणजे एक न संपणारे आत्मभाषण आहे. सूत गिरणीमधील भाषणामुळे लेखकाकडे कामगारांचे नेतृत्व चालून येते आणि इथून त्यांच्या जीवनाचे दुसरे झुंजार पर्व सुरु होते. लेखक कामगारांची बाजू घेऊन संप घडवून आणतो. आमरण उपोषण करतो. लेखकाला ह्यामुळे संघटना आणि संघर्षाचे महत्त्व पटते. लक्ष्मण गायकवाड कामगारांच्या पांठीब्यांच्या जोरावर सूत गिरणीत संचालक होतात. कामगारांच्या मागण्यांसाठी व्यवस्थापनाबरोबर संघर्ष करू लागतात. ह्यामध्ये त्यांची नोकरी जाते. लक्ष्मण गायकवाड जगण्यासाठी पाव विकू लागतात. भाजीपाला विकतात, तिखट मिरची, केळी विकतात. किराणा दुकान, हॉटेल आणि सायकल दुकानाचा धंदा करतात. नगरपालिकेत शिपायाची नोकरी करतात. जायकवाडी प्रकल्पाची कंत्राटी कामे घेतात. पण व्यवसाय, रोजगार किंवा धंदा करणं हे ह्या माणसाच्या रक्तातच नाही. त्यामुळे लक्ष्मण गायकवाड सामाजिक चळवळीत सक्रिय होताना दिसतात. झोपडपट्टीवासियांच्या प्रश्नांपासून ते भटक्या विमुक्तांच्या प्रश्नापर्यंत संघटना बांधून संघर्ष करू लागतात.

लक्ष्मण गायकवाड ह्यांना त्यांच्या जातीमुळे १९ वेळा खोल्या बदलाव्या लागल्या आहेत. हे जसे खरे आहे, तसे त्यांना अनेक सवर्ण लोकांनीही मदत केल्याचे चित्र दिसते. केशवराव सोनवणे, प्रभाकर कोकणे, रामलिंग जगताप, भगवानराव देशपांडे आणि अनेक सामाजिक कार्यकर्ते लेखकाला मदत करताना दिसतात. भुकेतून जन्मलेला संघर्ष ह्या पुस्तकात सर्वत्र प्रकट होताना दिसतो, तसा सामाजिक न्यायाच्या जाणिवेतून उभारलेला संघर्षही व्यक्त होताना दिसतो. ह्या संघर्षामुळे ह्या पुस्तकाचे सामाजिक मूल्य वाढलेले आहे. म्हणूनच 'उचल्या' ह्या पुस्तकाचे श्रेष्ठपण तपासताना वाङ्मयीन मूल्यांपेक्षा सामाजिक मूल्ये महत्त्वाची ठरतात.

उचल्या - लक्ष्मण गायकवाड, श्रीविद्या प्रकाशन, पुणे - ३०,
पहिली आवृत्ती - १९८७, पृष्ठे - १८८, मूल्य - ५० रुपये

आयदान

उर्मिला पवार ह्यांचं 'आयदान' हे पुस्तक चर्चित ठरलं आहे. कुमुद पावडे, शांताबाई कांबळे, बेबी कांबळे, मुक्ता सर्वगोड, मलिका अमर शेख, जनाबाई गिऱ्हे, विमल मोरे ह्या दलित लेखिकांच्या आत्म-कथनानंतर उर्मिला पवार ह्यांचं आत्मकथन प्रकाशित झालं आहे. आज दलित आत्मकथा हा वाङ्मयप्रकार सर्वार्थानं रूढ आणि वाचकप्रिय ठरलेला दिसून येतो. जवळजवळ शंभर तरी दलित आत्मकथा प्रकाशित झालेल्या दिसतील. ह्यातील काही पुस्तकांनाच प्रसिद्धीचा मान मिळाला आहे. ह्या पार्श्वभूमीवर उर्मिला पवार ह्यांचे 'आयदान' हे आत्मचरित्र प्रकाशित होऊन चर्चित ठरलं आहे. ह्याचे एक महत्त्वाचे कारण म्हणजे हे पुस्तक ग्रंथालीसारख्या नामांकित प्रकाशनाने प्रकाशित केलेले आहे. चांगल्या प्रकाशकाकडून पुस्तक प्रकाशित झाल्यास त्या प्रकाशकाच्या नावाचा, जाहिरात आणि वितरणव्यवस्थेचा लेखकाला फायदा मिळत असतो. चांगल्या प्रकाशकांची पुस्तके वाचकांपर्यंत पोहचतात आणि चर्चित ठरतात. 'आयदान' च्या चर्चेत ग्रंथालीच्या नावाचाही वाटा आहे, हे लक्षात घेतले पाहिजे.

॥१॥

उर्मिला पवार ह्या आपल्या हरी नावाच्या खापरपणजोबांपासून ते रवि नावाच्या जावयापर्यन्तच्या कालपटावर उभ्या राहून निवेदन करत आहेत. सुरूवातीचा काळ हा त्यांच्या पूर्वजांच्या तपशिलाचा आणि कोकणातल्या गावगाड्याच्या वर्णनावर आधारलेला दिसून येईल. त्याला कादंबरी लेखनाची लय प्राप्त झालेली आहे. उर्मिला शाळेत गेल्यापासून ते एम. ए. उत्तीर्ण होण्यापर्यंतचा काळ हा प्रामुख्याने लेखिकेभोवती आयदानाप्रमाणे गुंफला गेला आहे. हा भाग अत्यंत रसरशीत आणि आत्मीय असा झाला आहे. त्यानंतर स्त्रीमुक्ती संघटनांशी आलेला संपर्क आणि समाजसेवेचा भाग हा रिपोर्ताजच्या रूपात व्यक्त झाला आहे. तो पहिल्या भागाइतका वाचनीय वाटत नाही. आत्मनिवेदनाच्या शेवटच्या टप्प्यात लेखिकेच्या मुलाच्या मृत्यूपासून ते पतीच्या मृत्यूपर्यंतच्या अनेक दु:खद घटनांचे कथन आले आहे. हा भाग वाचकाला अस्वस्थ करणारा वाटतो.

'आयदान' म्हणजे टोपली, करंड्या विणणं. खरं तर हा व्यवसाय कैकाडी ह्या जमातीचा आहे, जो ह्यापूर्वी लक्ष्मण माने ह्यांच्या 'उपरा' ह्या आत्मकथनात ताकदीने व्यक्त झालेला दिसेल. लक्ष्मण मानेंची आई आणि उर्मिला पवार ह्यांची आई 'आयदान' विणत असल्या तरी त्या दोन भिन्न सामाजिक स्तरांच्या प्रतिनिधी आहेत. दोघींच्या जीवनामध्ये जमीनअस्मानाचे अंतर आहे. 'उपरा' आणि 'आयदान' मध्ये मला आणखी एक साम्य दिसते. लक्ष्मण माने आणि शशी ह्यांचे 'उपरा' मधील प्रेम आणि उर्मिला पवार व हरिश्चंद्र ह्यांचं 'आयदान' मधील प्रेम ह्याची तुलना करता येईल. इथेही उर्मिलापेक्षा शशी उजवी वाटते. प्रेमातल्या त्यागाचं उत्तम उदाहरण म्हणून 'उपरा' कडे पाहाता येईल.

पारंपरिक अभिरुची ही स्त्री-पुरुष-संबंधांभोवती रूंजी घालताना दिसते. त्यामुळेच ज्या दलित आत्मकथनांमध्ये स्त्री-पुरुष नात्यातील ताणतणाव अधिक आहेत, अशी दलित आत्मकथने अधिक लोकप्रिय ठरल्याचे दिसतील. दलित आत्मकथनांमध्ये स्त्री-पुरुष प्रेमाची विविध रूपे उत्कटपणे व्यक्त झालेली दिसतील. 'बलुतं' मधील दया पवार आणि सलमा, 'अक्करमाशी'मधील शरण आणि शेवंता, 'उचल्या' मधील लक्ष्मण गायकवाड आणि शोभा, 'मला उद्ध्वस्त व्हायचंय' मधील मलिका आणि नामदेव हे प्रेमाचे विविध आविष्कार आहेत. दलित साहित्यात प्रेम नाही किंवा दलित लेखकाला प्रेमाविषयी लिहिता येत नाही, हा भ्रम दूर करणारी ही उदाहरणे आहेत. 'बलुतं' मधील प्रेम विवाहबाह्य आहे तर 'अक्करमाशी' व 'उचल्या'मधील प्रेम विवाहपूर्व असे आहे. 'उपरा', 'मला उद्ध्वस्त व्हायचंय' आणि 'आयदान' मधील प्रेमाचे पुढे विवाहात रुपांतर होताना दिसते. 'उपरा' मधील यशस्वी प्रेमाची कहाणी 'आयदान' आणि 'मला उद्ध्वस्त व्हायचंय' मध्ये विफलतेकडे सरकताना दिसते.

उर्मिला पवार ह्यांचा मूळ पुरुष हरी हा खापरपणजोबा आहे. ज्याच्यावर 'सत्यशोधक चळवळीचा प्रभाव होता' असे लेखिका म्हणते (पृ. १०). त्यामुळे तो गाववाल्यांची सभा घेतो आणि 'आमचे धार्मिक विधी आम्ही करू' असे घोषित करतो. (पृ. १०) ह्याला गावातील ब्राह्मणांचा विरोध होतो. ब्राह्मणांची भटगिरी मोडून काढण्यासाठी हरी पैजेचा विडा उचलतो आणि त्यात विजयी होतो. त्यामुळे त्याला 'मसणगिरी बुवा' असे नाव मिळते. त्यानंतर ही भटगिरी परंपरेने उर्मिलाचा भाऊ शाहू ह्यांच्यापर्यंत चालत आलेली दिसते. (पृ. ८९) खरे तर भटगिरीला विरोध म्हणून हरी ब्राह्मणाला आव्हान देतो आणि त्याच्या घरी भटगिरी सुरू होते. ही भटगिरी म्हणजे पंचांग बघणे, भूत उतरविणे असे प्रकार सुरू होतात. उर्मिलाचे वडील स्वत: शिक्षक असूनही ते पंचाग सांगत असतात, भुतं उतरवीत असतात, दुसऱ्यांना गुरुमंत्र देतात. पैसा मिळतो म्हणून अशा अंधश्रद्धांना शिक्षक असूनही खतपाणी घालतात. पुढे हा वसा त्यांचा मुलगा शाहू चालवताना दिसतो. ह्याला 'सत्यशोधक चळवळी'चा प्रभाव कसा काय म्हणता येईल.? हरीपासून ते शाहूपर्यंतची भटगिरी हा निव्वळ भोंदूगिरीचा नमुना आहे. उर्मिला पवार ह्यांनी ह्याविषयी मौन पाळलेलं दिसतं. 'भटगिरी' पासून 'आयदान' ची सुरुवात होते आणि लेखिकेच्या बौद्ध धम्म प्रचाराने ह्या पुस्तकाची सांगता होते. भटगिरीकडून धर्मान्तराकडे झालेल्या मानसिक स्थित्यंतराचे हे आत्मनिवेदन आहे

उर्मिला पवार ह्यांचं आयुष्य तीन टप्प्यात विभागलं आहे. पहिल्या टप्प्यात त्या नाटकातून वावरताना दिसतात. हा काळ त्यांच्या सहाव्या इयत्तेपासून सुरू होतो. शाळाकॉलेजामधून कार्यक्रमात भाग घेणारी उर्मिला धीट होत जाताना दिसते. तर तिची दुसरी बहीण 'ब्राह्मण मैत्रिणींचे ब्राह्मणी रितीरिवाज उचलताना दिसते.' (पृ. ११९) खापरपणजोबांनी ब्राह्मण्याला दिलेल्या आव्हानाचे असे पानिपत होताना दिसते. लेखिकेच्या आयुष्यात दुसऱ्या टप्प्यावर प्रेम येतं आणि तिसऱ्या टप्प्यावर समाजसेवा. मुळातच लेखिकेचा मूळ पिंड हा समूहातून व्यक्त होण्याचा आहे. आयुष्याच्या सुरुवातीच्या काळात नाटकाच्या रंगमंचावरून वावरणारी लेखिका उत्तरार्धात सभा संमेलनांच्या व्यासपीठावर वावरताना दिसते. अगदी आरंभापासून अंतापर्यंत प्रेक्षक आणि श्रोत्यांपुढे उभे राहण्याची लेखिकेला हौस आहे. भूमिका वेगवेगळ्या असल्या तरी सहाव्या इयत्तेत लिहिलेल्या नाटकापासून ते 'आयदान' पर्यतचं व्यक्त होणं हे लोकांसाठीच आहे, हे लक्षात घेतले पाहिजे. त्यामुळेच पुढल्या काळात लेखिकेच्या आयुष्यात घर आणि प्रेम ह्याला तसा अर्थ उरत नाही. नाटक, प्रेम आणि चळवळ ह्या धावपट्टीवरून ही आत्मकथा धावताना दिसते. कोकण ते मुंबई असा ह्या आत्मकथेचा प्रवास आहे. खेड्याकडून शहराकडे असे आंबेडकरी विचारसूत्र ह्यातून प्रकटताना दिसते. ही आत्मकथा एका कुटुंबापासून सुरु होते आणि शेवटी ती समाजाची होताना दिसते.

'आयदान' ही आत्मकथा उर्मिला पवार, उर्मिलाची आई आणि पती हरिश्चंद्र पवार ह्या तीन दगडांवर उभी असल्याची दिसते. ही तीन पात्रे पूर्वार्धात वेगळी आणि उत्तरार्धात वेगळी असल्याचे दिसतील. 'मैत्रीण' ह्या संघटनेत गेल्यानंतर उर्मिला पवारांचा कायापालट होताना जाणवतो. हरिश्चंद्र पवारांचेही असेच आहे. उर्मिला पवार जस--जशा बदलू लागतात तसतसे मि. पवारही बदलताना दिसतात. हा बदल म्हणजे शिक्षण देणाऱ्या पतीचे पांग फेडण्याचा प्रकार आहे. एकदा पत्नीला शिक्षण देण्याचा निर्णय घेतला, ती शिकली आणि बदलली, की त्यानंतर पुन्हा तिला 'घरगुती स्त्रियांप्रमाणे वाग' असा उपदेश करणे ही ढोंगबाजी आहे. आयदान म्हणजे 'पांग' आणि 'ढोंग' ह्यातली जुगलबंदीच आहे.

उर्मिला पवारांना आपल्या पित्याविषयी ममत्व वाटत नाही. 'मला त्यांचा खूप राग यायचा. ते एकदा घरातून गेले की परत येऊ नयेत असं वाटायचं, (पृ. २४) उर्मिलाच्या वडिलांना मात्र आपली मुलं शिकावी, मोठी व्हावी असे वाटत असते. अशा वाटण्यातून आणि जगाव्या लागलेल्या खडतर आयुष्याच्या वैराण अनुभवांतून उर्मिलाच्या बाबांचा स्वभाव घडलेला आहे. बिकट परिस्थितीतून वाढलेल्या माणसाचा स्वभाव हा असाच असतो. त्यामुळे उर्मिला पवार अजाणतेपणी आपल्या वडिलांविषयी रागाची भावना व्यक्त करत असाव्यात. बाबांच्या मृत्युसमयी मात्र त्या हळव्या होताना दिसतात. 'मी शिकीन, शाळेत जाईन, तुम्ही मरू नका असं त्यांना सांगावं असं मला खूप वाटलं.' (पृ. २४)

हरिश्चंद्र पवार उर्मिलावर मनापासून प्रेम करताना दिसतात. उर्मिलाही हरिश्चंद्रावर उत्कट प्रेम करताना दिसते. 'हरिश्चद्रानं माझं हृदय पूर्ण काबीज केलं होतं. त्याचं हसणं, बोलणं, रोखून प्रेमानं बघणं यानं स्वप्नातही माझं हृदय थरथरत होतं. त्याला बघण्याची भेटण्याची मला तहानच लागली होती.' (पृ. १४१) 'हरिश्चद्रांमुळे उर्मिलाच्या अंगावर एक गोड पण अनामिक हुरहुर मोरपिसासारखी अंगभर लहरत होती.' (पृ. १०९) लेखिकेच्या मनात अशी उत्कटता असली, तरी परस्परांमधील प्रेम उमगायला दोन अडीच वर्षे जातात. (पृ. १०९) उर्मिला आणि हरिश्चंदच्या लग्नाला विरोध होतो. (पृ. १४६) उर्मिलाच्या आई वडिलांच्या लग्नालाही विरोध झाला होता. (पृ. १३) पुढे उर्मिलाच्या मुलीच्या लग्नाच्या वेळीही असा विरोध होताना दिसेल. (पृ. २६१)

उर्मिला पवार ह्यांचा खापरपणजोबा हरी आणि उर्मिलाचे पती हरिश्चंद्र ह्यांच्यामध्ये एक नाते आहे, जे ब्राह्मण्यविरोधाचे आहे. उर्मिला पवार ह्या संदर्भात म्हणतात, 'सोनेरी फ्रेमच्या चष्म्यामधून दिसलेल्या बाबासाहेबांच्या भेदक नजरेचं प्रतिबिंब प्रत्येक वेळी त्याच्या डोळ्यात उमटलेलं आम्हाला दिसायचं, (पृ. १८८) हरिश्चंद्र आपली पत्नी उर्मिलाचं कौतुक करत असतात, ज्या कौतुकामुळे उर्मिला ग्रॅज्युएट होते. हरिश्चंद्राला ह्याचा मनापासून अभिमान वाटतो. (पृ. २०३) आपल्या पत्नीच्या लेखनाचं

तो कौतुक करतो. उर्मिला पवारांची मुलाखत घेण्यासाठी पत्रकार जेव्हा घरी येतो तेव्हा हरिश्चंद्राचा चेहरा उजळून निघतो. ह्या प्रसंगाविषयी लेखिका पुढीलप्रमाणे प्रतिक्रिया नोंदवताना दिसते. 'मि. पवारांच्या चेहऱ्यावर उमटलेलं कौतुकाचं हसू मी शेवटच्या श्वासापर्यंत विसरणार नाही' (पृ. १३८) अशा नात्यामध्ये 'तू... तू... मी, मी,' होऊ लागते. (पृ. २०४) उर्मिला पतीचा उल्लेख 'मि. पवार' असे करताना दिसतात. मि. पवारांची पत्नीकडून काय अपेक्षा आहे? मुलाबाळांच्या शिक्षणाला, प्रगतीला वाव मिळाला पाहिजे अशी त्यांची इच्छा होती. (पृ. १८८) पण उर्मिला संसारापेक्षा समाजकार्याला अधिक महत्त्व देत होती. त्यामुळे त्यांच्यात बेबनाव वाढत होता. ''मि. पवारांच्या टोकाच्या बोलण्यानंतर मी कार्यक्रमासाठी घराबाहेर पडत होते.'' (पृ. २१६) अशा टोकाच्या भांडणांनंतरही पवारांचं उर्मिलावर प्रेम होतं, विश्वास होता, संशय नव्हता (पृ. २१६) तरीही ह्या दोघांत भांडणं विकोपाला जात होती. म्हणूनच उर्मिला पवार म्हणतात, 'नवरा बायकोच्या भांडणाला काळवेळ अडवत नाही.' (पृ. १५९) असं हे दोघांमधलं न संपणारं भांडण होतं. मि. पवार एका बाजूला उर्मिलाच्या प्रगतीचं कौतुक करतात, तर दुसऱ्या बाजूला तिला दोष देताना दिसतात, 'आमच्या खेड्यापाड्यातल्या बायका बघ. पती ऊठ म्हणेल तर उठतात, बस म्हणेल तेव्हा बसतात, त्या कशा घर संसार शांततेनं, आनंदानं चालवतात.' (पृ. २०८) राजा हरिश्चंद्राला आपली राणी मुंबईत राहाते, ती स्त्रीमुक्तीवाली आहे, सुशिक्षित आहे ह्याचे भानच नव्हते. म्हणून ते चिडताना दिसतात. 'तू या घरात पाऊल टाकू नको, चालती हो, तुझं तोंड मला बघायचं नाही.' (पृ. २६२) ज्या घराचं भाडं उर्मिला पवारांच्या पगारातून जातं, त्या घरात राहून मि. पवार असे तारे तोडताना दिसतात. उर्मिलाची प्रतिक्रियाही तशीच आहे. 'आता माझी शिंगे त्यांच्या हातात येण्यासारखी राहिली नव्हती. ती भलतीच जोमाने वाढायला लागली होती.' (पृ. २०९) उर्मिला पवारांना वेगाने शिंग फुटण्याचं कारण त्यांच्या 'मैत्रिणी' ह्या संघटनेच्या ग्रुपमध्ये आहे. उर्मिला पवारांच्या बदलत्या रूपाविषयी त्यांची मुलगी मालविकानं जे म्हटलंय ते लक्षात घेण्यासारखं आहे. 'ती शिक्षणामुळे स्त्रीमुक्तीवादी झाली होती. आई शिकू लागली. बाहेर जाऊ लागली. तसा वडिलांचा विरोध वाढू लागला. घरात भांडणं होऊ लागली' (पृ. २५८) आईवडिलांच्या भांडणामुळे मुलांवरील त्यांचा ताबा नष्ट होतो. मुलांच्या मनात भावनिक रितेपण, असुरक्षितता वाढीला लागते. मुलं विचारानं अधिकाधिक पिचत होती. ह्याचं भान नवरा बायकोला नव्हतं. (पृ. २६०) मि. पवार व्यसनाच्या आहारी जात होते तर उर्मिला पवार समाजकार्याच्या. असा हा विसंवाद वाढताना दिसतो. उर्मिला पवार म्हणतात,'हरिश्चंद्र मनानं चांगला आहे. पण तो रागानं बोलतोय हे मला कळत होतं. पण त्याचा राग अनाठायी आहे हे त्याला पटवून देता येत नव्हतं. तो पटवून घेत नव्हता.' (पृ. २१३) अशी ही गोची आहे. उर्मिलानं 'रक्ताळलेलं

कौटुंबिक जीवन विसरण्यासाठी बाहेरची सुखदु:ख कवटाळली' तर पवारांनी मात्र स्वत:चं दु:ख दारूत बुडवण्याचा प्रयत्न केला. (पृ. २५६) उर्मिला पवार नवऱ्याला जेव्हा जेव्हा दारू सोडण्यास सांगतात तेव्हा मि. पवार म्हणतात, 'तू तुझे उद्योग सोड. मी दारू सोडतो. खरं तर, इतकं दूर आल्यावर आम्हा दोघांनाही आपापली व्यसनं सोडणं जमत नव्हतं आणि आता तर अशक्यच होतं.' (पृ. २५०) पवार दारू सोडायला तयार आहेत, मात्र उर्मिलाने आपले 'उद्योग' सोडावेत अशी त्यांची अट आहे. स्वत:च्या नवऱ्याची दारू सोडविणं शक्य नसलेली लेखिका समाजाचं भलं करायला निघाली आहे. त्यामुळेच तिचं चांगभलं होताना दिसतं. मला ह्याठिकाणी 'अभिमान' आणि 'आँधी' ह्या दोन हिंदी चित्रपटांची आठवण होते. पती-पत्नीच्या संबंधांवर आधारलेले हे उत्कृष्ट चित्रपट आहेत. पण ह्या चित्रपटाचा शेवट मात्र 'पती परमेश्वर' असा झालेला दिसून येतो. 'आयदान' मात्र 'पती परमेश्वर' ही भावना घेऊन संपताना दिसत नाही. 'बलुतं' मध्ये दया पवार सईवर अन्याय करताना दिसतात, 'मला उद्ध्वस्त व्हायचंय' मध्ये नामदेव ढसाळ मल्लिकावर अन्याय करताना दिसतात, तर 'आयदान' मध्ये उर्मिला पवार हरिश्चंद्रावर अन्याय करताना दिसते.

हरिश्चंद्र पवार जर उर्मिलाच्या शिक्षणाच्या विरोधात असते, तर त्यांनी तिला शिकूच दिले नसते. पतीने उर्मिलाला कौतुकाने शिकवले आहे. तिच्या साहित्याची प्रशंसा केली आहे. मग बिनसते कुठे? वसंत मून आणि मीनाक्षी मून ह्यांच्यामध्ये बिनसत नाही. ते दोघेही सामाजिक जीवनात वावरताना दिसतात. मि. पवारांना उर्मिला जेव्हा शिक्षण, साहित्य, समाजसेवा ह्या निमित्ताने घराबाहेर ओढली जाते तेव्हा त्यांच्यामध्ये उर्मिलाविषयी तिरस्काराची भावना निर्माण होताना दिसते. ही लव्ह अँड हेट रिलेशनशिप नीट समजून घेतली पाहिजे. आपली बायको आपल्यापासून दुरावतेय, आपल्यापेक्षा तिला समाजसेवा महत्त्वाची वाटतेय, तिचा पूर्ण वेळ आपल्या कुटुंबाला लाभत नाही ह्यामुळे मि. पवार चिडू लागतात. त्याच्या मनात भयगंड निर्माण होतो, ज्यामुळे ते वेडेविद्रे वागू लागतात. जो हरिश्चंद्र उर्मिलासाठी रत्नागिरी ते मुंबई अशा चकरा मारत होता (पृ. १४६) तोच पुढे तिला 'तुलाही तिकडे (फोरास रोड) जावं लागणार आहे.' असं म्हणतो.(पृ. २६२) मुंबईतल्या फोरास रोडवर वेश्याव्यवसाय चालतो. हा संदर्भ लक्षात घेतला तर पती-पत्नीच्या नात्यात किती कडवटपणा आला होता हे सिद्ध होईल. शेवटी व्हायचा तोच परिणाम होतो. दारूच्या अति आहारी गेल्यामुळे मि. पवारांना लिव्हरचा कॅन्सर होतो आणि डॉक्टरांकडून तो केवळ सहा महिने जगेल असे कळते. ह्यावेळी उर्मिलाची जी प्रतिक्रिया येते ती केवळ भयावह आणि हादरून सोडणारी आहे. कदाचित उर्मिला ह्या सगळ्याच प्रकाराकडे तटस्थपणे पाहात असावी. 'मि. पवार सहा महिन्यांनी मरणारच असतील तर त्यांची किडनी सुगंधाला देता येईल का असा धाडसी विचार मी करत होते.' (पृ. २६७)

उर्मिलाचं हे विधान आहे. नवऱ्याला जगण्यासाठी आपलं लिव्हर देता येईल का असा विचारही उर्मिलाच्या मनाला स्पर्श करत नाही. कारण ती स्त्रीवादी आहे. इतकं हे तुटलेपण आहे.

आई-वडिलांच्या भांडणाचा त्याच्या मुलांवर परिणाम होत असतो. उर्मिला पवारांच्या दोन्ही मुली ठरलेलं लग्न नाकारण्याची बंडखोरी करताना दिसतात. लहानपणातील घुसमट अशी उद्रेक होऊन व्यक्त होताना दिसते. 'आयदान' हे आत्मचरित्र पती पत्नीच्या नात्यातील विफलता स्पष्ट करणारं आत्मकथन आहे.

।। २ ।।

'आयदान' ही आत्मकथा आणखी एका वैशिष्ट्यामुळे लक्षात राहते. ते म्हणजे स्त्री देहाचे अनुभव. उर्मिला पवारांनी अत्यंत धीटपणे आणि मनमोकळेपणी आपल्या देहाचे आणि मनाचे पदर उलगडून दाखवलेले आहेत. स्त्री देहाच्या भावना आणि वासना अत्यंत प्रामाणिकपणे व्यक्त केलेल्या आहेत. त्यामुळे 'आयदान' ला स्त्रीपणाचे एक वेगळे देणे लाभले आहे.

'आयदान' च्या पहिल्याच पानावर लिंगविषयक संदर्भ आलेला दिसतो. 'झाडाझुडपांचा फायदा घेऊन बायकांना बिचकावणारे लिंगपिसाट नि त्यात बायकांच्या अब्रूचे निघणारे धिंडवडे बायकांचा प्राण कंठाशी आणत' (पृ. १-२) कोकणातल्या निसर्गाचं वर्णन करताना लेखिकेने वरील संदर्भ पेरला आहे. 'झाडाला लटकणाऱ्या मोठ्या रामफळासारखा बैलाचा अंडकोश दिसत होता. बलात्काराच्या बातम्या ऐकताना पुढे तो अंडकोश अनेकदा आठवत राहिला.' (पृ. ४४) बैलाचा अंडकोश बडवण्याचा प्रसंग लेखिकेच्या मनात कायमचा कोरलेला दिसेल.

पोरं पोरींच्या मागे लागतात, हे पाहून उर्मिलाला अशा पोरींचा हेवा वाटतो. 'माझ्या वाट्याला तसं काही कधीच येत नसे. मी त्या पोरांचं काय घोडं मारलं होतं, कुणास ठाऊक?' (पृ. १०१) आपल्या मागं पोरं लागत नाहीत ह्याची उर्मिलाला खंत वाटताना दिसते. उर्मिलाच्या मनात शाळेतल्या मुलांविषयी आकर्षण निर्माण होताना दिसतं.' त्याच्या सरळ केसांचा देवानंद टाईप छानसा कोंबडा माझ्या मनात सदैव आरवत राहायचा.'(पृ. १०१) हे वय 'कावळा शिवण्याचं होतं.' त्यामुळे मुलींमध्ये मासिक पाळीच्या चर्चा होत. ह्या चर्चा आयदानमध्ये वाचायला मिळतात. त्या मुळातूनच वाचल्या पाहिजेत. ह्या वयात सनगरे नावाचा शेतकरी उर्मिलाचा चिमटा घेतो आणि 'ये, मी तुलाच नांगरतो.' असे म्हणतो. उर्मिला ह्याविषयी आईकडं तक्रार करत नाही. उलट ती लाजताना दिसते. (पृ. १०५) उर्मिलाला 'नक्की मूल कुठून जन्मत असेल याचं कुतूहल वाटायचं' (पृ. १०५) फूलं ही वनस्पतीची जननेंद्रिये आहते हे सरांच्या तोंडचं वाक्य ऐकल्यापासून फूल बघताना उर्मिलाचा चेहरा लाल व्हायचा. (पृ. १०६) 'वर्गातील शिक्षक मुलींकडे तिरपा कटाक्ष टाकायचे' (पृ.

१०६) आपल्याकडे कोणी पाहात नाही म्हणूनच की काय उर्मिलाला 'लंगड्या, लुळ्या किंवा आंधळ्याशी लग्न करण्याचे डोहाळे लागले होते.' (पृ. १०६)

शांतीअक्का उर्मिलाची मोठी बहीण. शांतीअक्का जेव्हा बाळंत होते त्याच दरम्यान तिची आईदेखील बाळंत होते. त्यामुळे 'आम्ही दोघं तिघं भावंडे अशी बहिणीच्या दुधावर पोसलो आहोत.' (पृ. २०) आई मुलगी जशा एकाच वेळी बाळंत होतात, तसे उर्मिलाच्या ताईच्या लग्नाच्या वेळी तिची सासू बाळंत होताना दिसते. (पृ. १२६) स्त्रिया म्हणजे मुलं जन्माला घालणारे यंत्रच आहे ह्याची प्रचिती येते.

हरिश्चंद्र आणि उर्मिलाचे प्रेम ऐन भरात असताना त्याची बदली होऊन तो अलिबागला जातो. ह्या दरम्यान उर्मिलाकडे बर्वे नावाचा तरुण एकतर्फी प्रेमातून आकर्षिला जातो. तो प्रेमात पडून लग्नाची मागणी घालेल, असे दिसू लागताच उर्मिला त्याच्याशी असलेले संबंध तोडून टाकते. (पृ. १३७) बर्वेच्या एकतर्फी फास्ट प्रेमाच्या गाडीला त्यामुळे ब्रेक लागतो. (पृ. १३७) पण प्रेमाची गाडी फास्ट होईपर्यंत उर्मिला तसे स्पष्ट सांगत नाही. बर्वे नावाचा तरुण जेव्हा आपली मर्यादा ओलांडू लागतो, तेव्हा उर्मिला त्याच्याकडे दुर्लक्ष करते. अगदी हरिश्चंद्राच्या बाबतीतही असेच घडताना दिसते. हरिश्चंद्र जेव्हा प्रेमाची सीमा ओलंडून स्वामित्वाची भाषा बोलू लागतो, तेव्हा उर्मिला त्यालाही धुडकावताना दिसते. इथे मला लंगड्या, पांगळ्या, आंधळ्याची आठवण येते. उर्मिलाच्या स्वप्नातील एखाद्या आंधळ्या, पांगळ्याने तिच्याशी लग्न केले असते तर त्या बिचाऱ्याचे काय हाल झाले असते कुणास ठाऊक?

उर्मिला पवारांनी आपल्या पहिल्या रात्रीविषयी लिहिलं आहे. हरिश्चंद्र उर्मिलावर वैतागतो,'शी... तू कमालीची थंड बुवा.' पण तो रागावत नाही. ह्याविषयी उर्मिला म्हणते,'माझं थंड असणं, माझ्या कोरेपणाचं, त्याला अपेक्षित लक्षण वाटलं असावं. मी पुढाकार घेतला असता तर हिनं कुठे अनुभव घेतलाय की काय या शंकेने त्याचा चेहरा पडला असता.' (पृ. १५५) आपण आपल्या पतीला कोरे शरीर अर्पण करतोय ह्याचा उर्मिलाला आनंद वाटतोय. पण 'तू कमालीची थंड बुवा' म्हणणारा हरिश्चंद्र कोरा होता का? उर्मिलाचा थंडपणा त्याला कसा कळला? ह्यापूर्वी त्याने उत्सुक प्रतिसाद अनुभवला होता काय? असे प्रश्न अनुत्तरीतच राहतात. कारण पहिल्या संभोगाच्या वेळी उर्मिलाचे योनिपटल फाटून रक्तस्राव होतो. त्यामुळे तिला पाळी आल्याचा भास होतो. तेव्हा हरिश्चंद्र म्हणतो,'मूर्ख कुठली, अक्कल नाही काडीची... चल आत... पहिल्यावेळी असंच होतं.' (पृ. १५७) हरिश्चंद्राला हे कसे ठाऊक होते? उर्मिलाला मात्र आपण कोरे असल्याची पावती नवऱ्याला मिळाली ह्याचा आनंद होताना दिसतो. पहिल्या समागमाच्या वेळी केवळ स्त्रीचे योनिपटल फाटते असे नाही, तर पुरुषाच्या शिश्नाची पुढची शीरही तुटत असते, त्यामुळे रक्त येते. हरिश्चंद्राच्या बाबतीत मात्र असे घडताना दिसत नाही. कदाचित हरिश्चंद्राने हे उर्मिलाला

सांगितले नसावे. उर्मिला पवार आपल्या बाळंतपणाविषयी लिहितात, 'काय होणार ह्याचं मला त्याक्षणी भान नव्हतं. वाटत होतं, काय ते एकदा बाहेर पडू दे, नि या यातनातून सुटका होऊ दे. वेदनेचे अत्युच्च शिखर काय असते हे मेंदूच्या चिंधड्या होऊन कळलं आणि अखेर सुटका झाली' (पृ. १०७) बाळंतपणानंतर टाके पडतात तेव्हा हरिश्चंद्र आपल्या आईला सांगतो, 'उर्मिलाला तीन टाके पडलेत.' ते ऐकून मला एकदम लाजल्यासारखं झालं.' (पृ. १७७) अशा प्रकारची देहबोली 'आयदान' मध्ये व्यक्त झाल्याचे दिसेल.

।। ३ ।।

'आयदान' मध्ये जातीयतेचे अनुभव प्रकट झालेले आहेत. जातीमुळे दलित महिलांना गावातल्या विहिरीवर पाणी पिण्यास मज्जाव असतो. (पृ. १८) इयत्ता चौथीला शिकवणारे शिक्षक उर्मिलाला नापास करतात. (पृ. ५६) धर्मान्तरित महाराची पोरं ज्या शाळेत जात, त्या शाळेला 'बाटग्याची शाळा' म्हणत.(पृ. ११) उर्मिलानं गिऱ्हाईकाच्या मागणीवरून नेलेलं आयदान खाली ठेवायला लावत. त्यावरून वरून पाणी शिंपडत आणि मग घेत. शिवाय पैसे वरून टाकत. हातात देत नसत. (पृ. ५२) दलितांच्या धर्मान्तरामुळे कोकणातले सवर्णही दुखावले होते. (पृ. ७०) महाराच्या पाणवठ्यावर मराठ्यांनी गुरं घातली. (पृ. ७०) पुढे जेव्हा भाड्याच्या घरात राहाण्याचे प्रसंग येतात तेव्हा 'तुम्ही दुसरी जागा बघा' म्हणून घर खाली करायला सांगतात. (पृ. १७३,१७४) आर्किटेक्टचे बडे बडे नातेवाईक पवारांचा जातीवरून उद्धार करतात, 'यांची जातच वाईट. हे घाणेरडे लोक. यांच्या सामानावरून हे खालच्या जातीचे आहेत हे आम्हांला कळालं होतं.' (पृ. १९०) हरिश्चंद्र पवारांना नोकरीच्या ठिकाणी त्रास होतो. ते राजीनामा खरडताना दिसतात. (पृ. १३४) देशपांडे सर मोठ्या नाराजीने उर्मिलाला जुनी साडी देतात. (पृ. १८६) तर उर्मिला पवारांच्या घरी भाड्याने राहाणारे मुस्लिम कुटुंबही वाईट अनुभव देताना दिसेल. (पृ. ८८) उर्मिला पवारांनी जातीवरून छळ झाल्याची अशी काही उदाहरणे दिली आहेत. दलित लेखकांच्या पहिल्या पिढीने जातीयतेचे जे भयावह व तीव्र अनुभव घेतले होते, त्या तुलनेत 'आयदान' मधील अनुभव दाहक वाटत नाहीत. खरे तर जातीयतेची अशी प्रतवारी करता येत नाही. जातीवरून कुठल्याही माणसाला हीन लेखणे हे अमानुषपणाचेच असते.

उर्मिला पवारांना काही सवर्णांनी जसा त्रास दिलेला आहे, तशी त्यांना काही सवर्णांनी आत्मीय मदतही केली आहे. बिवलकर बाई, प्रिन्सिपॉल जावडेकर, हेडक्लार्क कुळकर्णी, नीना वर्दे, दत्ताराम बास्कर, विलास केळस्कर, जया वेलणकर, छाया दातार, माधुरी गोडबोले, विद्या बाळ, प्र. श्री. नेरूरकर आदींनी उर्मिला पवार ह्यांना सहृदय मदत केलेली दिसते. बर्वेसारखा तरुण उर्मिलाला मागणी घालायला उत्सुक

असतो तर उर्मिलाच्या मोठ्या मुलीने सवर्ण मुलाबरोबर विवाह केल्याचे दिसेल. त्यामुळे 'आयदान' मधील काही सवर्ण उलट्या काळजाचे असले तरी काहीजण सहृदय असल्याचेही दिसते.

।। ४ ।।

'आयदान' एक दलित आत्मकथा म्हणून दीर्घकाळ लक्षात राहील. मलिका अमर शेख नंतर एक चांगली स्त्री आत्मकथा वाचायला मिळते. संपूर्ण आत्मकथा वाचून जो एकंदर परिणाम होतो, तो एक चांगलं पुस्तक वाचल्याचा आनंद देणारा आहे. एक दलित आत्मकथा, त्याही एका दलित स्त्रीची आत्मकथा म्हणून ती जशी लक्षात राहाते, तशी सर्वसाधारण कुटुंबातील एक स्त्री शिकून स्वतःच्या पायावर उभी राहू इच्छिते आणि साहित्य व सामाजिक चळवळीत कार्य करू इच्छिते. अशा स्त्रीचा जो भोगवटा आहे, तो ह्या पुस्तकात मांडलेला दिसतो. परिस्थिती, समाजव्यवस्था आणि घरातील संघर्ष ह्यावर मात करून एक कलावंत आणि एक कार्यकर्ता म्हणून उर्मिलाने जिद्दीने आपलं जीवन घडवलेलं आहे. तिचा हा संघर्ष वैयक्तिक सुखाला तिलांजली देऊन सामाजिक दुःखाला कवटाळणारा आहे. सामाजिक परिवर्तनासाठी स्वतःला झोकून देणाऱ्या स्त्रीला घर आणि घराबाहेर कसा संघर्ष करावा लागतो ह्याचे चित्रण ह्या आत्मकथेत झाले आहे.

उर्मिला पवारांनी प्रचंड दुःखाचा डोंगर झेलला आहे. पण त्या ह्या दुःखाखाली चिरडून जाताना दिसत नाहीत, हे अत्यंत महत्त्वाचे आहे. ही आत्मकथा आसू आणि हसू ह्या द्वंद्वांने विणली आहे. उर्मिला पवार अत्यंत मिस्किलपणे आणि नर्म विनोदी दृष्टीने जीवनाकडे पाहाताना दिसतात. त्यामुळे त्यांची वेदना व्यक्त होताना अनेकवेळा हसण्याचे प्रसंगही भेटत राहतात. ऊन पावसाच्या झडीसारखी ही आत्मकथा आहे. अनेक प्रसंगातून, आठवणीतून, किश्श्यांतून लेखिका आपलं हसणं मोकळं करताना दिसते. उर्मिला पवारांचा हसणं आणि हसवणं हा स्वभाव मोलाचा आहे. ज्याने दुःखाचे पहाड पचवले आहेत तोच मनमोकळं हसू शकतो. 'आयदान' मध्ये अनेक ठिकाणी विनोदाची कारंजी उडताना दिसतात. ह्या विनोदामुळे ही आत्मकथा वाचनीय झाली आहे.

'आयदान' मधील सामाजिक विषमतेचा अनुभव, पती-पत्नीच्या भांडणाचं घरोघरी दिसणारं गुऱ्हाळ, स्त्री देहाची आजवर व्यक्त न झालेली भावना, लेखिकेचं प्रतिकूल परिस्थितीविरूद्ध जिद्दीनं उभी राहाणं आणि उर्मिला पवारांची नर्म विनोदी शैली ह्यामुळे ही आत्मकथा दीर्घकाळ वाचकांच्या लक्षात राहू शकते.

आयदान उर्मिला पवार ग्रंथाली प्रकाशन, मुंबई - २८,
पहिली आवृत्ती - डिसेंबर २००३, पृष्ठे - २७१, किंमत - २२० रू.

काळोखाच्या गर्भात

भि. शि. शिंदे ह्यांचे 'काळोखाच्या गर्भात' हे नाटक मी सुमारे वर्षांपूर्वी पाहिले होते. पुसद इथं झालेल्या अस्मितादर्श मेळाव्यामध्ये हे नाटक सादर करण्यात आले होते. त्यावेळी मी नुकताच कविता लिहीत होतो. हा काळ नामांतर आंदोलनाचा होता. मराठवाडा विद्यापीठाला डॉ. बाबासाहेब आंबेडकरांचे नाव द्यावे, ह्यासाठी दलितांनी लढा सुरू केलेला होता. त्याला सवर्णांचा विरोध होता. त्यामुळे दलितांच्या विरोधात सर्वत्र चीड आणि सामाजिक तेढ दिसून येत होती. दलितांवर अन्याय, अत्याचाराचे प्रकार राजरोसपणे घडत होते. ह्या पार्श्वभूमीवर 'काळोखाच्या गर्भात' ह्या नाटकाचे प्रयोग होत होते. ह्या नाटकामुळे एक चर्चेचे वादळ उठले होते.

सन १९८० चा काळ होता. दलित पँथरच्या चळवळीने एक झंझावात निर्माण केला होता. राखीव जागांमुळे दलितांची पहिली पिढी शिकून पुढे येत होती आणि हक्काची भाषा वापरत होती. दलित साहित्याची विद्रोही सुरुवात झाली होती. दलितांचे समग्र जीवन ढवळून निघाले होते. धर्मान्तर ते नामान्तर हा काळ

दलितांच्या दृष्टीने जाणीव जागृतीचा होता. दलितांना आत्मसन्मानाची जाणीव झाली होती. दलित-सवर्णांमधील तेढ विकोपाला जात होती. त्यांचे रुपांतर जातीय दंगलींमध्ये होत होते. सवर्णांनी दलितांवर सामूहिक कारवायांचे शस्त्र उगारले होते. सामूहिक बहिष्कार, सामूहिक बलात्कार आणि सामूहिक हत्याकांड घडत होते. सामूहिक बदल्याची भावना वाढीला लागली होती. महाराष्ट्रातच नव्हे, तर देशभर दलित सवर्णांच्या रोषाला बळी पडत होते. सामाजिक असंतोषाने पेट घेतला होता. 'काळोखाच्या गर्भात' मध्ये हीच धुमसणारी पार्श्वभूमी आहे.

एकीकडे दलितांचे अश्रू, घाम आणि रक्त पेटत होते, तर दुसरीकडे सवर्णांचे मग्रूर फुत्कार ऐकू येत होते. स्वातंत्र्योत्तर काळात दलितांची कशी होरपळ झाली त्याचे दिग्दर्शन करणारे हे नाटक भि. शि. शिंदे ह्यांनी लिहिल्याचे म्हटले आहे. (लेखकाचे मनोगत)

'काळोखाच्या गर्भात' ह्या संपूर्ण नाटकाचा रोख हा पांढरपेशा प्रेक्षकांकडे आहे असे विजय तेंडुलकरांनी ह्या पुस्तकाच्या प्रस्तावनेत म्हटले आहे, ते उचितच आहे. स्वातंत्र्योत्तर काळात दलितांवर झालेल्या अन्याय अत्याचारांच्या सत्य घटनांच्या मालिकेवर हे नाटक आधारलेले आहे. लेखकाने सत्य घटना आणि पांढरपेशा प्रेक्षक डोळ्यापढे ठेवून नाट्यसंहिता लिहिली आहे. सत्य घटनांचे नाट्यीकरण करताना आपली भूमिका मांडण्याचे लेखक विसरले नाहीत. नाटकाची सुरुवात असो किंवा शेवट, तो सवर्ण समाजाला उद्देशूनच लिहिला आहे.

मराठवाडा विद्यापीठाच्या नामांतराचे आंदोलन दलित जीवनाच्या सर्वच क्षेत्राला व्यापले होते. विशेषतः हा प्रश्न, दलितांच्या जिव्हाळ्याचा आणि अस्मितेचा बनला होता. सवर्ण समाजाने हा प्रश्न स्फोटक बनवला होता. त्यामुळे अनेक दलितांच्या संसाराची राखरांगोळी झाली होती. इतक्या स्फोटक विषयाला शब्दबद्ध करणारे हे नाटक होते. ह्या नाटकाचे महाराष्ट्रभर प्रयोग होत होते. त्याची कानोकानी चर्चा पसरत होती. हे नाटक त्याकाळी प्रचंड लोकप्रिय ठरत होते. 'काळोखाच्या गर्भात' मधील शाळेच्या नामांतराचा विषय हा मराठवाडा विद्यापीठ नामांतराचा विषय होता. गावकरी दाजी सकटची हत्या करतात. हा दाजी सकट दुसरा तिसरा कोणी नसून तो पोचिराम कांबळे आहे. पोचिराम कांबळे हा मातंग तरुण होता. तो स्वाभिमानाने जगत होता. पोचिराम कांबळेचा स्वाभिमान सवर्णांना डिवचत होता. नामांतराची दंगल साधून सवर्णांनी पोचिराम कांबळेची हत्त्या केली. नंतर न्यायालयाने सबळ पुराव्याअभावी खुन्यांना निर्दोष सोडले. तेव्हा पोचिराम कांबळेंच्या मुलाने ह्या खुनाचा बदला खून करून घेतला. हे प्रकरण खूप गाजले होते. 'काळोखाच्या गर्भात' चा शेवट ह्या प्रसंगाने झालेला आहे. दाजी सकटच्या हत्त्येचा बदला त्याचा मुलगा सिद्राम सकट घेतो. त्यानंतर सूत्रधाराचे पुढीलप्रमाणे निवेदन येते. 'शेवटी सिद्राम सकटने हातात

कुऱ्हाड घेतली आणि आपल्या निरपराध जन्मदात्याला ज्यांनी ठेचून ठेचून ठार केलं त्या सर्व नराधमांना एकट्या सिद्राम सकटने ठार केले. तुमच्या आंधळ्या न्यायसंस्थेने सिद्रामला न्याय दिला नाही म्हणून त्याने आपल्या हातात कुऱ्हाड घेतली आणि आपल्या बापाच्या मारेकऱ्यांना स्वत:च शिक्षा केली. पण सिद्रामने हाती शस्त्र घेतले ही गोष्ट बरी झाली का? त्याला जबाबदार कोण आहे? याला तुम्ही जबाबदार आहात' (पृ. ७४) ह्या नाटकाच्या सूत्रधाराने आपल्या प्रेक्षकांना विचारलेला प्रश्न हा प्रेक्षकांपुरता मर्यादित नव्हता. तो प्रश्न इथल्या व्यवस्थेला विचारलेला होता. सूत्रधाराचे प्रश्न धारदार होते. अस्वस्थ आणि अंतर्मुख करणारे होते. 'ह्या काळोखाच्या गर्भात हजारो सिद्राम सकट दडपले गेलेले आहेत. ते बाहेर पडण्यासाठी धडपड करताहेत. त्यांना त्या काळोखातून बाहेर येऊ द्या. त्यांच्या हातात शस्त्र देऊ नका, शास्त्र द्या.' (पृ. ७४) ह्या वाक्याने तर अनेकांची झोप उडवली होती. दलितांना न्याय मिळाला नाही, तर ते हातात शस्त्रे घेतील ही भयसूचक सूचना ह्या नाटकातून जाहीरपणे दिली जात होती.

तात्या सोनवणे ह्यांची मुलगी विशाखा आणि सत्ताप्पा ह्यांचा मुलगा शंकर ह्यांचे प्रेम असते. ह्या प्रेमसंबंधांतून विशाखा गरोदर राहाते, तेव्हा तात्या सोनवणे चिडतो. 'म्या त्या सापाच्या अवलादीला तसा सोडनार न्हाई. त्याच्या नरड्याचा घोट घेईन. त्याच्या उरावर बसून तुला नांदवायला लावीन.' (पृ. ४७) तात्या सोनवणे आपल्या गरोदर मुलीला घेऊन सत्ताप्पाच्या घरी येतो. तेव्हा सत्ताप्पा 'तात्या सोनवणेचे डोळे काढा.' म्हणून फालगुण्या आणि वस्तादला आदेश देतो. सत्ताप्पाच्या आदेशाप्रमाणे त्याला जाब विचारणाऱ्या तात्या सोनवणे ह्यांचे डोळे काढले जातात. (पृ. ४९) हा प्रसंगही सत्य घटनेवर अधारित आहे. अकोल्यातील गवई बंधूचे डोळे काढण्यात आले होते, त्या घटनेवर आधारलेले हे नाट्यीकरण आहे. गवई बंधूंचे डोळे काढल्यानंतर दलितांमध्ये संतापाची लाट उसळली होती. नाटककाराने केवळ सत्य घटनांचे नाट्यीकरण केलेले नाही, तर स्फोटक सुरुंगही भरले आहेत. ह्या नाटकातील पात्रे निमूटपणे अन्याय सहन करताना दिसत नाहीत. ती अन्यायखोराला जाब विचारताना दिसतात. हजारो वर्षात प्रथमच नाटकाच्या माध्यमातून जाहीरपणे असा जाब विचारला जात होता. 'काळोखाच्या गर्भात' म्हणजे दलित समाजातल्या तळतळाटाचा वाङ्मयीन उद्रेक होता. त्यामुळे ह्या नाटकाचा प्रयोग पाहाताना दलित प्रेक्षकांच्या टाळ्यांवर टाळ्या पडत होत्या.

'काळोखाच्या गर्भात' ह्या नाटकाचे प्रयोग म्हणजे एक प्रकारचा न्यायनिवाडाच होता. असंख्य प्रेक्षकांच्या साक्षीने अन्याय करणाऱ्याचे विकृत स्वरूप उघडे पाडले जात होते. दलितांचा हृदय पिळवटून टाकणारा आकांत पाहून प्रेक्षक संतापाने पेटून उठत होते. दलितांवर होणारा अन्याय हा त्यांच्या नशिबाचा भाग नसून, त्यांचे हे

अमानवी शोषण आहे. त्याला प्रतिकार केलाच पाहिजे, हा मंत्र ह्या नाटकातून दिला जात होता. त्यामुळे ह्या नाटकावर दलितांच्या झुंडी पडत होत्या. अनेक ठिकाणाहून ह्या नाटकाच्या प्रयोगासाठी मागणी येत होती. त्यामुळे हे नाटक गावोगावी पोहचत होते. एक नाट्यचळवळ आकाराला येत होती. ह्यातूनच 'दलित रंगभूमी' चे वादळ घोंघावत येत होते. 'काळोखाच्या गर्भातून' दलित रंगभूमीचा जन्म होत होता.

'काळोखाच्या गर्भात' ह्या नाटकाचा प्रयोग पाहाणं हा एक थरारक अनुभव होता. ह्या नाटकातील पात्रे सवर्णांच्या विरोधात टोकाची आग ओकत होती. इतके विद्रोही नाटक मंचित होताना मनावर दडपण येत होतं. नामांतराच्या दंगलीनं होरपळणाऱ्या परिस्थितीत हे नाटक पाहणं म्हणजे एक स्फोटक अनुभव घेण्याचाच प्रकार होता. कोठून दगड पडेल, कोठून जमाव येईल, नाटक बंद पडेल, गोंधळ होईल अशा सावटाखालीच हा प्रयोग पाहिला जात होता. एखाद्या जाहीर सभेच्या श्रोत्यांसारखीच ह्या नाटकाच्या प्रेक्षकाची मानसिकता होई. नाटकातल्या तप्त विद्रोहानं ह्या नाटकाचा प्रेक्षक उधाणल्यासारखा व्हायचा. माझाही हाच अनुभव होता.

आज पंचवीस वर्षांनतर हे नाटक वाचून त्यावर लिहिताना मात्र, ही कलाकृती फारच सामान्य दर्जाची वाटते. वर्तमानपत्रांतल्या बातम्या वाचून हे नाटक लिहिलेले आहे. त्यामुळे ह्या नाटकातील प्रसंग केवळ वर्तमानपत्री वाटू लागतात. त्यांना उत्तम वाङ्मयाचा दर्जा प्राप्त होताना दिसत नाही. ऊरबडवा आक्रोश आणि कानठळ्या बसावा असा आक्रमक आवेश ह्या नाटकातून वारंवार व्यक्त होताना दिसतो. हा आक्रोश बटबटीत, भडक आणि शिवराळ स्वरूपाचा आहे. दलितांवर होणारे अन्याय हे अनुकंपा निर्माण करण्यासाठीच चित्रित केलेले दिसतात. ह्या नाटकात दोन प्रमुख स्वर आहेत. एक आहे दलितांच्या प्रतिकाराचा. त्याचे स्वरूप पुढीलप्रमाणे आहे.

अ) पोरांनो, उठा, कंबर कसा, चला सगळी बाया पोरं, म्हातारे कोतारे, सगळे उठा. गावात शिरा, दिवसा दरोडा घाला. लुटालूट करा. कुणी आडवा येईल त्याला आडवा करा. मोडा, फोडा, अरे आसं बी मरायचं हाय तसं बी मरायचं हाय, उठा ! लढत झगडत मरू या. (पृ. २६)

आ) हरामजाद्यांनो, या आसं माझ्या म्होरं या... या पोलादी मिठीत धरून तुमचा भुगा करून टाकतो. गांडूच्या औलांदीनो ! गरीबांवर गोळ्या चालवता? आरे, आसं म्होरं या. (पृ. ५५)

अशा प्रकारचा दलितांचा चढा स्वर आहे. ह्याच्या विरोधातला सवर्णांचा स्वरही मग्रूर आहे. दलितांवर अन्याय करणे हा आपला धर्मच आहे, असा ह्या स्वराचा स्वभाव आहे.

अ) वस्ताद, फालगुण्या, संब्या, काठ्या घ्या, लाठ्या घ्या, घासलेट घ्या,

घासलेटचं बोळं घ्या. घुसा भडव्यांच्या घराघरात. (पृ. ६८)

आ) चला, चला, संब्या, म्हाद्या, गोंद्या, फकिऱ्या, घुसा घराघरात. बदडून काढा हरामखोरांस्नी (पृ. ६९)

ही सुष्ट दुष्टांची लढाई आहे. त्यामुळे ह्या नाटकातील पात्रांचा ठराविक असा सूर आहे. कारण नाटककाराने त्यांना तसेच बोलण्याची सक्त ताकीद दिलेली दिसते. मुळात ह्या नाटकातील प्रसंग आणि पात्रे वास्तव आहेत. ह्या प्रत्येक घटनांमागे अनेक धागेदोरे दडलेले आहेत. खून करणे, डोळे काढणे, बलात्कार करणे, झोपड्या जाळणे, बहिष्कार टाकणे अशा घटनांमागे सूत्रबद्ध कारस्थान असते. अन्यायाखाली चिरडणारी असहाय्य, अशिक्षित दलित माणसं आतबाहेरून फाटलेली असतात. त्यांची वेदना, दुःख, संताप, भय, असुरक्षितता, असहायता, तळतळाट, तगमग अशा अनेक संमिश्र भावनांचा उत्पात घेऊन ही माणसं जगत असतात. गावोगावी होणारी दलितांची हत्त्या म्हणजे केवळ हा नरसंहार नव्हे. हा इतिहासदत्त संघर्ष आहे. दलितांना केवळ मंदिरात जाऊ दिले जात नाही किंवा पाणवठ्यावर प्रवेश दिला जात नाही, इतक्या ह्या ठळक घटना नाहीत. ह्या घटनांमागे जातीय अहंकार आणि फुत्कार दडलेले असतात. अन्याय क़रणाऱ्याच्या समर्थनार्थ इथली व्यवस्था रखवालदार म्हणून उभी असते. केवळ वर्तमानपत्रातल्या बातम्यांचं नाट्यीकरण केल्याने त्याचे नाटक होत नाही. ह्या नाटकातील प्रत्येक घटना एका स्वतंत्र नाटकाचा विषय आहे. केवळ एकामागून एक अन्यायाची मालिका लोकांपुढे मांडण्यासाठी हे नाटक लिहिलेले आहे. ह्या विषयाला गंभीरपणे आणि खोलवर जाऊन भिडण्याची कुवत ह्या नाटकात दिसून येत नाही. केवळ उथळ थयथयाट जाणवतो.

'काळोखाच्या गर्भात' नाटकातील संवादही नैसर्गिक वाटत नाहीत. हे संवाद म्हणजे भाषणबाजीचे स्वर वाटतात. ह्यातील सूत्रधार, दिव्य पुरुष, सनातनी, शिवासंभा ही पात्रं भाषणातूनच बोलताना दिसतात. अनेक पात्रांच्या तोंडून केवळ घटना आणि प्रसंगांचं धावतं वर्णन केले जाते आहे असे वाटत राहाते. अत्यंत घाईगर्दीने एकेक दृश्य संपताना दिसते. त्यामुळे कुठलाही प्रसंग प्रदीर्घ काळ लक्षात राहात नाही. केवळ समग्र नाटक लक्षात राहातं, तेही एक दलित नाटक म्हणून. ह्या नाटकातील व्यक्तिरेखा लक्षात राहाण्याऐवजी त्यांची जात लक्षात राहाते. ही दलित पात्रे, ही सवर्ण पात्रे इतकीच त्यांची ढोबळ आणि ठसठशीत ओळख आहे. एखाद्या सत्य घटनेवर लेखन करताना त्या घटनेच्या मुळापर्यंत पोहचणं, घटनांशी संबंधित असलेला दृश्य - अदृश्य तपशील जाणून घेणं, संबंधित व्यक्तीच्या जीवनाचा समग्र वेध घेणं, त्या घटनेचे साद-पडसाद तपासणं, प्रत्येक प्रसंगामागे असलेले संदर्भ उकलणं, त्या घटनेचा जनमनावरील परिणाम जाणून घेणं महत्त्वाचं असतं. 'काळोखाच्या गर्भात'मध्ये मात्र असा एकही प्रकाशकिरण दिसत नाही.

'काळोखाच्या गर्भात' नाटकातील प्रवेशात दिव्य पुरुष प्रकटतो आणि अंतर्धान पावताना दिसतो. मला तर हा ह्या नाटकावरील पौराणिक नाटकाचा प्रभाव वाटतो. हे नाटक जरी दलित नाटक असले, तरी ह्या नाटकात असंख्य पौराणिक दाखले दिलेले आहेत. हे नाटक एकीकडे समकालीन जीवनाला भिडण्याचा प्रयत्न करीत असले, तरी ते पुराणाच्या पायावर उभे असलेले दिसते. ह्या नाटकात काळोख पडतो आणि प्रवेश संपतो. प्रकाश पडतो आणि प्रवेश सुरू होतो. हा काळोख आणि प्रकाशाचा पाठशिवणीचा खेळ नाटकभर चालू आहे. नाटकातल्या अनेक स्थळांमुळे, अनेक पात्रांमुळे लेखकाला सतत काळोख आणि प्रकाशाची मदत घ्यावी लागली आहे. नाट्यप्रसंगातून आपले म्हणणे पुरेशा प्रभावाने मांडता येत नाही हे जाणवल्यामुळेच की काय लेखकाने निरनिराळ्या पद्धतीने सूत्रधार, दिव्य पुरुष, सनातनी आणि शिवासंभा ह्या पात्रांना वेठीस धरलेले दिसते. त्यामुळे नाटक म्हणून 'काळोखाच्या गर्भात'मध्ये काळोखच दिसून येतो.

काळोखाच्या गर्भात - भि. शि. शिंदे नीलकंठ प्रकाशन, पुणे - ३०, पहिली आवृत्ती - १९८१ पृष्ठे - ७४ किंमत - दहा रुपये

प्रकाश त्रिभुवन ह्यांचे 'थांबा! रामराज्य येतंय!' हे नाटक दलित रंगभूमीच्या इतिहासातील एक महत्त्वाचे पर्व आहे. ह्या नाटकाचे प्रयोग अनेककाळ धगधगत राहिले. नामांतराच्या पार्श्वभूमीवरील हे उपरोध नाट्य दलितांच्या काळजात कायमचे घर करून राहिले आहे. ह्या नाटकात अत्यंत कसलेल्या नाटककाराच्या लेखनातील तमाम लेखन कौशल्ये आणि नाट्यतंत्रविषयक प्रगल्भ जाणिवा प्रकट झालेल्या दिसतील. प्रेक्षकांना थक्क करणारे हे नाटक आहे. मी नाटकाचा प्रयोग पूर्ण पाहिलेला नाही पण ह्या नाटकाचा शेवट पाहिलेला आठवतो. दलितांच्या पेटलेल्या वस्तीसारखा हा शेवट अजूनही माझ्या डोळ्यांपुढे ज्वालांचे थैमान घालतो आहे. कुठल्यातरी दलित नाट्य संमेलनात हे नाटक सादर केले होते. माझ्याभोवती माझ्या चाहत्यांची गर्दी होती. त्यामुळे मला संमेलनासाठी पूर्णवेळ देणे शक्य नव्हते. 'थांबा! रामराज्य येतंय!' ह्या नाटकाचा प्रयोग पाहाण्याचे ठरवूनही मी नाटक पूर्ण पाहू शकलो नाही, ह्याची खंत आजही अस्वस्थ करते आहे. ह्या नाटकावर छापलेली अनेक प्रयोग परीक्षणे

थांबा !
रामराज्य येतंय!

मी त्याकाळी चाळली आहेत. दलित रंगभूमीच्या चळवळीला गती देणारे आणि दीर्घकाळ स्मरणात रेंगाळणारे हे नाटक आहे.

'थांबा! रामराज्य येतंय' ह्या नाटकाचे शीर्षकच मुळात मस्तकात खिळे ठोकणारे आहे. स्वातंत्र्यप्राप्तीनंतरही दलितांवर होणारे अन्याय अत्त्याचार थांबले नाहीत. उलट ते वाढले. त्यामुळे दलितांना 'हे स्वातंत्र्य कोणाचे?' असा प्रश्न पडला. म्हणूनच नामदेव ढसाळांनी 'स्वातंत्र्य कुठल्या गाढवीचं नाव? आम्ही रामराज्याच्या कुठल्या घरात राहातोय?' असा खडा सवाल विचारलेला दिसेल. एकीकडे सवर्णांचे दलितांवर होणारे अन्याय वाढले, तर दुसरीकडे ह्या अन्यायाविरूद्ध दलितांच्या प्रतिकाराच्या भावनाही प्रक्षोभक बनल्या. हिंदू संस्कृतीच्या इतिहासात प्रथमच दलित आणि सवर्ण एकमेकाला आमनेसामने भिडत होते. ह्यापूर्वी सवर्णांकडून दलितांवर एकतर्फी अन्याय होत होते. आंबेडकरी चळवळीच्या झंझावातामुळे दलितांच्या मनात संताप धुमसू लागला आणि त्यांचे रुपांतर संघर्षात होऊ लागले. अशा संघर्षावर आधारलेले हे नाटक आहे. 'थांबा, थोडं सबुरीनं घ्या. अजून वेळ आलेली नाही.' अशा प्रकारे दलितांना समजावणारा एक सूर ह्या नाटकात व्यक्त झाला आहे. 'काही काळ थांबा. परस्पर सामंजस्य होऊ द्या. मग पाहू' असे समजावणीच्या चढ्या स्वरात बोलणारी एक यंत्रणा आहे. (पृ. १७) दुसरा स्वर ह्या नाटकातला मुख्य स्वर आहे. 'आयला, सरकार आपलं असून हे कसं झालं? म्हनं म्हारं मांग पाटील व्हायला पयजेल! मंग पाटलानं काय येसकरकी करावी काय?' अशा प्रकारचा हा पारंपरीक उद्धट स्वर आहे (पृ. १४) 'आम्ही आमचे अधिकार सोडणार नाही' असे धमकावणारा हा आवाज आहे. ह्या दोन्ही स्वरांना छेद देणारा तिसरा एक स्वर आहे. तो आहे जाग्या झालेल्या दलितांचा. 'आम्ही माघार घ्यावी अशीच जर तुमची सामंजस्याची व्याख्या असेल तर ते होणं कदापि शक्य नाही... सूत्रे आमच्या हाती घेणार आहोत.' असा हा निर्णायकी स्वर आहे. हा स्वर आधुनिक आहे. आजच्या काळाचा हा आवाज आहे. हा जगभर निनादणारा आवाज आहे. प्राचीन काळापासून चालत आलेली विषमता आणि त्याविरूद्ध सुरू झालेला आधुनिक समता संगर ह्या पार्श्वभूमीवर ह्या नाटकाची अत्यंत खुबीनं आणि परिणामकारकपणे रचना केलेली आहे.

पुराणकाळांचे सर्व परिचित दाखले देत आधुनिक काळाचा अन्वयार्थ लावण्याचा प्रयत्न ह्या नाटकात केलेला दिसून येतो. हा प्रयत्न केवळ अभिनव आणि झपाटून टाकणारा आहे. पुराणातील प्रसंगांची समकालीन संदर्भात प्रक्षोभक मांडणी करण्याचा प्रयत्न प्रकाश त्रिभुवन ह्यांनी केलेला आहे. पुराणातील सोंगं आजही जिवंत आहेत आणि दलितांच्या जीवनात कशी धुमाकूळ घालत आहेत ह्याचं प्रत्ययकारी वर्णन ह्या नाटकात प्रकट झालं आहे. आजही रामायण घडते आहे, आजही महाभारत घडते आहे, ह्याची साक्ष देणारं हे नाटक आहे.

लंकादहन, द्रौपदीस्वयंवर, क्षत्रियाचा संहार करणारा परशुराम, समुद्रमंथन, राजा बळी अशा पौराणिक प्रसंगांचा अत्यंत कल्पकतेने आणि चाणाक्षपणे ह्या नाटकात वापर केलेला दिसतो. रावणाची लंका जाळणारा हनुमान हा प्रसंग घेऊन नाटककाराने दलितांच्या झोपड्या जाळणाऱ्या सवर्णांना चित्रित केले आहे. द्रौपदी स्वयंवराच्या प्रसंगी द्रौपदी म्हणते, 'थांबा! हा वर्णरहित व कुलहीन शूद्र आहे म्हणून मी ह्याला वरणार नाही' (पृ. १४) सर्व अर्हता प्राप्त असताना देखील केवळ दलित म्हणून राखीव जागा भरल्या जात नाहीत. दलितांना नाकारलं जातं 'लायक उमेदवार नसल्याने जागा भरली नाही.' असा खुलासा केला जातो. क्षत्रियांचा निर्वंश करणाऱ्या ब्राह्मण परशुरामाचा थयथयाट दाखवत दलित वस्तीवर सवर्णांनी केलेल्या हल्ल्याचे वर्णन करण्यात आले आहे. दलितांचा नरसंहार करण्याचा विडा उचललेल्या सवर्णांचे हे चित्रीकरण आहे. समुद्रमंथनाच्या वेळी भगवान विष्णूने देवादिकांना केलेले मार्गदर्शन अत्यंत उपरोधिकपणे व्यक्त केलेले आहे. विष्णूचा दरबार एकीकडे तर गावातील दलित विरोधी सवर्णांची बैठक दुसरीकडे दर्शवून अन्यायी परंपरेचा आलेखच काढण्याचा हा प्रयत्न आहे. राजा बळीला वामनाने पाताळात गाडल्याचा प्रसंग उभा करून दलित सरपंच आनंद ह्याच्या हत्त्येचा प्रसंग दाखवलेला आहे. दलितांवर होणारा अन्याय पुराणकाळापासून कसा अव्याहतपणे चालू आहे ह्याचा दाखला देणारे हे नाटक आहे. पुराणकाळ आणि आधुनिककाळ ह्याची एकत्र गुंफण करून विषमतेचे विक्राळ रूप दर्शविण्याचा प्रयत्न नाटककाराने केलेला आहे.

'थांबा! रामराज्य येतंय!' ह्या नाटकात दोन प्रमुख पात्रे आहेत. रामराव पाटील हे पात्र सवर्णांचे प्रतिनिधित्व करताना दिसते, तर आनंद हे पात्र चळवळमय झालेल्या समाजाचे प्रतीक म्हणून रंगवलेले दिसते. पाटील आणि आनंद ह्यांच्या संघर्षावर आधारलेले हे नाटक आहे. आनंद हा एम. ए. झालेला दलित तरुण आहे. तो नोकरी न करता आपल्या खेडेगावी दलितांसाठी शाळा सुरू करून त्यांच्यात परिवर्तन घडवून आणण्याचा प्रयत्न करत असतो. 'काळोखाच्या गर्भात' ह्या नाटकात शाळा येते, ती मराठवाडा विद्यापीठाचे प्रतीक म्हणून, तर 'थांबा! रामराज्य येतंय!' ह्या नाटकातली शाळा ही मिलिंद महाविद्यालयाचे प्रतीक आहे. प्रेमानंद गज्वींच्या 'तनमाजोरी' मध्येही शाळा आहे.

'तनमाजोरी' मधला इंगळे गुरुजी आणि 'थांबा! रामराज्य येतंय' मधील आनंद ह्यांच्यात वैचारिक साम्य दिसून येते. दलितांच्या सांस्कृतिक लढ्यात शिक्षणाला अत्यंत महत्त्वाचे स्थान आहे. ह्या नाटकांतील शाळेमुळे, दलितांमध्ये आपल्या हक्कासाठी झगडण्याची प्रेरणा निर्माण होते. रामराव पाटील ही शाळा आणि दलित वस्ती जाळायला लावतात. मिलिंद गावाची सत्ता ताब्यात घेण्यासाठी पाटीलकीवर हक्क सांगतो. ह्याला रामराव पाटील कडाडून विरोध करतात. प्रशासनातही सवर्णच

अधिकारपदावर असतात. त्यामुळे 'राखीव जागेसाठी योग्य उमेदवार न मिळाल्यानं जागा दुसऱ्याला देण्यात आली' (पृ. २८) असा निर्णय घेतात. एम. ए. झालेल्या आनंदाला केवळ दलित म्हणून गावची पाटीलकी दिली जात नाही. ती रामराव पाटील ह्यांच्याकडेच पूर्ववत ठेवली जाते. रामराव पाटील आनंदची समजूत काढण्यासाठी गावचे सरपंचपद देण्याचे आश्वासन देतो. ठरल्याप्रमाणे आनंद गावचा सरपंच होतो. केवळ सवर्णाची मर्जी आणि मेहेरबानी असेल तरच दलितांना अशी पदे मिळू शकतील असं हे चित्र आहे. आनंद जरी सरपंच झाला तरी त्याला अधिकार दिले जात नाहीत. त्याला बोलू दिले जात नाही. (पृ. ३४) गावाच्या ग्रामपंचायतीचा कारभार रामराव पाटीलच चालवत असतात. जेव्हा आनंद आपली मते मांडू लागतो तेव्हा पाटील स्पष्टपणे खुणावतात.'आमच्यामुळे तुम्ही खुर्चीवर बसलेले आहात. आमच्या इरुधात तुम्ही बोलू शकत नाही. (पृ. ४१) आनंद जेव्हा आपल्या भूमिकेवर ठाम राहातो तेव्हा पाटील आणि त्याचे हस्तक आनंदची हत्त्या करतात. 'आम्ही विरोधकांना संपवतो' (पृ. ४१) अशी पाटील ह्यांची भूमिका आहे. आनंद आणि पाटील ह्यांच्यातला संघर्ष हा सत्तासंघर्ष आहे.

'थांबा! रामराज्य येतंय!' हे नाटक नाट्यतंत्राच्या दृष्टीने कमालीचे यशस्वी झालेले नाटक आहे. ह्या नाटकात एकाच वेळी पौराणिक प्रसंग आणि समकालीन जीवनातील प्रसंग ह्यांची कल्पकतेने सूचक योजना केलेली दिसून येते. त्यामुळे पौराणिक काळाचे आधुनिक काळाच्या संदर्भात पुनर्वाचन करण्याची संधी प्राप्त होते. दोन भिन्न काळांचा सुरेख संगम ह्या नाटकात झालेला आहे. ऊन पावसाच्या लपंडावामुळे जसे नयनमनोहर इंद्रधनुष्य पाहायला मिळते, तसा पौराणिक आणि आधुनिक प्रसंगांच्या मिश्रणातून एक अनोखा अनुभव प्रत्ययाला येतो. प्रकाश त्रिभुवनने केवळ काळाचाच असा वापर केलेला आहे असे नव्हे, तर प्रयोगाची रचनाही अत्यंत आकर्षक आणि सफाईदारपणे सादर केलेली आहे. ह्या नाटकात प्रचंड विडंबन आणि उपरोध व्यक्त झाला आहे. 'थांबा! रामराज्य येतंय!' मधील विडंबन आणि उपरोध दलित साहित्यात अन्यत्र सापडणे दुर्मीळच आहे. ह्याला त्र्यंबक सपकाळे ह्यांच्या कवितेचा अपवाद करता येईल. 'काळोखाच्या गर्भात' मध्ये जशी अन्यायाची मालिका दिसून येते, तशी 'थांबा! रामराज्य येतंय!' मध्येही आहे. पण ह्या नाटकाने एक कलात्मक उंची गाठलेली आहे.

प्रकाश त्रिभुवननी आपल्या नाटकासाठी दशावतारी खेळाचा आणि आधुनिक नाट्यतंत्राचा प्रभावी वापर केलेला आहे. नाटकाची सुरुवात दशावतारी खेळाने होते, तर शेवट अत्यंत आधुनिक तंत्राचा वापर करून होताना दिसेल. नाट्यतंत्राच्या दृष्टीने नव्या जुन्या तंत्राचा अभूतपूर्व संगम ह्या नाटकात पाहायला मिळतो. नाटकातील आनंदची हत्त्या होताना पोतराजाचा होणारा आक्रोश आणि आसूडाचे फटके हृदय

पिळवटून टाकणारे आहेत.

'थांबा! रामराज्य येतंय!' मधील प्रसंग जरी दाहक असले, तरी खूप छोटे आहेत. अनेक छोट्या छोट्या प्रसंगांतून हे नाटक आकाराला येते. लहान दृश्ये आणि त्यातही कलम केलेले पौराणिक प्रसंग ह्यामुळे हे नाटक फार घाईने संपताना दिसते. दलित वस्तीतल्या अनेक झोपड्या पेटल्या आहेत. दलितांच्या किंकाळ्या आणि आक्रोश ऐकू येतो आहे. हल्लेखोराच्या आरोळ्या भिववीत आहेत, अशा जळत्या आणि दाहक दृश्यांचे आपण सुन्न प्रेक्षक बनलो आहोत, असा अनुभव हे नाटक पाहाताना आणि वाचतानाही येईल.

'थांबा! रामराज्य येतंय!' - प्रकाश त्रिभुवन आनंद प्रकाशन, औरंगाबाद.
पहिली आवृत्ती - १९८२ पृष्ठे - १४२ किंमत - सतरा रुपये

तनमाजोरी

प्रेमानंद गज्वी ह्यांच्या 'तनमाजोरी' ह्या नाटकाचे प्रयोग दलित रंगभूमीप्रमाणेच व्यावसायिक रंगभूमीवरही चर्चित ठरले हे ह्या नाटकाचे यश म्हणावे लागेल ! विशेष म्हणजे ह्या नाटकात अत्यंत नावाजलेला चित्रपट अभिनेता नाना पाटेकर ह्यांनी काम केल्यामुळं प्रेक्षकांचं लक्ष ह्या नाटकाने वेधून घेतलं. एक दलित नाटक व्यावसायिक रंगभूमीवरही आपला ठसा उमटवू शकते ह्याचे हे उदाहरण होते. ह्या नाटकांमुळे गज्वींचे नाव सर्वपरिचित झाले. 'तनमाजोरी' ह्या पुस्तकाचा प्रकाशन सोहळा आणि नाट्यप्रयोग दि. २ नोव्हेंबर १९८५ रोजी लंडनच्या फूलहॅम रोडवरील 'ग्रँड हॉल' मध्ये झाला आहे. एक मराठी दलित नाटक देशाच्या सीमा ओलांडताना दिसून येते.

'तनमाजोरी' ह्याचा अर्थ माजलेले गवत. माजलेल्या गवतामुळे पिकाची नासाडी होते. हे माजलेले गवत नष्ट केल्याशिवाय पिकाची निकोप वाढ होऊ शकत नाही अशी संकल्पना घेऊन गज्वींनी वेठबिगाऱ्यांच्या जीवनावर आधारित नाटक लिहिले आहे. गज्वींनी आपल्या लहानपणी धरणावर काम करताना जो विदारक अनुभव

घेतला होता, त्या अनुभवालाच त्यांनी नाट्यरूप दिले आहे. (निमित्त) ह्याचाच अर्थ दलित लेखक एखादा घेतलेला अनुभव प्रदीर्घ काळ आपल्या मनाच्या गाभाऱ्यात जपून ठेवतो आणि कालांतराने त्याला वाङ्मयाचे रूप देतो. दलित लेखकांच्या आत्मकथाही ह्याला अपवाद नाहीत. दलित लेखकाला त्याचे भयानक जगणे अस्वस्थ करत असते. ही अस्वस्थता तो अनेक दिवस सहन करत असतो. ही त्याची अस्वस्थता अक्षरांचे रूप घेऊन कागदावर उतरत असते. दलित साहित्यात व्यक्त झालेल्या अनुभवांमागे एक प्रचंड सहनशील मन जसे असते, तशी ह्या अनुभवाला पचवण्याची, रिचवण्याची आणि त्याला शब्दरूप देण्याची सृजनक्षम ताकदही असते, हे लक्षात घेतले पाहिजे. त्यामुळेच दलित लेखकांच्या अनुभवांना सामाजिक मूल्यांबरोबरच वाङ्मयीन मूल्यांचाही दर्जा प्राप्त होताना दिसून येतो.

'तनमाजोरी' ह्या नाटकाचा प्रयोग मी पाहिला नाही. ह्या नाटकाची चर्चा होत असताना वर्तमानपत्रांतून जी परीक्षणे प्रकाशित होत होती, तीही माझ्या वाचनात आलेली नाहीत. इतकंच काय, ह्या नाटकाचे पुस्तकदेखील मी ह्यापूर्वी वाचले नव्हते. एक गाजलेले, बहुचर्चित नाटक म्हणून 'तनमाजोरी' चं नाव मला माहीत होतं. ह्या बहुचर्चित पुस्तकाची चिकित्सा केली पाहिजे ह्या उद्देशाने मी नाटक वाचून काढलं आणि ह्या नाटकावर संहितेच्या अंगानं लिहिण्याचं ठरवलं.

खरे तर, नाटक ही दृष्य कला आहे. त्यामुळे नाटकाचा खरा परिणाम रंगमंचावर दृश्यरूपात व्यक्त होत असतो. मुळात नाटक प्रयोगासाठीच लिहिलेले असते. अभिनय, संगीत, प्रकाश, ध्वनी आणि नेपथ्य अशा वाङ्मयबाह्य अनेक तांत्रिक गोष्टींमुळे संहितेतील मूळ आशय प्रयोगात शतगुणित होत असतो. मुद्रित माध्यमातलं नाट्य जेव्हा दृश्यरूपात साकार होतं, तेव्हा त्याचा घेतलेला अनुभव हा मूर्त स्वरूपातला असतो. त्यामुळे नाटकाचे पुस्तक वाचून नाटकाचा पूर्ण अनुभव घेता येत नाही. कथा, कांदबरींचे पुस्तक वाचून जसे रसग्रहण करता येते, तसे नाटकाचे करता येईल असे नाही.

पुस्तकातले नाटक आणि प्रयोगातले नाटक ह्यात जमीनअस्मानाचे अंतर असते. पुस्तकातले नाट्य हे निद्रित स्वरूपात असते, तर प्रयोगातले नाटक हे जागृत स्वरूपात असते. त्यामुळे नाटक वाचून नाटकाची चर्चा करणे कितपत संयुक्तिक ठरेल हाही प्रश्न आहे. तथापी नाट्यसंहितेच्या आधारे केलेली चर्चा ही केवळ पुस्तक आणि लेखक ह्यांच्यापुरतीच मर्यादित असू शकते हे ही खरे.

नाटकाचा वाचक हा मुळातच आपण नाटक वाचत आहोत ह्या भावनेने प्रेरित होऊन नाटक वाचत असतो. जेव्हा एखादी कलाकृती वाचली जात असते, तेव्हा त्या कलाकृतीतील बंदिस्त अनुभव वाचकाच्या मन:पटलावर तरळत असतो. कलाकृतीचा आस्वाद घेत असताना वाचकाच्या मनात साकार होणारा कलानुभव हा वाचकाच्या संवेदनाक्षम मनाचा आविष्कार असतो. 'तनमाजोरी' वाचताना ह्या नाटकातले प्रत्येक

दृश्य माझ्या मनात नाट्यरूप घेत होते. माझ्या मनाचे रंगमंचात रुपांतर झाले होते. नाटकातले एखादे पात्र, एखादा प्रसंग किंवा एखादे विधान आपल्या मनाला कसे स्पर्श करते, त्यावरून त्या नाटकाचा परिणाम चांगला किंवा वाईट हे ठरवता येते. एखाद्या चांगल्या नाटकाचा वाईट प्रयोग झाल्याने त्याची जशी दखल घेतली जात नाही, तसे एखाद्या वाईट नाटकाचा चांगला प्रयोग झाल्याने त्याची दखल घेतली जाऊ शकते. हे सगळे धोके लक्षात घेतल्यास, नाटकाला योग्य पद्धतीने केवळ संहितेच्या आधारानेच समजून घेता येऊ शकते, असे म्हणावे लागेल. नाटककार जेव्हा नाट्यसंहिता लिहीत असतो, तेव्हा त्याच्या मनाची अवस्था ही साक्षात नाट्यप्रयोगासारखीच असते. तो आपल्या मनाच्या मंचावर नाटकाच्या तालमी करत असतो आणि मनातले नाटक अक्षरात बंदिस्त करत असतो. त्यामुळेच नाट्यसंहिता ही नाट्यप्रयोगाचे बंदिस्त रूपच असते. असे हे बंदिस्त रूप वाचकाच्या मनात उलगडत असते.

'तनमाजोरी' हे नाटक व्यावसायिक आणि प्रायोगिक रंगभूमीच्या प्रभावाबरोबरच दलित रंगभूमीवरील विद्रोहाचा आविष्कार करणारे आहे. प्रेमानंद गज्वींनी व्यावसायिक नाटकातील मेलोड्रामा आणि प्रायोगिक नाटकातील क्लृप्त्या योजून हे नाटक लिहिल्याचे दिसून येते. तथापि वेठबिगाराच्या जीवनावर बेतलेले विद्रोही नाट्य प्रथमच मराठी प्रेक्षकांपुढे आल्याने त्याची सर्वांनीच दखल घेतलेली दिसते. वेठबिगारांच्या प्रश्नांवर चर्चा घडवून आणण्यासाठी म्हणून हे नाटक लिहिलेले असल्याने, एका नाटकात जितक्या म्हणून वेठबिगाराच्या व्यथा वेदना मांडता येतील, तितक्या त्या प्रामाणिकपणे मांडलेल्या दिसतात.

कथा, कादंबरी वाङ्मयप्रकारात लेखकाला जसे स्वातंत्र्य असते, तसे नाटककाराला नसते. नाटककारावर एका नाट्यप्रयोगाचे बंधन असते. मुळात नाटक हे प्रयोगासाठीच लिहिले जात असल्याने प्रयोगाचे तंत्र, प्रेक्षक, निर्माता, रंगकर्मी, संगीत, ध्वनी, प्रकाश आणि नेपथ्य इत्यादी बाबींचे अवधान राखूनच नाटककाराला लेखन करावे लागते. नाटककाराला आपले नाटक प्रथमपासून शेवटपर्यंत प्रेक्षकांना कसे खिळवून ठेवेल ह्याचा विचार करावा लागतो. नाटक ही समूहाने पाहाण्याची कला आहे. एकाच वेळी संमिश्र प्रकारच्या मोठ्या प्रेक्षकवर्गाला आवाहन करण्याची ताकद संहितेमध्ये अंतर्भूत असणे आवश्यक असते. 'तनमाजोरी' चे प्रयोग दलित रंगभूमीबरोबरच व्यावसायिक रंगभूमीवरही होतात, ह्याचाच अर्थ ह्या संहितेमध्ये मोठ्या प्रेक्षकवर्गाला आवाहन करण्याची क्षमता असली पाहिजे, असे म्हणावे लागेल.

प्रेमानंद गज्वींनी ह्या नाटकाच्या प्रेक्षकांविषयी आपल्या मनोगतामध्ये पुढीलप्रमाणे प्रतिक्रिया नोंदवलेली आहे. 'राज्य नाट्यस्पर्धेत गाजलेलं आणि लंडनवारी करून आलेलं हे नाटक व्यावसायिक रंगमंचावर न येतं तरच नवल. नाट्यस्पर्धा आणि लंडनचा प्रयोग हे सारं हौशी कलावंतांचं यश होतं. व्यावसायिक प्रयोगाला सोबत होती नाना पाटेकरांच्या दमदार व्यक्तिमत्त्वाची आणि कसदार अभिनयाची. पण तरीही

हे नाटक हवं तसं व्यावसायिक यश मिळवू शकलं नाही. ५२ प्रयोगात ते बंद करावं लागलं. पारंपरिक मनोरंजनाच्या जोखडाखाली सुखेनैव रमणाऱ्या प्रेक्षकांना हा वेगळा नाट्यविषय आपलासा वाटला नाही. 'जनावराच्या शेणातील धान्य वेचून ते धुवून, वाळवून भाकरी करून खाणारे लोक गज्वींनी कुठे पाहिलेत? शीऽ हे काय आयुष्य आहे? असं नाटक बघून आम्ही आमची शांत झोप का मोडावी? नकोच ते नाटक. आम्हाला काही देणं नाही, घेणं नाही.' ही एक प्रतिक्रिया पुरेशी बोलकी आहे.' (निमित्त) गज्वींचे नाटक हे व्यावसायिक नाटक नसल्याने ते व्यावसायिक यश मिळवू शकले नाही. व्यावसायिक रंगभूमीवर 'हिट अँड हॉट' नाटकासारखे 'तनमाजोरी' चे हाऊसफुल्ल प्रयोग झाले नसले तरी ५२ प्रयोग झाले आहेत हेही नसे थोडके!

नाटकाच्या सुरुवातीलाच वेठबिगार गण्याचा चौदा पंधरा वर्षाचा इयत्ता चौथीत शिकणारा वाशा नावाचा मुलगा रस्त्यावर विटीदांडू खेळत एकटाच उभा आहे. अशात ह्या नाटकात खलनायक असलेला मालक आपली हुजरेगिरी करणाऱ्या 'मुकादम' ह्याला बरोबर घेऊन प्रवेश करताना दिसतो. मालकाला पाहून वाशा पळून जात नाही. त्यामुळे मालक खवळतो,'आरे बघून बी पळत कसं न्हाई त्ये? काळ्या गोट्यावरलं नसलं पाह्यजे त्ये' (पृ.१) ह्या वाक्यातून मालकाचा दरारा दिसून येतो. काळ्या गोट्यावर राहाणारी वेठबिगार मंडळी मालकाला किती घाबरून असतात ह्याचं वर्णन ह्या एकाच वाक्यातून प्रत्ययाला येतं. मालक संतापतो. वाशाच्या विटीवर पाय देतो. वाशा डगमगत नाही. 'पाय करा की बाजू' (पृ.२) अशा प्रकारे मालकाला सुनावतो. वाशाच्या बालपणाचं आणि त्याच्या स्वातंत्र्याचं प्रतीक म्हणून 'विटी' कडे पाहाता येईल. वाशाच्या स्वातंत्र्यावर गदा आणणारा मालकाचा पाय आहे. ह्या पायाखाली वाशाचं अस्तित्व चिरडलं जाताना दिसलं. वाशा हे चिरडणं निमूटपणे सहन करत नाही. तो मालकाला 'पाय' बाजूला करायला सांगतो. पुराणातला बळी वामनाला उलट बोलू शकला नाही. रामायणातला शंबूकही रामाला उलट बोलू शकला नाही. महाभारतातला एकलव्यही गुरु द्रोणाला असा उलट बोलताना दिसत नाही. ह्या पार्श्वभूमीवर वाशाची बंडखोरी उठून दिसते. त्यामुळेच मालक चिडला आहे. वाशाचे स्थान हे पायाजवळचे आणि तो पायालाच नाकारतो आहे. त्यामुळे मालकाचा अंहकार दुखावला आहे. 'त्याच्या अंगातली ताकत आमी आजमावली. ती ताकत हवी आपल्याला. आमच्या डोळाला डोळा भिडवून बोललं. आमचा अपमान केला. आता त्येचं रगतानं भेगा भरल्यालं आंग पाह्याचंय' (पृ. ७) अशी आसुरी इच्छा मालक व्यक्त करताना दिसतो. एकूण यजमान व्यवस्थेच्या पायाखालची माती सरकत आहे ह्याचे हे सूचन आहे. 'तनमाजोरी' च्या सुरुवातीच्या दृश्यानेच ह्या नाटकाचा संपूर्ण तपशील काय असणार आहे, हे जाहीर करून टाकले आहे.

'तनमाजोरी' ह्या नाटकाचे कथानक अनेक दृश्यांमधून विकसित होत जाते.

कथानकाचा क्रमाने विकास करण्यासाठीच निरनिराळ्या पात्रांचा वापर केलेला दिसून येतो. त्यामुळे ह्या नाटकातील व्यक्तिरेखा एकारलेल्या वाटतात. केवळ नाटकाचे संवाद म्हणण्यासाठी आणि नाटककाराची भूमिका विशद करण्यासाठीच ह्यांचा जन्म झाला असावा असे वाटते.

'वाशा' हा चौथीत शिकणारा मुलगा आहे. तो आपल्या पुस्तकात 'माणसाला त्याच्या गुलामगिरीची जाणीव करून दिली की तो बंड करून उठतो.' हे वाक्य तोंडपाठ करतो आहे. चौथीच्या अभ्यासक्रमात असे वाक्य असू शकते का? किंवा विटीदांडू खेळणारा मुलगा असे वैचारिक पुस्तक वाचू शकतो का? असा प्रश्न इथे अप्रस्तुत ठरेल. कारण वाशाचा शिक्षक इंगळे गुरुजी हा ह्या नाटकातील सूत्रधार आहे. हे पात्र नाटककाराचे प्रतिरूप आहे. इंगळे गुरुजींचा विद्यार्थी असल्याने कदाचित चौथीत असतानाही वाशा बंडखोर बनला असावा, असा तर्क काढता येऊ शकतो.

ह्या नाटकातील 'मालक' हे पात्र ह्या नाटकातील केंद्रवर्ती पात्र आहे. मालकाने सरकारच्या आदेशावरून डोंगरदऱ्यातील आडगावी शाळा काढली आहे. शाळेत मुले येवोत न येवोत त्यांना पास केलं पाहिजे असा मालकाचा शाळेतील शिक्षकांना हुकूम आहे. 'पोरं असो, नसो. पास करा. एवढं केलं तरी भलं व्हईल.' (पृ. २५) मालकाने बंधारा बांधण्याचे काम सुरू केले आहे. ह्या बंधाऱ्याचे काम करताना आतापर्यंत पाच जणांनी आपला प्राण गमावला आहे. त्यात वाशाच्या आईचाही समावेश आहे. काम करणाऱ्या मजुरांचा अनन्वित छळ केला जातो. काम करणारा माणूस मेला तरी चालेल, पण काम थांबता कामा नये अशी मालकाची भूमिका आहे. 'ह्यो मुडदा बंधाऱ्यात गाडून टाका आन् काम सुरू करा' (पृ. १५) अशा प्रवृत्तीचा मालक आहे. बंधाऱ्यावर काम करणारी धुरपता मालकाला आवडते म्हणून तिला उचलून नेण्याची भाषा बोलली जाते. 'घेऊन जा हिला मळ्यातल्या वाड्यावर' (पृ. १५) मालक वेठबिगार स्त्रीला उपभोगण्याची इच्छा जाहीरपणे प्रकट करताना दिसतो. इतकेच नव्हे तर इंगळे गुरुजींची पत्नी पाहूनही मालक विचलित होतो. इंगळे गुरुजींच्या बायकोला भोगण्यासाठी मालक इंगळे गुरुजीला आपल्या वाड्यावर येण्याचे निमंत्रण देतो. 'येताना एकटे येऊ नगा. जोडीनं या. पावनी पाह्यली आमी' (पृ. २६) मालक 'वाशा' आणि 'पावणी' ह्या दोघांना बळकावण्यासाठी वेडापिसा झाला आहे. ह्या दोघांनीही मालकाच्या हातावर तुरी दिली आहे. त्यामुळे मालक चडफडत आहे. मालक हा मस्तवाल आणि मुजोर प्रवृत्तीचा आहे. संपूर्ण नाटक वाशा आणि मालक ह्यांच्या संघर्षावर आधारलेले आहे. वाशा स्वतंत्र होऊ इच्छितो, तर मालक त्याला गुलाम बनवू इच्छितो असा हा संघर्ष आहे. अर्थात ह्या संघर्षाचा, शेवट वेठबिगारांच्या विजयाने साजरा होतो, हे सांगायला नको.

गण्या ह्या वेठबिगाराने मालकाशी डोळा भिडवून बोलल्यामुळे मालकाने

त्याच्या डोळ्याच्या पापणीचे केस उपटले आहेत. उसाच्या मळ्यात कोल्हे शिरले म्हणून राखण करणाऱ्या वेठबिगार सित्याचा पाय तोडला आहे. ब्राह्मण शिक्षक नाकातून उच्चार काढतो, म्हणून त्याच्या नाकाला डागणी दिली आहे. वाशा आणि इंगळे गुरुजी आपल्या मनाविरूद्ध वागतात, म्हणून त्यांना आसूडाने फोडून काढले आहे. सारजा ही वेठबिगार स्त्री काम करता करता मरते, तर तिला 'बंधाऱ्यात गाडून टाका आणि काम करा' अशा प्रकारचे निर्दय वर्तन मालकाने केले आहे. मालकाने देव्या ह्या वेठबिगाराची बायको धुरपता हिला ओढून नेले आहे आणि आपली रखेली बनवली आहे. त्याचप्रमाणे देव्याचे शेतही बळकावले आहे. अशा अनेक दृश्यांमधून मालकाचे बेबंद आणि मस्तवाल वागणे चित्रित झाले आहे.

'तनमाजोरी' ह्या नाटकातल्या 'मुकादम' ह्या पात्राला तसा काही अर्थ नाही. केवळ तो मालकाचा 'होयबा' म्हणून नाटकात वावरताना दिसतो आहे. नाटकातील 'देव्या' हे पात्र तऱ्हेवाईक, व्यसनी, लबाड आणि धूर्त असे आहे. मालकाने त्याला दारुचे व्यसन लावले आहे. तो दारू पितो. विड्या ओढतो. हातात कुऱ्हाड घेऊन नाटकभर नाटकाचे शीर्षक घोकत फिरताना त्याला दाखवलेले आहे. नाटकाच्या शेवटी मात्र देव्या आणि देव्याची बायको धुरपता ही बंडखोर झाली आहेत.

देव्याने मालकाचा वाडा पेटवला आहे, तर त्याच्या बायकोनं मालकाला नाकारले आहे. 'मालक, तुमच्या बायलीला सजवून भागवा पावनीची हौस.' (पृ.५६) अशा प्रकारे वेठबिगार जागृत होताना दिसतात. डोंगरदऱ्यातल्या आडगावामध्ये शाळा सुरू झाल्याने सनातन व्यवस्थेचे बुरुज ढासळू लागतात. शिक्षणामुळे वेठबिगारांमध्ये एक नवी जाणीव निर्माण होते. वेठबिगारांची वस्ती असलेल्या काळ्या गोट्यावर इंगळे गुरुजी येतात आणि वेठबिगारांच्या जीवनात ठिणगी पडते. 'मालक खरं सांगतो, तुज्या बी डोळ्याच्या व्हतील खाचा. तुला बी जबाब मिळंल आसूडानं आसूडाचा. तुजेबी तुटतील हातपाय. तुज्या बी पोरीबाळींवर होतील दिवसाढवळ्या युगायुगांचे बलात्कार' (पृ. ७३) इंगळे गुरुजी एक प्रकारे कृती कार्यक्रमच जाहीर करताना दिसतात. नाटकाच्या शेवटी सर्व वेठबिगार मालकावर तुटून पडतात. मालक आक्रोश करतो. लाचार होतो. सित्या मालकाला आपला पाय मागतो, देव्या आपल्या बायकोची गेलेली अब्रू मागतो, वाशा आपली विटी मागतो, तर गण्या मालकाच्या पापण्या उपटण्याची भाषा बोलतो. मालक विनवणी करू लागतो. सर्व वेठबिगार एकत्रपणे मालकावर हल्ला करतात. मालकाच्या किंकाळ्यांनी आसमंत थरारून जातो आणि इथे नाटक संपताना दिसते. वेठबिगारांना त्यांच्या शोषणाविरूद्ध कृतीप्रवण करणारे हे नाटक आहे.

तनमाजोरी - प्रेमानंद गज्वी,मॅजेस्टिक प्रकाशन, मुंबई - ४
पहिली आवृत्ती - १९८५,पृष्ठे - ७८, किंमत - ५० रुपये

वाटा पळवाटा

दत्ता भगत ह्यांचे 'वाटा पळवाटा' हे नाटक सुमारे दीड दशकापूर्वी मी दूरदर्शनवर पाहिले होते. मुंबई दूरदर्शनने ह्या नाटकाचा प्रयोग प्रक्षेपित केला होता. हजारो घराघरांतून अनेकांनी हे नाटक पाहिलं होतं. नाटक म्हणून ते इतर नाटकांसारखंच होतं. पण ह्या नाटकाचा आशय-विषय मात्र इतर नाटकांपेक्षा भिन्न होता. ह्या आगळ्या वेगळ्या आशय -विषयानं प्रेक्षकांना खिळवून ठेवलं होतं. पारंपरिक नाट्यतंत्राच्या अंगाने रचलेले हे नाटक होते. प्रेक्षकांना एक नाटक पाहात आहोत ह्याचं जसं समाधान मिळत होतं, तसं एक वेगळं नाटक अनुभवायला मिळते आहे, ह्याचाही चकित करणारा आनंद प्रत्ययाला येत होता. रूढ नाट्यतंत्रांची सवय झालेल्या प्रेक्षकांना त्याच साच्यातून धक्का देणारं हे नाटक होतं. एका स्थळाचा अत्यंत प्रभावी वापर करून अनेकांगी अनुभव देणारं हे नाटक होतं. त्यामुळे ते चर्चित ठरलं होतं.

'वाटा पळवाटा' चा दूरदर्शनवरील प्रयोग पाहून खूप काळ लोटला आहे. आजही ह्या प्रयोगाचा पुसटसा प्रभाव मनात रेंगाळतो आहे. प्रयोग पाहिल्यादिवशी मात्र

एक प्रचंड अस्वस्थता वाटली होती, त्याचबरोबर एक चांगले नाटक पाहिल्याचा आनंदही झाला होता. अस्वस्थता ह्याची होती की, दलितांना अमानवी जीवन जगावे लागते आहे. भीषण दुःखांना सामोरे जावे लागते आहे. ही विषमता आजही संपली नाही, पुढे कधी संपेल ह्याचा अंदाज नाही. त्यामुळे जखमेवर मीठ चोळावं तशी मनाची अवस्था झाली होती. आनंद ह्याचा झाला होता, की दलितांच्या दुःखांना प्रभावी आणि परिणामकारकपणे भिडणारे हे नाटक होते. ह्या नाटकामुळे दलितांच्या दाहक जीवनाची वाताहत काळजाला भिडली होती. दलित साहित्याचे हे विशेषच म्हणावे लागेल, हे साहित्य एकीकडे अस्वस्थ करते, तर दुसरीकडे आनंदही देते. हा 'अस्वस्थ आनंद' दलित साहित्याचा स्थायीभाव आहे. अस्वस्थता ही त्या कलाकृतीतील सामाजिक मूल्यांमुळे निर्माण होते, तर आनंद हा त्या कलाकृतीतील कलामूल्यांमुळे. सामाजिक आणि वाङ्मयीन मूल्यांची सरमिसळ दलित कलाकृतीत पाहायाला मिळते. 'वाटा पळवाटा' देखील ह्याला अपवाद करता येणार नाही.

'वाटा पळवाटा' हे नाटक दलितांच्या तीन पिढ्यांना गवसणी घालणारे आहे. ह्या नाटकातील 'काका' हे बाबासाहेब आंबेडकरांच्या चळवळीतील खंदे कार्यकर्ते आहेत, तर प्रा. सतीश गोडघाटे हे स्वातंत्र्यप्राप्तीच्या काळाचे प्रतिनिधी आहेत. सतीश हे काकाचे पुतणे आहेत. पेशाने प्राध्यापक आहेत. अर्जुन हा प्रा. सतीश गोडघाटे ह्यांचा विद्यार्थी आहे. तो स्वातंत्र्योत्तर काळातल्या दलित चळवळीचे प्रतिनिधित्व करतो आहे. खरे तर, हे तीन कालखंड आहेत, तीन वेगवेगळ्या प्रवृत्ती आहेत किंवा तीन भिन्न व्यक्तिमत्त्वे आहेत. कुठल्याही कालखंडाची इतक्या सरधोपटपणे वर्गवारी करता येत नाही. दत्ता भगत ह्यांनी काही आडाखे बांधून चळवळीचे कठोर विश्लेषण करण्यासाठी 'वाटा पळवाटा' सारखा आलेख काढलेला दिसतो. 'वाटा पळवाटा' म्हणजे चळवळीचा वास्तव इतिहास नव्हे. ह्याच रीतीने दलित चळवळ वाढली आणि मोडली असे म्हणता येणार नाही. तरीही 'वाटा पळवाटा' मध्ये व्यक्त झालेली चळवळीची मांडणी केवळ काल्पनिक आहे असेही म्हणता येणार नाही. साररूपाने चळवळीला चित्रित करण्याचा प्रयत्न ह्या नाटकात झालेला दिसून येतो. हे करत असतानाच ह्या नाटकाने दलितांच्या तीन पिढ्यांमधला संवाद आणि विसंवादही उघड करण्याचे काम केले आहे. एकीकडे चळवळ, समाज ह्यातील ताणतणाव व्यक्त करत असताना कौटुंबिक आणि वैयक्तिक जीवनातील नाजूक आणि स्फोटक संदर्भही ह्या नाटकात शिताफीने हाताळल्याचे दिसतील.

'वाटा पळवाटा' ह्या नाटकाला जसा तीन पिढ्यांचा आधार आहे, तशी दलित चळवळीची भरीव पार्श्वभूमीही आहे. दलित चळवळीबरोबर युक्रांद, राष्ट्रसेवा दल अशा समाजवादी विचारसरणी असणाऱ्या संघटनांची जोड आहे. एकीकडे सतीश व हेमा ह्यांचा आंतरजातीय विवाह, त्याच्या जोडीला अर्जुन व सोनल ह्यांचे

आंतरजातीय प्रेम अशा दोन जोड्यांचे कथानक आहे. तसे पूरग्रस्तांच्या वसाहतीचे प्रकरणही ह्या नाटकाभोवती विणलेले दिसते. म्हणूनच लेखकाने 'हा विषय कादंबरीचा, पण मी नाटकासाठी निवडला' असे म्हटले आहे. ('वाटा पळवाटा' विषयी थोडेसे) एका कादंबरीचा आवाका असलेले हे कथानक दोन अंकी नाटकात अत्यंत प्रभावीपणे कसे व्यक्त झाले आहे? असा प्रश्न पडतो. प्रचंड कथाविस्तार असलेले हे नाटक अर्थात काळ आणि कथानकाच्या दृष्टीनेही एका नाट्यप्रयोगात परिणामकारकपणे व्यक्त होताना दिसते. ह्याचे सगळे श्रेय जर कोणाला द्यायचे असेल, तर ते ह्या नाटकातील जिवंत आणि वास्तवदर्शी व्यक्तिचित्रणाला द्यावे लागेल. ह्या नाटकातील एकूण एक व्यक्तिरेखांना स्वत:चा स्वभाव आणि गुणदोष आहेत. नाटककाराचे नाटक वाहून नेणारे ते भोई नाहीत. नाटकातील व्यक्तिरेखांच्या जीवनाचा भाग म्हणून हे नाटक आकाराला येते. ह्या व्यक्तिरेखा नाटकातील पात्रे असूनही ती पात्रे वाटत नाहीत. ती समाजातील चालती बोलती माणसं वाटतात.

काका, सतीश, अर्जुन आणि शेवंता ही ह्या नाटकातील प्रमुख दलित पात्रे आहेत. काका हे बाबासाहेब आंबेडकराच्या चळवळीतील कार्यकर्ते आहेत. ते आपली जुनी पठडी विसरायला तयार नाहीत. आपल्या ब्राह्मण सुनेलाही आपली शिस्त शिकवताना दिसतात. (पृ. १,२) काका दलितांच्या प्रश्नांवर तडजोडवादी नाहीत. शेवंता दलित असल्याने तिच्या भल्यासाठी अनुभवाचे खोटे प्रमाणपत्र देण्यात त्यांना काही गैर वाटत नाही. (पृ. ११) दलितांनी शासकीय घरे बेकायदा बळकावताना त्यात त्यांना काही चूक वाटत नाही. (पृ. ६) तर आपल्या ब्राह्मण सुनेमुळे एका दलित मुलीचे नुकसान झाले असेही त्यांना वाटते. (पृ. ९) दलितांचे कल्याण हेच काकाच्या जगण्याचे केंद्र आहे. सतीश हा दलित ब्राह्मण आहे. तो समाजवादी चळवळीतून पुढे आलेला आहे. त्याने ब्राह्मण मुलीबरोबर विवाह केलेला आहे. तो एन. एस. एस. चा को-ऑर्डिनेटर आहे. त्यामुळे त्याच्या जगण्या वागण्यात एक सामाजिक आत्मभान व्यक्त होताना दिसते. तो सखोल आणि संयतपणे विचार करताना जाणवतो. त्याला नियमबाह्य आणि बेकायदा गोष्टी आवडत नाहीत. म्हणून तो शेवंताला खोटे प्रमाणपत्र द्यायला विरोध करतो. (पृ. १६) पूरग्रस्तांसाठी बांधलेल्या घरांचा जबरदस्तीनं ताबा घेणाऱ्या अर्जुनला तो विरोध करतो. (पृ. २०) त्याचबरोबर अर्जुनला खुनी ठरवून त्याला महाविद्यालयातून काढून टाकण्याच्या निर्णयालाही तो विरोध करताना दिसतो. (पृ. ५५) सतीश हा व्यापक सामाजिक ऐक्याचे धोरण ठेवून कृती करताना दिसतो. त्यामुळे त्याला काका आणि अर्जुनची आक्रमक भूमिका आवडत नसल्याचे दिसते. अर्जुन हा स्वातंत्र्योत्तर काळातल्या दलित चळवळीचा वारसदार आहे. त्याच्या वागण्याबोलण्यात आक्रमकता, आक्रोश आणि चढाईची भाषा जाणवते. 'त्याचे जास्तीत जास्त काय परिणाम होतील, माहितंय मला. हातकड्या

पडतील, तुरुंगात जावं लागलं, खडी फोडावी लागंल. एवढंच ना! तयारी आहे माझी त्याला'(पृ. २१) किंवा 'लाथेनं उडवतो मी असल्या इज्जतदारांना. थुंकतो अशांच्या श्रीमंतीवर!' (पृ. ३१) संघर्षाशिवाय चळवळीला पर्याय नाही, अशी अर्जुनाची भूमिका आहे. (पृ. ७०) मध्यमवर्गीय पांढरपेशा दलित असलेला सतीश आणि लढाऊ कार्यकर्ता अर्जुन ह्यांच्यात एक विषम ताण आहे. तो त्यांच्या वृत्तींचा आणि भूमिकांचा आहे. काका आणि सतीश ह्यांच्यामध्येही दोन पिढीतील अंतर जसे आहे, तसे त्यांच्या दोन दृष्टिकोनातले अंतरही स्पष्ट जाणवते. ह्या नाटकातील 'शेवंता' हे अदृश्य पात्र आहे. शेवंता कधीच लोकांपुढे येत नाही. मात्र ती ह्या नाटकातील एका महत्त्वाची चर्चित व्यक्तिरेखा असल्याचे दिसेल.

शेवंताचा नवरा मरतो. तिला स्वत:च्या पायावर उभं राहण्यासाठी डी. एड. होणे महत्त्वाचे असते. त्यासाठी तिला अनुभवाचे खोटे प्रमाणपत्र हवे असते. तिनेही अर्जुनच्या चळवळीत सामील होऊन पूरग्रस्तांसाठी बांधलेल्या वसाहतीत घर बळकावलेले असते. शेवंता जणू काकांची मानसकन्याच वाटते. अर्जुन जेव्हा लोकांकडून पैसे उकळू लागतो तेव्हा शेवंता त्याला विरोध करते. उकळलेल्या पैशाचा हिशोब विचारते. शेवंताला स्वत:साठी खोटे प्रमाणपत्र चालते पण अर्जुनने पैसे उकळलेले चालत नाही. शेवंता जेव्हा दंगलीत मरते तेव्हा काका विचलित होतात. ह्याचा सर्व दोष ते अर्जुनला देतात. शेवंताच्या मृत्यूमुळे नाटकात रहस्यमयता येते. अर्जुन संकटात सापडतो. एकाकी पडतो. दलित कार्यकर्त्याचे खच्चीकरण कसे केले जाते ह्याचे विदारक चित्र ह्या नाटकाने लोकांपुढे मांडले आहे.

हेमा, दासराव जोशी आणि त्यांची कन्या सोनल ही ह्या नाटकातील प्रमुख सवर्ण पात्रे आहेत. हे तिघेही ब्राह्मण आहेत. हेमाने दलित असलेल्या सतीशबरोबर विवाह केलेला आहे, तर सोनलने दलित तरुण अर्जुनवर मनापासून प्रेम केले आहे. राहते राहिले दासराव जोशी. हे पेशाने शिक्षक असून स्वातंत्र्यसैनिक आहेत. ते बोलघेवडे समाजसुधारक आहेत. दासराव राखीव जागाविरोधी आहेत. सतीशची जात कळाल्यामुळे त्याला भाड्याने घर देण्याचे ते नाकारतात. त्यांना आपली मुलगी दलित मुलावर प्रेम करते आहे, हे रूचत नाही. त्यामुळे ते तिचा जातीत विवाह ठरवून टाकतात. इतकेच नव्हे तर आंतरजातीय विवाह केलेल्या हेमाचीही हेटाळणी करताना दिसतात. (पृ. ३१) सोनल ही भावुक तरुणी आहे. सोनल हेमाकडे आपल्या अर्जुनवरील प्रेमाची जशी कबुली देताना दिसते, तशी अरविंद देशमुखबरोबर लग्न ठरल्यानंतर आशीर्वादही मागताना दिसते. हेमा आंतरजातीय विवाह करते पण सोनलच्या आंतरजातीय विवाहाला विरोध करताना दिसते. (पृ. २९) सोनल अर्जुनवर प्रेम करते पण वास्तवाची जाणीव झाल्यानंतर ती सजातीय विवाहाला तयार होताना दिसते. (पृ. ६४)

सोनलचा भावी वर अरविंद देशमुख, कॉन्ट्रक्टर पवार किंवा हेमाचे वडील जज्ज रानडे ही ह्या नाटकातील प्रमुख अदृश्य सवर्ण पात्रे आहेत. ही पात्रे रंगमंचावर येताना दिसत नाहीत. पण नाटकातल्या कथानकात त्यांची भूमिका महत्त्वाची आहे. अरविंद देशमुख आणि कॉन्ट्रक्टर पवार हे दलितविरोधी आहेत, तर हेमाचे वडील विचाराने पुरोगामी आणि स्वातंत्र्य चळवळीतले आहेत. त्यांनी अर्जुनची शेवंताच्या खुनाच्या आरोपातून पुराव्याअभावी जशी निर्दोष सुटका केली आहे, तसे दलितांच्या वस्तीवर हल्ला करणाऱ्या सवर्णांनाही पुराव्याअभावी निर्दोष सोडलेले आहे.

रंगमंचावर वावरणारी पात्रे संख्येने खूपच कमी आहेत. रंगमंचामागे वावरणारी पात्रे असंख्य आहेत. मर्यादित पात्रांच्या आधाराने केलेले हे नाटक असंख्य अदृश्य पात्रांमुळे महाकाय रूप धारण करताना दिसते. दंगल, मोर्चा, बंद, पोलिस, घोषणा इत्यादीमुळे नाटकाला गर्दीचे, समूहाचे रूप प्राप्त होताना दिसते. ह्या जमावामुळे नाटक अधिक गतिमान आणि ज्वलंत भासू लागते. हे नाटक जरी प्रा. सतीश गोडघाटे ह्यांच्या घरी घडत असले, तरी नाटकाचे स्थळ घराबाहेर केंद्रित होताना दिसते. खरे तर, सतीशचे घर हे घर कमी आणि ह्या नाटकाची संघर्षभूमीच अधिक असे वाटते. दृश्य - अदृश्य पात्रांमुळे, दृश्य - अदृश्य स्थळांमुळे हे नाटक गजबजलेले दिसून येते.

'वाटा पळवाटा' ह्या नाटकात एक द्वंद्व जाणवत राहते. ते द्वंद्व व्यक्तिरेखांमधले आहे. काका आणि अर्जुन, सतीश आणि दासराव, हेमा आणि सोनल असे हे द्वंद्व आहे. ह्या पात्रांमध्ये साम्य आणि भेदांचे बेमालूम मिश्रण झाले आहे. काका आणि अर्जुन दलितांच्या प्रश्नांवर आक्रमक होताना दिसतात. वेळप्रसंगी ते साधनशुचितेलाही फाटा देताना दिसतात. अर्जुन जेव्हा लोकांकडून पैसे उकळतो, तेव्हा मात्र काका अर्जुनच्या विरोधात जातात. दलित पुढाऱ्यांनी बाबासाहेबांच्या स्वप्नाशी केलेली प्रतारणा, अर्जुनचे लोकांकडून पैसे उकळणे, शेवंताची दंगलीत झालेली हत्त्या आणि सतीशचे केलेले ब्राह्मणीकरण ह्यामुळे काकांची अवस्था घायाळ झाल्यासारखी दिसते. दासराव, स्वातंत्र्यसैनिक असूनही आपल्या जातीच्या मर्यादा ओलांडू शकत नाहीत. सतीश आपल्या पांढरपेशा चक्रात अडकलेला आहे. सतीश असो, दासराव असो, ही पात्रे आपल्या मर्यादेत जगणारी वाटतात. सोनलही त्यांचेच अनुकरण करताना दिसते.

'वाटा पळवाटा' मधील प्रमुख पात्र कोणते आहे हा प्रश्न सतत भेडसावताना दिसतो. 'काका' हे ह्या नाटकाचे नायक आहेत असेच चित्र डोळ्यासमोर उभे राहताना दिसते. आंबेडकरी चळवळीतील एक तडफदार आणि बाणेदार कार्यकर्ता म्हणूनच काकांची ओळख होताना दिसते. काका तापट आहेत, प्रेमळ आहेत आणि स्पष्टवक्तेही आहेत. काका ही ह्या नाटकातली प्रमुख व्यक्ती असली, तरी ते सतीशमुळे ह्या नाटकात येतात. कारण सतीशचे घर हे ह्या नाटकाचे स्थळ आहे. हेमाही सतीशमुळेच

ह्या घरात आली आहे. सतीशचे सहकारी म्हणून दासराव, तर विद्यार्थी म्हणून अर्जुन व सोनल ह्या घरात येताना दिसतात. एका मध्यमवर्गीय दलिताच्या घराची ही कहाणी आहे. त्यामुळे ह्या नाटकाचा नायक सतीशच आहे असेही वाटत राहाते. असे असले तरी ह्या संपूर्ण नाटकात अगदी सुरुवातीपासून शेवटपर्यंत सर्वांची आधारशिला बनलेली व्यक्तिरेखा हेमाची आहे. हेमा नाटकाच्या सुरुवातीला काकांकडून रीतीरिवाज शिकताना दिसते, तर शेवटी ती सतीशला आधार देताना दिसते. काकांचा मृत्यू होतो. तरीही काका हेमाच्या रुपात नाटकात वावरू लागतात. काकांचे उत्तरकार्य हेमा पार पाडताना दिसते. ती अर्जुनला आश्रय देते. बुद्धाची पूजा करू लागते. त्यामुळे सतीशलाही हेमाच्या गर्भात काका वाढत असल्याचा भास होतो. (पृ. ६३) काका, हेमा आणि हेमाचा गर्भ अशा आणखी तीन पिढ्या इथे उभ्या राहताना दिसतात. त्यामुळे 'वाटा पळवाटा' हे नाटक बहुआयामी आहे, हे पटते.

काका हे जुन्या पिढीचे असल्याने त्यांची नवीन पिढीबरोबर जमवून घेताना होणारी कुतरओढ, सतीश मध्यमवर्गीय झाल्याने दलित म्हणून होणारी त्याची घालमेल, हेमाने आंतरजातीय विवाह केल्यामुळे तिची होणारी मुस्कटदाबी, दासराव स्वातंत्र्यसैनिक असूनही स्वार्थामुळे त्यांची झालेली विचित्र अवस्था, अर्जुनची चहुबाजूंनी झालेली कोंडी, सोनलला मनाविरूद्ध लग्न करावे लागत असल्याने तिची होणारी घालमेल ह्याचे प्रभावी चित्रण ह्या नाटकात झालेले दिसून येते. ह्या नाटकातले तीव्र आंतरविरोध आणि संघर्ष ह्यामुळे हे नाटक वाचतानाही मनाला खिळवून ठेवते. ह्या नाटकाचा प्रयोग आणि पुस्तक ह्या दोन्ही अर्थांनी हे नाटक दर्जेदार झालेले दिसते.

वाटा पळवाटा - दत्ता भगत कॉन्टनेन्टल प्रकाशन, पुणे - ३०,
पहिली आवृत्ती - १९८८, किंमत - २० रुपये, पृष्ठे - ७२.

बामनवाडा

रामनाथ चव्हाण ह्यांचे 'बामनवाडा' हे नाटक वाचत असताना मला दत्ता भगत ह्यांच्या 'वाटा पळवाटा' ह्या नाटकाची राहून राहून आठवण होत होती. अधिक खोलात गेल्यानंतर ह्या दोन्ही नाटकांमध्ये कमालीचे साम्य जाणवू लागले. 'बामनवाडा' हे नाटक म्हणजे स्थळ बदलून लिहिलेलं 'वाटा पळवाटा' हे नाटक आहे. दोन्ही नाटकांचा विषय एकच आहे पण त्यांची स्थळं वेगवेगळी आहेत. 'वाटा पळवाटा' चं स्थळ हे दलिताचं घर आहे, तर 'बामनवाडा' चं स्थळ हे ब्राह्मणाचं घर आहे. स्थळ बदलल्यामुळं तपशील बदलले असले तरी ह्या दोन्ही नाटकाचा आशय विषय एकच आहे. दोन्ही नाटकांना आंतरजातीय विवाह आणि दलित चळवळीची पार्श्वभूमी आहे. रामनाथ चव्हाण आणि दत्ता भगत ह्या दोघांनीही पांढरपेशा दलित आणि बोलघेवडा सवर्ण समाजसुधारक ह्यांच्या मर्यादांची टवाळी करण्यासाठीच ही नाटकं लिहिलेली दिसतात.

'बामनवाडा' एक विचारनाट्य आहे. ते माणसांच्या प्रवृत्तीचं नाटक आहे. जातीजमातींच्या वाड्यात स्वत:ला कोंडून

घेतलेल्या आणि ह्या वाड्याबाहेर पडू इच्छिणाऱ्या माणसाच्या मानसिकतेचा व त्यात असणाऱ्या जातीय संघर्षाचा शोध घेण्याचा प्रयत्न केल्याचे नाटककाराने म्हटले आहे. (ऋणनिर्देश) असे असले तरी ह्या नाटकावर 'वाटा पळवाटा' चा प्रभाव असलेला जाणवतो.

'वाटा पळवाटा' तील सतीश आणि हेमाचा आंतरजातीय विवाह झालेला आहे. पती दलित आणि पत्नी ब्राह्मण आहे. बामनवाड्यातही भालचंद्र साठे ह्या दलित अधिकाऱ्याबरोबर, त्याच्या हाताखाली काम करणाऱ्या, शशी ह्या ब्राह्मण तरुणीने नोंदणी पद्धतीने विवाह केलेला आहे. 'वाटा पळवाटा' मध्ये आंतरजातीय विवाहाला जसा वडिलांचा विरोध नाही, पण आईचा विरोध आहे अगदी तसेच बामनवाड्यातही घडताना दिसेल. बामनवाड्यातील शशीचे वडील तात्यासाहेब गोडबोले आपल्या मुलीच्या लग्नाला मान्यता देतात, पण आई मात्र कडाडून विरोध करताना दिसते. ह्या आंतरजातीय विवाहाचं पाप ती गंगेत धुवून येते. (पृ. ४९) इतकंच नव्हे, तर आपल्या मुलीला आणि जावयाला घराबाहेर काढताना दिसते. (पृ. ६४) 'वाटा पळवाटा' आणि 'बामनवाडा' मधल्या वधूंचे वडील हे पुरोगामी असल्याचे दाखवलेले आहेत. रामनाथ चव्हाण ह्यांनी बोलघेवड्या समाजसुधारकांवर प्रहार करण्यासाठी तात्या ह्या पात्राला निवडले आहे. त्यामुळे ह्या पात्राला 'वाटा पळवाटा' मधील दासरावचीही बाधा झालेली दिसते.

तात्या गोडबोले हे समाजसुधारक आहेत. त्यांना दलितांची सुधारणा झाली पाहिजे असे वाटते. पण ते आपलं घर आणि आपला समाज सुधारू शकत नाहीत, हे वास्तव आहे. त्यांची पत्नी माई, त्यांचा मुलगा श्रीकांत किंवा बामनवाड्यातील ब्राह्मण भाडेकरू हे प्रतिगामी असल्याचे दिसतात. इथे तात्यांचा प्रभाव चालत नाही. त्यांना स्वकीयांशी लढणं फार बिकट वाटतं. (पृ. ६१) पण महारवाड्यात जाऊन भाषण करणं सोयीचं वाटतं. सवर्ण समाजसुधारकांच्या कार्याची ही शोकांतिका आहे.

तात्या गोडबोले हे आंतरजातीय विवाहाचे पुरस्कर्ते असतात. सनातन्यांना त्यांचे विचार रुचत नसतात. त्यामुळे त्यांनी नाटकाच्या सुरुवातीलाच तात्याच्या गळ्यात चपलांचा हार घातलेला आहे. (थोर समाजसुधारक एस. एम. जोशी ह्यांच्या गळ्यातही प्रतिगाम्यांनी नामांतराच्या काळात चपलांचा हार घातला होता. कदाचित नाटककाराने ही घटना उचलली असावी.) तात्या गोडबोले हे सामाजिक क्रांतीचे पुरस्कर्ते असले, तरी सुधारणा लोकांच्या कलाने झाल्या पाहिजेत, अशा विचारांचे असतात. त्यामुळेच त्यांना दलित कार्यकर्ता अशोक मोरे ह्याची टीका आवडत नसल्याचे दिसते. (पृ. ५३) अशोक मोरेंच्या शिवराळ भाषेमुळे ह्या नाटकात दंगल उद्भवलेली दिसून येते. 'वाटा पळवाटा' मधील अर्जुन आणि 'बामनवाडा' मधील अशोक मोरे ही दोन पात्रे आक्रमक, शिवराळ आणि भडक माथ्याची दिसतात. अर्जुन

जसा सतीशच्या मर्यादेवर टीका करतो, तसा अशोक मोरेही भालचंद्र साठेंच्या मर्यादावर सडकून टीका करताना दिसतो. (पृ. ३६) सतीश आणि भालचंद्र साठे दोघेही सुशिक्षित, राखीव जागेतून नोकरीत लाभलेले, दलित ब्राह्मण आहेत. शिक्षणामुळे आणि आंतरजातीय विवाहामुळे त्यांच्या वृत्तीत बदल झालेला आहे. दोघेही मध्यमवर्गीय मानसिकता घेऊन जगणारे आहेत. हेमाने गणपतीची पूजा केली तरी सतीशला चालणारे आहे. भालचंद्र साठेही शशीच्या गणपती पूजेला विरोध दर्शवत नाही. हेमा असो, शशी असो ह्या दोघीही उपवास आणि देवपूजा करताना दिसतात. हा ब्राह्मणी संस्काराचा भाग आहे. इथे एक फरक करावा लागेल. हेमा ही समाजवादी विचारांची आणि युक्रांदची कार्यकर्ती आहे, तर शशी ही एक कर्मचारी आहे. शशीने जाणूनबुजून भालचंद्र साठेबरोबर विवाह केला आहे.

शशी आणि हेमा ह्या दोघींनी आंतरजातीय विवाह केल्यामुळे त्यांना प्रचंड घुसमटीला सामोरे जावे लागते आहे. 'वाटा पळवाटा' मध्ये काका आणि दासराव जसे हेमाच्या जातीचा उद्धार करतात, तशी बामनवाड्यामध्ये शशीच्या वर्तनावर राधाकाकू, रमाकाकू, माई आणि श्रीकांत ह्यांची टीकाटिप्पणी चालू असलेली दिसेल. सतीश असो किंवा भालचंद्र साठे, दोघांच्या मनात आपल्या दलितपणाविषयी न्यूनगंडाची भावना दिसून येते. 'आपल्या ब्राह्मण पत्नीला आपल्या जातीमुळे आपण नकोसे तर झालो नाही ना?' अशी शंका ह्या दोघांनाही सतावताना दिसेल. दोघेही आपल्या ब्राह्मण पत्नीचा अनुनय करताना दिसतील.

'वाटा पळवाटा' मधील काकांचे जातीयवाद्यांच्या हल्ल्यात डोके फुटले आहे. बामनवाड्यातही ह्याच मानसिकतेने भालचंद्र साठेच्या आईचे डोके फोडले आहे. (पृ. ५७) 'वाटा पळवाटा' मधील काका असो किंवा बामनवाडा मधील भालचंद्राची आई असो, हे दोघे जुन्या पिढीचे आहेत. त्यांच्या जगण्यावागण्यात एक कणखरपणा जाणवतो. काकांना आपला सतीश बाबासाहेबांसारखा मोठा व्हावा वाटतो. भालचंद्रांच्या आईलाही आपला मुलगा बाबासाहेबांसारखा मोठा व्हावा असे वाटते. (पृ. ५६) हे तर प्रत्येक दलित मातापित्याचे एक उदात्त सुंदर स्वप्न असते. पण हे स्वप्न साकार होताना दिसत नाही. शिकलेले दलित, बाबासाहेब होण्यापेक्षा दलित ब्राह्मण होतात. त्यामुळे समाजाची शोचनीय अवस्था होते. त्यांना आपल्या घरात बाबासाहेबांचा फोटो लावावासा वाटत नाही. ते 'जय भीम' म्हणत नाहीत. आपली अस्पृश्य म्हणून असलेली ओळख विसरण्याचा ते प्रयत्न करत असतात. बामनवाड्यातला नायक ह्याचे उत्तम उदाहरण आहे. म्हणूनच रामनाथ चव्हाण असो किंवा दत्ता भगत ह्यांनी अशा प्रवृत्तींवर आपल्या नाटकांमधून टीका केलेली आहे.

बाबूराव बागूल ह्यांच्या 'जेव्हा मी जात चोरली होती' ह्या कथेतला नायक 'मला मनूने मारले' असे विधान करताना दिसेल. बामनवाड्यामधला नायकही हेच

विधान दुसऱ्या शब्दात व्यक्त करतो. 'दगड त्या मुलानं नाही मारला. तो मारलाय समाजव्यवस्थेनं' अर्थात बाबूराव बागूल आणि रामनाथ चव्हाण ह्यांच्या दृष्टिकोनातले हे साम्य आहे.

'बामनवाडा' हे नाटक एका ब्राह्मण सुधारकाच्या संसाराची ससेहोलपट चित्रित करताना दिसते. ह्या नाटकातील तात्या गोडबोले हे आपल्या संसारात सुखी नाहीत. त्यांचे त्यांच्या बायकोबरोबर पटत नाही. (पृ. ६०) त्यांचा संसार हा विसंवादाने भरलेला आहे. ब्राह्मणांमधल्या अनेक पोटजातींमुळे ब्राह्मणांचीही होरपळ झालेली. ह्या नाटकातील शशी ह्याचे उदाहरण आहे. पोटजात, पत्रिका आणि हुंडा ह्यामुळे शशीचे लग्न जमत नसते. त्यामुळे ती ह्याविरूद्ध बंड करते आणि जातीच्या बाहेर उडी घेते. शशीचा भाऊ श्रीकांत हाही, भ्रमनिरास झालेला ब्राह्मण तरुण आहे. तो कॅरम खेळतो, दारु पितो. तो सुशिक्षित बेकार असल्याने भालचंद्र साठेचा द्वेष करताना दिसतो. त्याच्या मनात दलितांच्या राखीव जागांविषयी असंतोषाची भावना आहे. भालचंद्र साठेला राखीव जागेमुळे नोकरी मिळते आणि ब्राह्मण बायको मिळते. पण श्रीकांतला नोकरीही मिळत नाही आणि त्याचे लग्नही होत नाही. तात्या गोडबोले ह्या समाजसुधारकाच्या मुलांची अशी विपन्नावस्था आहे. तात्यांचं कुटुंब बामनवाड्यामधील ब्राह्मण भाडेकरूंच्या भाड्यावर जगत असते. एका निर्धन ब्राह्मण कुटुंबाची होणारी परवड ह्या नाटकात चित्रित झालेली आहे. 'वाटा पळवाटा' मध्ये एका दलित ब्राह्मणाच्या कुटुंबाचे, तर 'बामनवाड्या' मध्ये एका ब्राह्मण कुटुंबाचे कथानक आहे.

शशीचा भाऊ श्रीकांत आणि भालचंद्र साठेचा भाऊ भिवा ह्या दोन भिन्न प्रवृत्ती आहेत. श्रीकांत ऐदी आणि ऐषआरामी वृत्तीचा आहे. तो आपल्या बहिणीच्या घरी बसून दारू पितो आणि तिच्या कमाईवर फुकट जगू इच्छितो. कॅरम खेळणे, दारू पिणे अशा छंदीफंदी वृत्तीचे हे पात्र आहे. पण नाटककाराने ह्या पात्राला अधूनमधून विचारवंतासारखे बोलायला लावले आहे, ते मात्र खटकताना दिसते. श्रीकांतच्या अगदी विरूद्ध टोकाचा स्वभाव भिवाचा आहे. भिवा आपल्या भावाचा शोध घेत बामनवाड्यात येतो. भालचंद्र साठे, आपला भाऊ भिवा घरी आल्यानंतर, अडचणीत सापडतो. त्याला आपल्या भावाची लाज वाटते. भालचंद्र त्याला घरात ठेवून घेत नाही. भिवाला शंभर रुपये देऊन आल्यापावली घराबाहेर काढतो.

भिवा आपल्या भावाच्या घरातून खिडकीद्वारे बाहेर पडत असताना बामनवाड्यातील माणसं त्याला पाहतात, पकडतात आणि चोर समजून बदडतात. हे कळूनदेखील भालचंद्र साठे मौन पाळतो. भिवा गावी जातो. आपल्या आईला घडलेला प्रकार न सांगता उलट आपल्या भावाची आणि वहिनीची स्तुती करतो. श्रीकांत आपल्या बहिणीचे अन्न खाऊन खाल्ल्या घराचे वासे मोजणारा आहे, तर भिवा हा अपमानित होऊनही आपल्या माणसांविषयी अनुद्गार न काढणारा आहे. हा ह्या दोन प्रवृत्तीमधला

फरक आहे.

रामनाथ चव्हाण ह्यांनी मात्र 'बामनवाडा' मध्ये धमाल उडवून दिली आहे. 'बामनवाडा' हा पेशवाईतल्या सनातन ब्राह्मणांचा वाडा आहे, हे लक्षात घेतले पाहिजे. मुळातच लेखकाने अतिशय चलाखीने 'बामनवाडा' हे स्थळ निवडून जातीयवाद्यांची टवाळी करण्याची संधी घेतलेली दिसते. रामनाथ चव्हाण ह्यांनी नाटकाच्या सुरुवातीला प्रथम एक दलित कार्यकर्ता अशोक मोरे ह्याला 'बामनवाडा' मध्ये घुसवले आहे. अशोक मोरे बामनवाड्यात जात असतो. तिथे जाऊन 'जय भीम' म्हणत असतो. म्हणजे आग्यामोहोळावर दगड मारून गंमत पाहाण्याचा हा प्रकार आहे. केवळ एका दलित कार्यकर्त्याला बामनवाड्यात घुसवून रामनाथ चव्हाणांचे समाधान होत नाही. ते एकामागून एक दलित पात्रे ह्या वाड्यात सोडण्याचे अभिनव प्रयोग करताना दिसतात. बामनवाड्यात दुसरे दलित पात्र भालचंद्र साठे हे चक्क जावई म्हणून येतात आणि घरजावयासारखे बामनवाड्यात वास्तव्य करू लागतात. बामनवाड्याला ही हादरवून टाकणारीच घटना आहे. त्यानंतर ह्या वाड्यात भालचंद्र साठेंचा भाऊ येतो आणि शेवटी भालचंद्र साठेंची आई ह्या वाड्यात आश्रयाला येते आणि मरेपर्यंत राहाते. ज्या बामनवाड्यात पेशवे राहिले त्या वाड्यात दलितांना ब्राह्मणांचे नातेवाईक म्हणून घुसवण्याचा प्रयत्न लेखकाने केलेला आहे. खरे तर हा पराक्रमच म्हणावा लागेल!

'वाटा पळवाटा' मधील हेमा गरोदर राहाते आणि 'बामनवाडा' मधील शशीही गरोदर होते. हेमा सतीशच्या काकांची सेवा करताना दिसते, तर शशी ही भालचंद्रांच्या आईची सेवा करताना दिसते. हेमा आणि शशी ह्या दोघीही आपल्या आंतरजातीय विवाहाचे दायित्त्व निभावून नेताना दिसतात. हेमा ही अधिक प्रगल्भ, प्रौढ आणि समजूतदार आहे. त्या मानाने शशीची व्यक्तिरेखा परिपक्व वाटत नाही. शशी रडताना दिसते. चिडताना दिसते. शशीकडे सहनशीलतेचा अभाव जाणवतो. ती चटकन रिॲक्ट होताना दिसते. शशी आपल्या वडिलांना म्हणते, 'तुमची कीव करावीशी वाटते तात्या मला. इतक्या वर्षात स्वत:ची धर्मपत्नी बदलता आली नाही तुम्हाला, सर्व समाज बदलायची भाषा करता तुम्ही.' (पृ. ६२) तर आपला पती भालचंद्रला म्हणते,' तुमच्यापेक्षा मी या वाड्याला खूप जवळून पाहिलं होतं.... अनुभवलं होतं. मी वाड्यात यायला तयार नव्हते पण तुम्हाला या वाड्याचा मोह पडला होता. या वाड्यातल्या माणसांसारखं तुम्हाला राहायचं होतं. बोलायचं होतं. वागायचं होतं. तुम्हाला स्वत:ची जात विसरून ब्राह्मण व्हायचं होतं.' (पृ. ७७) शशीचा स्वभाव हा परखड आणि प्रामाणिक आहे.

'वाटा पळवाटा' मध्ये काकाचा मृत्यू होतो, तर 'बामनवाडा' मध्ये भालचंद्र साठेच्या आईचा मृत्यू होतो. साठेच्या आईचा मृत्यू करुण आहे. बामनवाड्यात मेलेल्या दलित स्त्रीला कोण खांदा देईल? असा अस्वस्थ करणारा प्रश्न ह्या नाटकाने

उभा केला आहे. 'बामनवाडा' हे जातिव्यवस्थेचे प्रतीक आहे. 'वाटा पळवाटा' च्या शेवटी सतीश आपल्या मध्यमवर्गीय मर्यादा झुगारून अर्जुनच्या लढ्यात सहभागी होण्यासाठी सरसावतो तेव्हा त्याला हेमा पाठबळ देताना दिसते. 'बामनवाडा' च्या शेवटी मात्र आपण बामनवाड्यातून हाकलले जाणार ह्या भयाने भालचंद्र साठे गोंधळलेला आहे.

तात्या गोडबोले आपल्या पत्नीचा विरोध लक्षात घेऊन आपल्या जावयासाठी दुसरीकडे घर बघतात. ते अशोक मोरे ह्या दलित कार्यकर्त्याला, दलित वस्तीमध्ये भाड्याने घर बघण्यासाठी सांगतात. ह्यासाठी तात्याची एक भूमिका आहे. आपला दलित जावई दलित वस्तीत सुरक्षित राहील आणि त्याला तेथून हाकलून काढले जाणार नाही ह्या उद्देशाने त्यांनी दलित वस्ती निवडलेली आहे. पण अशोक मोरेंची प्रतिक्रिया ही वेगळीच आहे. 'जो मानूस हापिसात जात चोरून नोकरी करतो, ज्याला जय भीम म्हणायची लाज वाटते अशा दलित बामनाला आमी काय म्हणून आमचा निवारा द्यायचा?' (पृ. ६८) एकीकडे बामनवाडा बाहेर काढतोय, दुसरीकडे महारवाडा नाकारतोय अशा विचित्र अवस्थेत अडकलेल्या दलितांची नाकेबंदी ह्या नाटकात व्यक्त झालेली आहे. ही अवस्था केवळ भालचंद्र साठेची आहे, असे नव्हे, तर शशी आणि तात्या गोडबोलेंचीही आहे. जातींच्या तीव्र तडाख्यामुळे हतबल झालेल्या व्यक्तींची घुसमट व्यक्त करणारे नाटक आहे. त्यामुळेच 'बामनवाडा' हे नाटक 'वाटा पळवाटा' पेक्षा विलक्षण वेगळे वाटते. लयाला जाणाऱ्या बामनवाड्याचे शेवटचे हुंकारही किती भयप्रद आहेत, ह्याची सूचना देणारे हे नाटक आहे.

बामनवाडा - रामनाथ चव्हाण श्रीविद्या प्रकाशन, पुणे - ३०,
पहिली आवृत्ती - १९९१ किंमत - चाळीस रुपये पृष्ठे - ८३

माझा रशियाचा प्रवास

दलित साहित्यामध्ये कथा, कादंबरी, कविता आणि नाटक अशा वाङ्मय प्रकारांबरोबरच प्रवासवर्णनपर लेखनही प्रकाशित झाल्याचे दिसेल. परंतु दलित लेखकांनी केलेल्या प्रवासवर्णनाची चर्चा झाल्याचे दिसत नाही. अण्णाभाऊ साठे ह्यांनी 'माझा रशियाचा प्रवास' असे प्रवासवर्णनपर लेखन केलेले आहे.

प्रवासवर्णन म्हटले की 'परदेश प्रवास' वर्णन असाच बहुतेक वेळा अर्थ घेतला जातो. स्वदेशात प्रवास करून प्रवासवर्णन लिहिण्याची प्रथा अभावानेच आढळेल. परदेशवारी म्हटली की पास-पोर्टच्या तयारीपासून ते विमानप्रवासाच्या कौतुकापर्यंतचं खुसखुशीत वर्णन ओघानेच व्यक्त होतं. ज्या देशात जावयाचे आहे, तिथला भूगोल व इतिहास जाणून घेणे, सदर देशाला भेट दिलेल्यांशी चर्चा करून माहिती घेणे हे आपोआपच आले.

सर्वसामान्य माणसाला परदेश पर्यटनाची संधी मिळतेच असे नाही. असा सर्वसामान्य माणूस प्रवासवर्णनपर लेख वाचून परदेशगमनाचा आनंद लुटत असतो. जो पर्यटक वृत्तीचा आहे, ज्याला प्रवास वर्णनाची हौस आहे किंवा ज्याला परदेश

प्रवास करावयाचा आहे, असा वाचकही अधिक माहितीसाठी प्रवास वर्णन वाचत असतो. प्रवासवर्णन लिहिण्या आणि वाचण्यामागे परदेशी समाज आणि संस्कृती ह्यांचा परिचय करून घेणे, पर्यटनातील आनंद आणि अडचणी जाणून घेणे आणि आपल्या स्वदेशी वास्तवाशी त्याची तुलना करणे हा प्रमुख हेतू ह्यामागे दडलेला असतो.

प्रवासवर्णन लिहिणाऱ्या लेखकाचा प्रवास हा पर्यटक म्हणून झाला आहे की एखाद्या शासकीय शिष्टमंडळाचा सदस्य म्हणून झाला आहे, सदर प्रवास स्वखर्चातून झाला आहे की शासकीय खर्चातून झाला आहे, प्रवासाचा कालावधी आणि काळ ह्यावरून प्रवासवर्णनपर लेखनात भेद दर्शविता येईल. पर्यटक जेव्हा स्वखर्चाने परदेशात जातो तेव्हा त्याला प्रत्येक गोष्टीला तोंड द्यावे लागते. त्याच्या दिमतीला शासकीय लवाजमा, शिष्टाचार आणि आतिथ्य येत नाही. पर्यटक हा स्वत:च्या पैशातून जग आणि सृष्टीसौंदर्य पाहाण्याच्या इराद्याने निघालेला असतो. तो स्वत:च्या इच्छेखातर भटकत असतो. त्याने त्याच्या आवडीनिवडी आणि सवयीप्रमाणे प्रवास आखून घेतलेला असतो. परदेश प्रवासात वेळ आणि पैसा अत्यंत महत्त्वाचा असतो. वेळेअभावी आणि पैशाअभावी पर्यटकाला आपल्या मनाला मुरड घालावी लागते.

जेव्हा एखादी व्यक्ती 'शासकीय पाहुणा' म्हणून प्रवास करत असते. तेव्हा शासकीय यंत्रणा कामाला लागलेली असते. त्यामुळे शासकीय स्तरावरील हालचालींबरोबर हा प्रवास नियंत्रित झालेला असतो. पोलिस, पत्रकार, शासन आणि प्रशासन दक्षपणे राबत असतात. राजदूतांपासून ते राज्याच्या प्रमुखांपर्यंतचा पाहुणचार, दुभाषी, शासकीय वाहन व निवास-भोजनाची सोय मिळत असल्याने अशा व्यक्तीला कशाची वानवा नसते. त्याच्या प्रवासवर्णनात अडचणी, गोंधळ, धांदल किंवा फरफट दिसून येत नाही. शासकीय पाहुणा म्हणून त्याला मिळणारे महत्त्व, त्याचे होणारे स्वागत, त्याची देखभाल, त्याला मिळणारी माहिती आणि मार्गदर्शन ह्यामुळे त्यांच्या प्रवासाला नियोजनाची शिस्त असते. त्याचा शिष्टाचार आणि वेळापत्रक आधीच निश्चित झालेले असते. ह्याउलट सर्वसामान्य पर्यटकाची अवस्था असते.

अण्णाभाऊ साठे ह्यांनी आपला रशियाचा दौरा शिष्टमंडळाचा सदस्य ह्या नात्याने केलेला आहे. ह्या शिष्टमंडळात एक आमदार, एक सॉलिसिटर, एक पियानोवादक, दोन डॉक्टर आणि एक लेखक, स्वत: अण्णाभाऊ साठे अशा व्यक्तींचा समावेश आहे. अण्णाभाऊंचे सहप्रवासी शासकीय स्तरावर निवडलेले आहेत. इथे स्वत:ची सोबत निवडण्याचा अधिकार लेखकाला नाही. त्यामुळेच भिन्न आवडीनिवडी असलेल्या आणि वेगवेगळ्या प्रदेशातल्या लोकांचा समावेश ह्या शिष्टमंडळात झालेला दिसून येतो. ह्यामुळे प्रत्येकाच्या अनुभवात वैचित्र्य असणे स्वाभाविकच ठरते.

अण्णाभाऊ साठे ह्यांनी एक लेखक ह्या नात्याने रशियाला भेट दिली आहे.

त्यांच्या 'चित्रा' ह्या कादंबरीचा रशियन भाषेत अनुवाद झाला आहे. त्यांचा 'स्टॉलिनग्राडचा पोवाडा' आणि 'सुलतान' नावाची कथा रशियामध्ये चर्चित आहे. रशियामध्ये भारत, भारतीय आणि भारतीय साहित्य ह्याविषयी एक अभूतपूर्व आत्मीयता दिसून येते. ही रशियन आत्मीयता अण्णाभाऊंच्या प्रवासवर्णनात विपुलपणे जाणवते. अण्णाभाऊंच्या स्वागतासाठी आलेली कझकीना त्यांना अंगात कोट घालायला सुचविते. (पृ. २८६) प्रा. ततियाना कातेनिना, ज्यांनी अण्णाभाऊंच्या 'चित्रा' ह्या कादंबरीचा अनुवाद करून घेतला आहे, त्या आणि त्यांचे मराठी भाषा शिकणारे विद्यार्थी ह्यांनी अण्णाभाऊंना हर्षभरित करणारा अनुभव दिला आहे. (पृ. २९१) अण्णाभाऊंचा दुभाषा कॉ. बारनिकोव हा तर त्यांचा मित्रच झालेला दिसून येईल. (पृ. २९४) अण्णाभाऊ क्रेमलिनकडे जाताना त्यांना रस्त्यात भेटलेला रशियन गृहस्थ 'तुम्ही भारतीय का?' अशी विचारपूस करतो आणि 'तुमचे नेहरु कसे आहेत?' अशी आस्थेने चौकशी करतो. (पृ. २९७) रशियन भाषेत शिवाजी महाराजांचे चरित्र लिहिणारे प्राध्यापक अण्णाभाऊंना पुण्यातील गल्लीबोळाची माहिती विचारून भंडावून सोडताना दिसतात. रविंद्रनाथ टागोरांचं सारं साहित्य रशियात आवडीनं वाचलं जातं. रशियामध्ये 'रामायण' आणि 'महाभारत' ही महाकाव्ये लोकप्रिय झालेली दिसतात. (पृ. २९९) इतकेच नव्हे तर मराठी शिकणाऱ्या विद्यार्थ्यांच्या संग्रही आचार्य अत्रे ह्यांची 'चांगुणा' आणि ना. सी. फडके ह्यांची 'उद्याची बात' ह्या कादंबऱ्याही दिसून येतात. (पृ. २९२) कॉ. बारनिकोव ह्यांनी तुलसी रामायणाचा रशियन भाषेत अनुवाद केल्याचे आढळून येते. (पृ. २९४) रशियामध्ये भारतीय साहित्य आणि भारतीय माणूस ह्याविषयी असलेली आपुलकीची भावना अण्णाभाऊंच्या लेखनात सर्वत्र आढळून येते.

मुळातच अण्णाभाऊ साठे हे साम्यवादी विचाराचे लेखक आहेत. त्यांच्या मनात रशियाविषयी प्रचंड कुतूहल, आकर्षण आणि आदर दिसून येतो. 'रशियातील ते कामगार राज्य कसे असेल? तिथं कॉ. लेनिननं केलेली क्रांती, मार्क्सचं महान तत्त्वज्ञान कसे साकार झाले असेल, ती नवी दुनिया, नवी संस्कृती, नवी सभ्यता कशी फुलत असेल?' ह्या विचाराने अण्णाभाऊ भारावून गेल्याचे दिसतात.(पृ. २८१) अण्णाभाऊंच्या मनात रशिया, मार्क्सवाद, लेनिन, रशियन क्रांती आणि तिथला समाज ह्याविषयी उमाळा दाटून आलेला दिसून येतो. कॉ. डांगे, बलराज साहनी, शाहीर गव्हाणकर आणि आचार्य अत्रे ह्यांनी अण्णाभाऊंवर मनापासून प्रेम केलेले दिसून येते. अण्णाभाऊ जेव्हा रशियाला निघाले तेव्हा लोकांनी त्यांना आर्थिक मदत केल्याचे दिसते. मित्रांच्या सूचना, उपदेश, फुलं, हार आणि आशीर्वाद घेऊन ते रशियाला निघालेले आहेत. त्यांचं मन रशियाच्या ओढीनं जसं भरलं आहे, तसं मातृभूमीच्या वियोगानंही व्याकूळ झालेलं आहे. हे प्रवासवर्णन म्हणजे संवेदनशील मनाचं स्पंदन आहे. 'माझी प्रतिभा लाल सैन्याबरोबर बर्लिनपर्यंत गेली होती.' (पृ.

२८२) असं अण्णाभाऊंनी स्वत:विषयी लिहिलं आहे. ही त्यांच्या वृत्तीची साक्षच आहे. ते अत्यंत सुंदर अशा 'चितोड की रानी' ह्या विमानाने 'ए क्लास' चा प्रवास करतात. 'सोविएत स्काय' ह्या हॉटेलात राहतात. आणि 'भारतीय पाहुणा' म्हणून रशियन आतिथ्य स्वीकारताना दिसतात. 'हे मॉस्को आमचं हृदय आहे' असे कझकीनबाई म्हणतात. (पृ. २८६) रशियन माणूस आपल्या मातीवर किती प्रेम करतो ह्याचं हे उदाहरण आहे.

'रशियामध्ये 'किती झोपड्या आहेत, किती लोक पुलाखाली राहतात, तिथल्या पोलादी पडद्याची जाडी किती आहे ह्याची माहिती घेऊन यावं' अशा सूचना लोकांनी अण्णाभाऊंना केलेल्या आढळतात. लोकांच्या अशा शंका घेऊन प्रवासाला निघालेल्या अण्णाभाऊंना रशियामध्ये मात्र थक्क करणारे चित्र दिसते. रशियन माणसांमधील शिस्त, परिश्रम करण्याची जिद्द, साहित्य आणि संस्कृतीवर प्रेम करण्याची वृत्ती, भव्य शहरे आणि महाकाय सुंदर रस्ते, स्वच्छता आणि सौंदर्य पाहून अण्णाभाऊ दिपून जातात. रशियातील सुंदर शहरे पाहून त्यांना मुंबईतील गलिच्छपणा आणि बकालपणा तीव्रतेने जाणवतो. (पृ. २८९) रशियात कलावंताला किती मान आहे ह्याचं वर्णन अण्णाभाऊंनी केलेलं दिसेल. 'सोविएत साहित्याचा पितामह मानला गेला त्या महान गॉर्कीचं नाव धारण करणारा तो गॉर्की पथ गॉर्कीइतकाच भव्य आणि निर्मळ दिसत आहे.' (पृ. २९५) रशियात कित्येक चौकांना, मार्गांना कलावंतांची नावे दिलेली आहेत. त्यांचे पुतळे उभे केलेले आहेत. त्यामुळे टॉलस्टॉय, पुष्किन, गॉर्की, मायकोवस्की ही नावं सजीव झाली आहेत असं अण्णाभाऊंनी म्हटलं आहे. (पृ. २९५) अण्णाभाऊंनी रशियन नाटके आणि सिनेमा पाहिला आहे. ताश्कंदमध्ये 'दिलाराम' नावाचं नाटक त्यांनी पाहिलं. सोविएत सरकारने लाखो रूबल ह्या नाटकासाठी खर्च केले आहेत. 'हे नाटक म्हणजे खऱ्या प्रेमाचं भव्य स्मारक आहे.' असं अण्णाभाऊंनी लिहिलं आहे. (पृ. ३१०) अण्णाभाऊंच्या लेखनातील समृद्ध भारदस्तपणा आणि अलंकारिक तरलता ह्यामुळे त्यांची लेखनशैली लकाकाताना दिसते. रशियन माणून शांतताप्रेमी आहे. 'आम्हाला शांतता हवी आहे. कारण शांततेच्या काळात जीवनाला बहर येतो.' अशी रशियन माणसाची भूमिका आहे. (पृ. ३१३)

'रशियात मी नवी सृष्टी पाहिली. एक नवा समाज पाहिला. समाजवादाच्या सावलीत वाढलेली मुलं नि फुलं पाहिली. जर मी सोविएत देश पाहिला नसता तर माझ्या जीवनात एक फार मोठी पोकळी राहून गेली असती.' असे अण्णाभाऊंनी आपल्या रशियाच्या प्रवासाविषयी लिहून ठेवले आहे. (पृ. ३००) ह्यावरून प्रवासवर्णनाचं महत्त्व आपल्या लक्षात येईल. माणूस प्रवासानं समृद्ध होतो. त्याच्या जाणिवा विकसित होतात. नवं जग आणि जीवन पाहून त्याच्यातील कूपमंडुकवृत्ती नष्ट होते. त्याच्या ज्ञानाला नवी झळाळी मिळते. त्याच्या आकलनाचं वर्तुळ विस्तारतं. माणूस आणि

निसर्गाचं अथांग दर्शन केवळ प्रवासामुळेच शक्य होते. प्रवासातील माणसाचं जगणं आणि वागणं समजून घेण्यासाठी प्रवासवर्णनासारखा दुसरा पर्याय नाही.

रशियामध्ये भारताची जाणीव करून देणारा भारतीय दूतावास, मॉस्को, लेनिनग्राड, केरेन्स्की सरकारला अटक झालेली खोली, प्रथम सोविएत स्थापन झालेले स्थळ, लेनिनग्राडचे म्युझियम, मॉस्कोतील भव्य राजमार्ग, गॉर्की पथ, अझरबैझानची राजधानी बाकू, तिथली सामुदायिक शेती, कॉस्पियन सागरावरील शहर ह्या स्थळांना अण्णाभाऊंनी वारकऱ्याच्या भाववृत्तीने भेटी दिलेल्या आहेत. त्यांची साम्यवादावरील श्रद्धा त्यांच्या लेखनातून व्यक्त झालेली दिसते.

अण्णाभाऊंनी रशियातील केवळ स्थळांचं, म्युझियमचं,उद्यानांचं आणि रस्त्यांचं वर्णन केलं आहे असं नाही, त्यांना भेटलेली माणसं त्यांनी उमजून घेतली आहेत. त्यांचं प्रेम संपादन केलं आहे.

कझकीना, कॉ. बारनिकोव, ततियाना कातेविना, हमीदसाहेब, कुवाचे मेयर, लिओनिद नावाचा रशियन मित्र, कॉ. नबी मोहमद ह्या आणि अशा अनेक व्यक्तिरेखा त्यांच्या स्वभाव आणि वैशिष्ट्यांनिशी व्यक्त झाल्या आहेत. अत्यंत अचूक शब्दांत स्थळांचं आणि माणसांचं वर्णन करताना अण्णाभाऊंची लेखणी अवघडत नाही. त्यांच्या लेखनाला प्रवासाचा ताजेपणा, ओघ आणि गती लाभलेली आहे. एका कलावंत मनानं त्याला मोहिनी घालणाऱ्या समाजवादी समाजाचं आणि साहित्याचं केलेलं हे वर्णन आहे.

अण्णाभाऊंना मोडकी तोडकी हिंदी येते. त्यांना अन्य भाषा बोलता येत नाहीत. त्यामुळे ते कमी बोलताना दिसतात. (पृ. २९४) त्यांचा पोशाख साधा होता, त्यांच्याकडे चांगले कपडे नव्हते. (पृ. २८४) त्यांना प्रवासात सिगारेट ओढण्याची सवय होती. (पृ. २८५) त्यांना 'प्रथम रशियातली माणसं' पाहाविशी वाटतात. (पृ. २८७) त्यांना 'फुटपाथवरून भटकत रशिया पाहावा' असं वाटतं. (पृ. २८८) अण्णाभाऊ रशियात दारुची चव चाखतात. (पृ. २८९) त्यांना रेल्वे प्रवासात टी. सी. भेटत नाही ह्याची रुखरूख वाटते. (पृ. २९०) मॉस्कोत उजवीकडून चालण्याची पद्धत आहे. भारतात डावीकडून चालण्याची सवय असलेल्या अण्णाभाऊंना तिथं चालताना अडचणीचे वाटू लागते. (पृ. २९५) रशियन माणसाचा हजरजबाबीपणा आणि चाणाक्षपणा त्यांनी नेमका हेरला आहे. अण्णाभाऊंबरोबर बोलणारी रशियन माणसं चपखल उत्तरे देतात. (पृ. ३००) रशियन माणूस जितका कारखान्यावर प्रेम करतो, तितकाच कलेवरही प्रेम करतो.(पृ.३०६) अण्णाभाऊंना कुठंही जीवनात विसंगती दिसत नाही. (पृ. ३०६) माणूस यंत्राचा गुलाम नाही. यंत्रं माणसांच्या सेवेसाठी आहेत. सोविएत संघराज्यात दारिद्र्याचे नावही उरलेले नाही. महान ऑक्टोबर क्रांतीनं तो क्रूर शब्दच तिथं जाळून टाकला आहे. (पृ. ३०१) अण्णाभाऊंचं

रशियाविषयीचे असे आकलन असल्याचे जाणवते.

अत्यंत हालअपेष्टांचं जीवन जगणारा अण्णाभाऊंसारखा दलित लेखक आपल्या गावापासून मुंबईपर्यन्त जवळजवळ दोनशे सत्तावीस मैल अंतर पायी चालून जातो. त्याला दोन महिने इतका कालावधी लागतो. असे वैराण आयुष्य जगलेला हा कलावंत जेव्हा श्रमिकांच्या सुखदुःखाविषयी लिहितो तेव्हा त्याला रशियातून भारतात यायला एक सिगारेट ओढण्याइतका काळ लागतो. हा अण्णाभाऊंच्या आयुष्यातील प्रचंड वेग आहे. हे एका झपाटलेल्या वेगाचं प्रवास वर्णन आहे.

लोकशाहीर अण्णाभाऊ साठे निवडक वाङ्मय महाराष्ट्र राज्य साहित्य संस्कृती मंडळ, मुंबई - ३२, १ ऑगस्ट १९८८ किंमत - ७५ रुपये, पृष्ठे - २८१ ते ३१०.

मॉरिशसचा दौरा

उर्मिला पवार ह्यांना जागतिक मराठी परिषदेकडून मॉरिशस इथं झालेल्या जागतिक मराठी परिषदेच्या दुसऱ्या अधिवेशनाचे निमंत्रण मिळाले होते. ह्यानिमित्ताने त्यांनी मॉरिशसचा प्रवास केला. त्यांच्या ह्या प्रवासाचे वर्णन 'मॉरिशस... एक प्रवास' ह्या नावाने प्रकाशित झाले आहे. त्यांना जेव्हा त्यांची निवड मॉरिशस इथं होणाऱ्या कार्यक्रमासाठी झाल्याचे कळते, तेव्हा त्यांचा ह्यावर विश्वास बसत नाही. एका प्रतिकूल परिस्थितीतून वर आलेल्या लेखिकेला हे सगळंच कुतूहलाचं वाटतं.

भारतीय मराठी लेखकांच्या प्रतिनिधी मंडळात त्यांचा समावेश झाल्याने त्यांना अनेक लेखक, कलावंत, उद्योगपती राजकीय नेत्यांबरोबर मॉरिशसला जाण्याची संधी मिळते. पासपोर्ट, हवाईप्रवास, परदेश दौरा ह्याचं लेखिकेला कौतुक वाटू लागतं. परदेश प्रवासाविषयी त्यांच्या मनात असलेलं आकर्षण व्यक्त होताना दिसतं. त्यांच्या लेखनात परदेशप्रवासाविषयी उत्सुकता आणि नवलाई व्यक्त होताना दिसून येते. कुणाही लेखकाला वाटाव्यात अशा ह्या प्रांजळ आणि प्रातिनिधिक भावना

आहेत. विमानातली खिडकी, कमरेला बांधावयाचा बेल्ट, विमानातली लगेज ठेवण्याची जागा, टॉयलेट, विमानातले कर्मचारी, प्रवासात मिळणारा नाश्ता ह्या सगळ्याच बाबी लेखिकेला नवीन आहेत. त्या प्रथमच विमानात बसल्या असल्याने त्यांचा बालिशपणाही ह्यातून व्यक्त होताना दिसतो. विमान प्रवासाविषयीचे त्यांचे अज्ञान प्रकटताना दिसते. एखादा नवखा प्रवासी विमानात बसल्यानंतर त्याची जी धांदल उडते, त्याचं रसभरीत वर्णन लेखिकेनं अगदी तंतोतंत केलेले दिसते. प्रत्येक बारीकसारीक बाब त्यांनी जाणून घेतली आहे, त्यांच्या नोंदी ठेवल्या आहेत आणि त्याच्या आधारे त्यांनी आपलं प्रवास वर्णन लिहिलं आहे. प्रवास वर्णन लिहिणाऱ्या लेखकाला असा गृहपाठ करावाच लागतो.

संपूर्ण प्रवासवर्णनात अनेक मजेदार किस्से दिलेले आहेत. प्रवासातल्या गंमतीदार प्रसंगांमुळे ह्या लेखनाला विनोदाची झालर मिळाली आहे. लेखिकेचा बावळटपणा असो किंवा सहप्रवाशांचा इरसालपणा, ह्यामधून अनेकवेळा विनोदाची निर्मिती झालेली दिसून येते. उर्मिला पवार मुंबईतल्या सेंटॉर हॉटेलमध्ये जातानाही हातात पासपोर्ट तयार ठेवतात. (पृ. ५) विमानात आपलं सामान ठेवण्यासाठी त्या केविलवाणे धडपडताना दिसतात. (पृ. ९) विमान उलटंपालटं झालं तर आपण वरच्या फडताळात जाऊन बसू ह्या भीतीने त्या कमरेचा पट्टा बांधून घेतात. (पृ. ९) त्यांना हिरवळ काविळीसारखी झाल्याचा भास होताना दिसतो. (पृ. १६) त्यांच्या हितचिंतकांनी त्यांना प्रवासासाठी सदिच्छा दिल्यामुळे 'आपण व्हीआयपी आहोत' असे लेखिकेला वाटू लागते (पृ. ७) त्यांच्या चालण्यात व्हीआयपीचा डौल येतो. (पृ. १७) अशा अनेक प्रसंगांतून मिस्किलपणा व्यक्त होताना जाणवतो. गाण्यातल्या हर्ररची आठवण होणे. (पृ. ३२) गोव्याच्या मराठीला 'फेणी मराठी' असे नाव देण्याची शक्कल सुचणे (पृ. ३७) नरेश मंत्रींनी सांगितलेला 'मी सचिन' चा विनोद (पृ. ३८) 'इथेही डोंबिवली आहेच का?' असा टोमणा (पृ. ४२) 'अहो वर्मावर बोट ठेवू नका.' म्हणून पु. ल. नी उडविलेली खिल्ली (पृ. ४५) मॉरिशसच्या धावपटूचं उदाहरण (पृ. ७१) केदारच्या अंगावर आईस्क्रिम पडण्याचा प्रसंग (पृ. ८९) अशा अनेक प्रसंगी वाचकाला हसू अनावर होतं. संपूर्ण प्रवासवर्णनात कोपरखळ्या आहेत. एकमेकांची उडवलेली टर आहे, फिरक्या आहेत; त्यामुळे हे प्रवासवर्णन खुमासदार आणि खुसखुशीत झालेले आहे.

उर्मिला पवारांनी मॉरिशसमध्ये पाहिलेल्या स्थळांचं केलेलं वर्णन असो किंवा तिथे भेटलेल्या व्यक्तींचं केलेलं वर्णन असो, त्यात एक ताजेपणा आहे. त्या अगदी हुबेहूब चित्र रेखाटताना दिसतात. नरेश मंत्रींचं त्यांनी केलेलं वर्णन उदाहरणादाखल घेता येईल. 'मंत्री साठीच्या घरातले. शिडशिडीत बांधा, डोक्याला टक्कल, चेहराही तुळतुळीत. फक्त दोन्ही कानांपासून हनुवटीखाली एक इंच लांबीची पांढऱ्या शुभ्र

केसांची फणीसारखी दाढी. खास चिनी किंवा जॅपनीज ढंगाची. त्या दाढीमुळे ते वेगळे दिसतात. बाकी माणूस चारचौघांसारखाच' (पृ. ४५, ४६) मध्यरात्री विमानातून दिसलेल्या मुंबईविषयी त्यांनी पुढीलप्रमाणे लिहिले आहे,'... बेमुर्वत राजकन्येने हिऱ्यामाणकांची ताटंच्या ताटं उधळली आहेत असं वाटत होतं.' (पृ. ९) मॉरिशसविषयी त्या लिहितात, 'एखाद्या कर्तव्यदक्ष गृहिणीने आपल्या साध्याच पण व्यवस्थित मांडून ठेवलेल्या अलंकारांची पेटी आपल्यासमोर उघडली आहे असं वाटत होतं.'(पृ. १०९) उर्मिला पवार ह्यांचं प्रवासवर्णन संवेदनाक्षम मन असलेल्या लेखिकेचं प्रवास वर्णन आहे. त्या आपल्या पतीचा निरोप घेताना भारावून जातात. (पृ. ७) विमानातल्या कर्मचाऱ्यांच्या व्यावसायिक गुडबायमुळेही हेलावून जातात. (पृ. १३) मॉरिशसच्या आतिथ्याने गहिवरून जातात. (पृ. २२) 'टालिपो, वृक्ष पाहून त्या गदगदून जातात.' (पृ. ७५) एका खोलीत चार दिवस सोबत राहिलेल्या मैत्रिणीचा निरोप घेताना त्यांच्या डोळ्यांत पाणी येतं. अशा हळव्या मनाच्या लेखिकेचं हे प्रवासवर्णन वाचकाला भुरळ पाडतं. प्रवासाच्या शेवटी तर त्यांना एका एअर होस्टेसनं दिलेल्या वाढदिवसाच्या सदिच्छा वाचताना वाचकाचे मनही हेलावून जातं. (पृ. १०९) हा अत्यंत हृद्य आणि मनस्वी प्रसंग आहे.

उर्मिला पवार ह्यांची लेखनशैली वेधक आणि वाचनीय अशी आहे. त्यांच्या लेखनात अनेक ठिकाणी काव्याची उधळण झालेली दिसते. त्यांनी आपल्या लेखनात वापरलेल्या प्रतिमा, प्रतीके आणि उपमा ह्या अगदी चपखल आणि वाचकाला भावणाऱ्या अशा आहेत. त्यामुळं त्यांचं प्रवासवर्णन ललित गद्याचं रूप घेताना दिसतं. वाचकाला प्रवासवर्णनाबरोबरच एका चांगल्या ललित कलाकृतीचा आस्वाद घेतल्याचा आनंद मिळतो. 'हिंदी महासागराच्या अथांग निळाईत माझे डोळे मॉरिशसचं बेट शोधू लागले.' (पृ. २) 'उंच झोपाळा खाली यावा तसे विमान टप्याटप्यांनी खाली येऊ लागले.' (पृ. १२) 'कॅटलॉग न पाहाता भल्या माठ्या लायब्ररीत शिरावं नि आपल्याला हवं ते किंवा तसं एकही पुस्तक हाती लागू नये तशी माझी अवस्था झाली होती.' (पृ. २९) 'परिसंवादाकडे मनाला ओढून नेताना बागेत बागडणाऱ्या मुलांना घरी आणताना पालकांची व्हावी, तशी आमची स्थिती झाली होती.' (पृ. ३२) 'समुद्रातून सरपटत आलेल्या एखाद्या अजस्त्र प्राण्याने जांभईसाठी तोंड उघडावं, तसं ते विवर दिसत होतं.' (पृ. ७९) अशी अनेक वाक्ये उर्मिला पवारांच्या तरल मनाची साक्ष देताना दिसतील.' 'पुढच्या सीटला कांगारूच्या पोटासारखी एक पिशवी होती.' (पृ. १०) कासवाच्या पाठीसारखा टणक पाव (पृ. १८) अशा उपमांमधून लेखिकेची कल्पनाशक्ती जाणवते.

लेखिकेने मॉरिशसचा प्रवास हा देह आणि मनापासून केलेला आहे. त्यामुळे ह्या प्रवासाला एक सजीवता प्राप्त झाली आहे. आपणच मॉरिशसचा दौरा करून

आलो की काय असा प्रत्यय हे प्रवास वर्णन वाचून येतो. केवळ एखाद्या गाईडने माहिती पुरवावी तशा प्रकारचे हे लेखन झालेले नाही. ह्या लेखनाला आत्मनिवेदनाची डूब प्राप्त झालेली आहे. कुठलेही प्रवासवर्णन हे त्या लेखकाचे एक प्रकारे आत्मचरित्रच असते. प्रवासातल्या आठवणी आणि दैनंदिनी ह्यांनी हे लेखन व्यापलेलं असतं.

मॉरिशस हे पाचूचे बेट आहे. हिरवेगर्द. समुद्राचं पाणीही हिरवं निळं. छोटा देश असल्याने कोठेही जा, समुद्र किनारा लागतोच. इथे पक्षी नाहीत. दुभती जनावरे नाहीत. उंच झाडी नाही. पानाचे ठेले नाहीत. लेखिकेला ह्याविषयी रूखरूख वाटत राहते. लेखिका एका कॅमेरामनसारखी भ्रमण करताना दिसते. तिला झाडांचा फोटो काढावयाचा आहे, संगा नृत्य पाहावयाचे आहे. मॉरिशसमधली पाचूसारखी चमकणारी माती घ्यावयाची आहे. ज्वालामुखीचं विवर पाहायचं आहे, डोंगरावरील मंदिर, तिथल्या म्हाताऱ्या, चिनी पेरू अशा कितीतरी गोष्टी लेखिकेने पाहून, मनात साठवून ठेवल्या आहेत. लेखिकेने महाराष्ट्रातून येऊन मॉरिशसमध्ये स्थाईक झालेल्या मराठी कुटुंबांना भेटी दिल्या आहेत. त्यांची विचारपूस केली आहे. मॉरिशसमधला सुंदर निसर्ग न्याहाळण्याबरोबरच तिथल्या समाजपद्धतींचंही अवलोकन केलेलं आहे. ह्या सगळ्या प्रवासात लेखिकेची एक भूमिका व्यक्त होताना दिसते. प्र. श्री. नेरूरकरांनी ही भूमिका अगदी नेमक्या शब्दात हेरली आहे. नेरुरकर लेखिकेला बजावतात, ‘तू मॉरिशसला येताना एक भूमिका घेऊन आली होतीस होय ना? की भारतीय समाज हा जातिनिरपेक्ष नसतो. ते जातिसापेक्ष असतो. तसा तो मॉरिशसमध्येही असणारच. आणि म्हणून तुझा इथं जात शोधण्याचा प्रयत्न चालला होता.’ (पृ. १०९) नेरूरकरांच्या विधानात शंभर टक्के तथ्य आहे.

प्रवासाच्या अगदी सुरुवातीपासून ते शेवटपर्यंत लेखिकेच्या मनात एक जातीय जाणीव प्रेरित झाल्याचे दिसून येते. लेखिकेची मॉरिशसच्या दौऱ्यासाठी निवड झाल्यानंतर, तिचा भाऊ कशी प्रतिक्रिया व्यक्त करतो हे लक्षात घेणे महत्त्वाचे आहे. ‘दलितांचा विचार केल्याखेरीज, यापुढे त्यांना एक पाऊलही टाकता येणार नाही.’ (पृ. २) लेखिकेच्या भावाला आपली बहीण दलित लेखिका असल्यानेच तिची निवड झाली आहे, असे ठामपणे वाटते आणि तो तशी ठासून प्रतिक्रिया व्यक्त करतो. खरे तर, जागतिक मराठी परिषदेने एका नवोदिताला सोबत घ्यावे म्हणून हे निमंत्रण लेखिकेला दिलेले आहे. प्र. श्री. नेरूरकरांच्या सूचनेमुळे हे निमंत्रण दिले आहे आणि प्र. श्री. नेरूरकरांना आपल्या ओळखीच्या मॉरिशसमधील विद्यार्थ्यांची पुस्तके वाहून नेण्यासाठी उर्मिला पवार सोयीच्या वाटतात. उर्मिला पवारही मॉरिशसला जायला मिळते म्हणून हे फुकट ओझं प्रवासभर वागवताना दिसतात. अशी ही बलुतेदारी असते. परिषदेचे निमंत्रक जरी जातीयवादी नसले, तरी परिषदेला आलेले निमंत्रित मात्र जातीयवादी वर्तन करताना दिसतात. शाहीर साबळ्यांना त्यांची जात विचारण्याचा प्रसंग असो.

(पृ. ३१) किंवा 'दादूमिया' ह्या टोपण नावाने लेखन करणाऱ्या नेने नावाच्या लेखकाची दलितांच्या राखीव जागांविरूद्धची गरळ ओकण्याची वृत्ती असो, (पृ. ३७०) ह्यातून जातीय दंभ दिसून येतात. 'संपत्ती आणि शस्त्रास्त्रे असलेला प्रचंड समाज शस्त्रास्त्र नसलेल्या, थोडीशी संपत्ती असलेल्या ब्राह्मण वर्गाच्या आधिपत्याखाली हजारो वर्षे कसा काय राहू शकतो.' (पृ. ४६) किंवा 'भारतीय ब्राह्मण पुरोहित वर्गाने स्वतःला एकंदर समाजावर लादलं नाही. समाजानं त्याला लादून घेतलं.' (पृ. ४७) अशी तर्कतीर्थ लक्ष्मणशास्त्री जोशी ह्यांची विधाने असोत, ह्यामुळे उर्मिला पवार अस्वस्थ होताना दिसतात. 'सात समुद्र ओलांडून आल्यानंतर तरी त्यांच्या जातीचा राक्षस मेला, की तो अजून जिवंत आहे हे जाणून घेण्याची मला अगदी तहानच लागली होती.' (पृ. १०७) लेखिकेचे हे विधान नेरूरकरांच्या मताची पुष्टी करणारेच आहे.

कुठल्याही प्रवासवर्णनात तौलनिक दृष्टी व्यक्त होत असतेच. मुळात तौलनिकता हे प्रवासवर्णनाचे एक महत्त्वाचे वैशिष्ट्यच आहे. मॉरिशसमध्ये लेखिकेला कोकणातल्या खेड्याची आठवण होते. (पृ. ५८) तिथल्या झाडाझुडपांना पाहून खंडाळा लोणावळ्याची आठवण होते. (पृ. ५८) मॉरिशसमध्ये भेटलेल्या बौद्धधर्मीय गौतमच्या घरी हिंदू देवदेवतांचे फोटो पाहून लेखिकेला नवबौद्धांची आठवण होते. (पृ. ८२) अनेक वेळा लेखिकेला अनेक गोष्टी आठवतात. ह्या गोष्टी आठवण्याचं कारण म्हणजे त्यात दिसणारे साम्य आणि भेद हे होय. अशी तुलना प्रवासवर्णनाला प्रत्ययकारी बनवीत असते.

'मॉरिशस ... एक प्रवास' हे प्रवासवर्णन मानवी स्वभावातील विनोदांनी, निसर्गाच्या हिरव्यागार किमयेनी आणि अस्वस्थ करणाऱ्या जातीयवादी प्रवृत्तींनी भरलेलं आहे. पाचूच्या बेटावर जातीचे काळेकुट्ट वास्तव शोधायला निघालेल्या लेखिकेचा हा प्रवास आहे. एकाचवेळी तो आनंदही देतो आणि तितकेच अस्वस्थही करतो.

मॉरिशस ... एक प्रवास उर्मिला पवार सुगंधा प्रकाशन, मुंबई - ६८
सन १९९४ पृष्ठे - १११ किंमत - साठ रुपये

चिनी मातीतील दिवस

'चिनी मातीतील दिवस' हे लक्ष्मण गायकवाड ह्यांचं चीनच्या प्रवासावर आधारित प्रवासवर्णन आहे. साहित्य अकादमीच्या वतीने भारतातल्या सहा लेखकांना सांस्कृतिक देवाणघेवाण कार्यक्रमांतर्गत चीनला पाठवण्यात आलं होतं. ह्यामध्ये भारतातल्या सहा लेखकांचा समावेश होता. सच्चिदानंद, प्रा. नागराज, रमाकांत रथ, गणेश देवी, गगन गिल आणि लक्ष्मण गायकवाड अशा लेखकांचे हे प्रतिनिधी मंडळ होते.

प्रवासवर्णनाला एक फार मोठी मर्यादा असते, ती म्हणजे लेखकाला जे आणि जेवढे दिसेल, ते आणि तेवढेच व्यक्त करता येते. साहित्यात व्यक्त झालेला लेखकाचा अनुभव हा परिपूर्ण असू शकतो कारण तो कलेशी निगडित असतो. प्रवासवर्णनातला अनुभव हा केवळ कलेशी निगडित असत नाही. तो प्रवासी, प्रवास, प्रवासातली भाषा, संस्कृती, समाजप्रदेश, काळ, इतिहास आणि भूगोल ह्यांच्याशीही निगडित असतो. ह्याशिवाय आणखी काही पदर असू शकतात. त्यामुळे पर्यटकाला खूप व्यापक अर्थाने प्रवासातला अनुभव समजून घ्यावा लागतो.

प्रवासवर्णन लिहिणाऱ्या लेखकाने किती किलोमीटर लांबीचा प्रवास केला आहे, हवाई प्रवास वगळून, किती देशांना भेटी दिल्या आहेत, हेही महत्त्वाचे ठरते. लेखकाचा पहिलाच परदेश दौरा असेल तर त्याच्या लेखनात भावुकता व्यक्त होणे अटळ असते. प्रवासवर्णन वाचणाऱ्यांचे दोन प्रकार संभवतात. प्रत्यक्ष प्रवास केलेल्या वाचकाला प्रवासवर्णनातील त्रुटी, विसंगती, अतिशयोक्ती, लेखकाचे अज्ञान आणि चुकीची माहिती कळू शकते. चांगले प्रवासवर्णन वाचून त्याला पुन:प्रत्ययाचा आनंद मिळू शकतो. प्रत्यक्ष प्रवास न केलेल्या वाचकाची मात्र करमणूक होते आणि जिज्ञासापूर्ती होते.

'चिनी मातीतील दिवस' हे प्रवासवर्णन वाचताना मात्र एक सामान्य दर्जाचे आत्मचरित्र वाचल्याचे समाधान मिळते. लक्ष्मण गायकवाड ह्यांच्या लेखनात मोघमपणा आणि ढिसाळपणा जागोजागी दिसून येतो. लेखकाने चीनमधल्या अनेक स्थळांना भेटी दिल्या आहेत. त्यांचा उल्लेख त्यांनी पुढीलप्रमाणे केलेला दिसून येतो. 'विमानतळावर एका हॉटेलमध्ये (हॉटेलचे नाव दिलेले नाही) थांबावे लागणार होते. (पृ. ३६) बँकॉकच्या त्या आलिशान एअरपोर्टवरती (एअरपोर्टचे नाव काय?) खूप मोठे आंतरराष्ट्रीय दर्जाचे मार्केट (मार्केटचे नाव काय?) होते. (पृ.३७) बीजिंगमधल्या एका इंटरनॅशनल हॉटेलमध्ये (हॉटेलचे नाव काय?) नेले (पृ. ४१) एका प्रिन्सची (प्रिन्सचे नाव काय?) संपूर्ण फॅमिली येथे राहात होती (पृ. ४५) त्या हॉटेलमध्ये (कोणत्या हॉटेलमध्ये) अकादमीच्या चेअरमनसोबत (चेअरमनचे नाव काय?) शाही थाटात जेवण देण्यात आले. (पृ. ४५) काही वेळानंतर आम्हाला बीजिंगच्या एका हॉटेलमध्ये (हॉटेलचे नाव काय?) नेण्यात आले. (पृ. ४५) आम्हाला एका साहित्य संस्कृती मंडळाच्या (साहित्य संस्कृती मंडळाचे नाव काय?) हॉलमध्ये (हॉलचे नाव काय?) आणण्यात आले (पृ. ५१) रात्री एका हॉटेलमध्ये (कोणत्या हॉटेलमध्ये?) सांस्कृतिक मिनिस्टर (मिनिस्टरचे नाव काय?) आणि सांस्कृतिक खात्याचे चेअरमन (चेअरमनचे नाव काय?) यांच्याबरोबर जेवण घ्यायचे आहे. (पृ. ५३) बीजिंगमध्ये एका म्युझिअममध्ये (म्युझिअमचे नाव काय?) जातेवेळी एका मार्केटला पण (मार्केटचे नाव काय?) जाण्याचा आमचा बेत होता. (पृ. ५९) खूप चांगले सुंदर म्युझिअम दाखविण्यात आले. (पृ. ६३) ह्या म्युझिअमचे नाव काय होते हे स्पष्ट होत नाही. आम्हाला एक नाटक (कोणते नाटक?) पाहण्यासाठी एका थिएटरमध्ये (थिएटरचे नाव काय?) घेऊन जाण्यात आले. यानंतर आम्ही असाच एक सिनेमा (असाच म्हणजे कसा?) पाहिला ह्या सिनेमात पण अशीच (अशीच म्हणजे कशी?) पात्रं होती. (पृ. ६८) आम्हाला परत एका खूप चांगल्या जगप्रसिद्ध असलेल्या अमेरिकन हॉटेलमध्ये (ह्या जगप्रसिद्ध हॉटेलचे नाव काय?) घेऊन गेले (पृ. ८९) लक्ष्मण गायकवाड ह्यांनी आपले प्रवासवर्णन लिहिताना कष्ट घेतल्याचे जाणवत नाहीत. जे

पाहिले ते सांगितले अशी त्यांची भूमिका दिसते. पण अशा मोघम विधानांमुळे ते नेमक्या कोणत्या हॉटेलात राहिले, कोणते म्युझिअम पाहिले, कोणत्या मार्केटमध्ये गेले हे निश्चित कळत नाही. इतकेच नव्हे तर त्यांना मुस्लीम लेखिकेचे नाव माहीत नाही (पृ. १०५) चीनमधल्या फार मोठ्या कवीचे नाव माहीत नाही. (पृ. १०६) अशा प्रकारचा ढिसाळपणा ह्या लेखनात विपुल जाणवतो. शुद्धलेखनाच्या तर असंख्य चुका दाखवता येतील.

लक्ष्मण गायकवाड ह्यांना सेन चे ह्या चित्रकाराला भेटावयाचे असते. लक्ष्मण गायकवाड त्यांना फोन करून भेटण्याची इच्छा व्यक्त करतात. सेन चे लक्ष्मण गायकवाड ह्यांना घेऊन येण्याची जबाबदारी एका सुंदर तरुण मुलीवर सोपवतात. ही सुंदर चिनी मुलगी लक्ष्मण गायकवाड ह्यांच्याकडे येते. मनमोकळ्या गप्पा मारते. चहा पिते. त्यांना कारमधून घेऊन जाते. परतीच्या प्रवासात 'माझ्या घरी येणार का?' म्हणून विचारते. अशा सुंदर चिनी मुलीचे देखील नाव लेखकाच्या लक्षात राहू नये, ह्याला काय म्हणावे? (पृ. ११३), खरे तर साहित्य अकादमीने चीनला जाणाऱ्या लेखकांच्या शिष्टमंडळाचे मार्गदर्शनपर शिबिर घेणे आवश्यक होते. भारतातून चीनच्या दौऱ्यावर गेलेले लेखक विमानात दारु पितात, हॉटेलमध्ये दारु पितात, भोजनाबरोबर दारु, बिअर पितात. लक्ष्मण गायकवाड ह्यांनी चीनमध्ये प्यालेल्या दारुंची नावे मात्र तपशीलाने दिलेली आहेत. लेखकाची ह्यामागची भूमिका जाणून घेणे महत्त्वाचे आहे. 'काय मज्जा करायची ती करा. चीन सरकारने आपल्याला केवढी सुविधा उपलब्ध करून दिली आहे.' (पृ. ६९) केवळ मौजमज्जा करण्यासाठी हा दौरा नव्हता. ह्या दौऱ्याच्या निमित्ताने भारत आणि चीनच्या सांस्कृतिक आदानप्रदानाची गणना होणे आवश्यक होते.

गगन गिल ही लेखिका दारु पिताना दिसते. लक्ष्मण गायकवाड तिला समजावून सांगतात, 'गगन, ज्यादा नशा मत करो.' ती म्हणते,'यह मेरी जरुरत है' तेव्हा लेखकाला वाटते की गगन गिलच्या नवऱ्याच्या तोंडात एकही दात नव्हता, तर ही मात्र तारुण्याचा भार सांभाळत होती. त्यामुळेच की काय ती नशा करीत असावी. (पृ. ५१) 'गगन गिल जेव्हा सच्चिदानंदच्या खांद्यावर मान ठेवून झोपते तेव्हा लेखकाला त्याची असूया वाटू लागते. माझं मन दुखावल्यासारखं झालं होतं.' (पृ. ३४) अशी प्रतिक्रिया लेखकाने नोंदवली आहे. लक्ष्मण गायकवाड ह्यांच्या मनात सुंदर स्त्रियांविषयी कमालीचे आकर्षण असल्याचे दिसते. 'मी एखाद्या हरणासारखा कावराबावरा होऊन कधी त्या सुंदर पोरींकडे, तर कधी येणाऱ्या प्रवाशांकडे टकमक बघत होतो.' (पृ. ३१) हवाई सुंदरीने आपल्या कमरेचा पट्टा बांधावा (पृ.१४) आपली सेवा करावी (पृ. ३१) असे लेखकाला वाटते. इतकेच नव्हे, तर चीनमधल्या महिलेकडून केस कापून घ्यावेत असेही वाटू लागते. (पृ. १०४) स्त्री सौंदर्याबरोबरच

निसर्गाच्या सौंदर्यानेही लेखकाला झपाटलेले आहे. 'चीनच्या भिंतीवर उभा राहून पाहात असलेले हे दृश्य जगातल्या कुठल्याही आनंदापेक्षा सर्वात आनंददायी गोष्ट वाटत होती.' (पृ. ८५) चीनची अजस्त्र भिंत पाहून लेखकाने व्यक्त केलेली ही प्रतिक्रिया आहे.

लक्ष्मण गायकवाड निसर्गाच्या सान्निध्यात दिलखुलास रमताना दिसतात. 'जूनचा महिना असल्याने पावसाचे दिवस चालू होते. आणि नेमके आम्ही या पहाडावरती खास झील पाहाण्यासाठी आलेलो. तेव्हा एखाद्या कवीला किंवा लेखकाला आपल्या लेखणीच्या माध्यमातूनसुद्धा पकडता येणार नाही इतके सुरेख चित्र या पहाडावर पाहाण्यास मिळत होते. या वेळेला नुकतेच ढगांचे काळोखच काळोख पसरलेले होते की एखाद्या घराला आग लागावी नि त्याचा धूर सर्वदूरपर्यंत वाहत चाललेला दिसावा असे ते ढग आमच्या अंगाखांद्यावरून ओलेचिंब करून निघून जायचे. या ढगांना आम्ही आमच्या हाताच्या पंजाने जेव्हा अडवायचो तेव्हा ते सर्व पाणी होऊन खाली आमच्या अंगावर पडायचे. हा असा देखावा मी माझ्या आयुष्यात पहिल्यांदाच पाहात असल्याने मला खूपच नवल वाटत होते. जिथे पाहावे तिथे दूध सांडावे अशी पांढरी शुभ्र दरी फेसाळत फेसाळत खडकावरून आदळत जमिनीला स्पर्श करण्यासाठी धावत असायची.'(पृ. १११-१२) सामाजिक विषमतेमध्ये भरडलेल्या लेखकाचं मन निसर्गाच्या सौंदर्याने दिपून जाताना दिसते. दलित लेखकाला सौंदर्याचे वावडे नाही. त्यालाही सुंदर स्त्री आवडते. तिचा विलोभनीय देह आवडतो. तिच्या रूपाने तो मोहित होतो. दलित लेखकाला निसर्गातील सौंदर्याचं वेड आहे. त्यालाही समुद्र, तारे, वारे, वादळ, पहाड, सरोवर, आकाश, पर्यटनस्थळे साद घालताना दिसतात. दलित लेखक केवळ विद्रोह, वेदना, नकार आणि आक्रोश ह्याच मानसिक आवर्तात सापडला आहे असे नाही. दलित लेखकाला सौंदर्यापेक्षा रोजी रोटीचे प्रश्न महत्त्वाचे वाटतात. त्याला प्रेमापेक्षा त्याचे स्वातंत्र्य महत्त्वाचे वाटते. त्याला प्रणयापेक्षा त्याचे मूलभूत अधिकार महत्त्वाचे वाटतात. त्यामुळेच त्याच्या साहित्यात ह्या भावना प्रबळपणे व्यक्त झालेल्या आहेत.

भारतीय लेखकांचे शिष्टमंडळ एकत्र जमून अनेकवेळा गप्पा मारताना, चर्चा करताना दिसते. खरे तर ह्या गप्पा, चर्चा, चीनमध्ये त्यांनी प्रकट केलेले विचार, चिनी लेखक - विचारवंतांशी झालेला त्यांचा संवाद हा मजकूर ह्या पुस्तकात विस्ताराने आला असता तर ह्या पुस्तकाचे मोल खूप वाढले असते. भारत आणि चीनच्या सांस्कृतिक देवाणघेवाणीचा हा दस्तऐवज ठरला असता. लेखकाने आपल्या लेखनाकडे इतक्या गांभीर्याने पाहिल्याचे दिसत नाही. त्यामुळेच हे लेखन सवंग आणि सुमार दर्जाचे झाले आहे. 'रात्री आमच्या गप्पा होत' (पृ. ९७) अशा एका विधानात सर्व तपशील गुंडाळून ठेवला आहे.

चीनच्या दौऱ्यात लक्ष्मण गायकवाड ह्यांना गणेश देवींनी जी मदत केलेली आहे, ती खूप आत्मीय आहे. लेखक जेव्हा जेव्हा अडचणीत येतो तेव्हा तेव्हा, देवी त्यांना मदत करताना दिसतात. लक्ष्मण गायकवाड ह्यांची कागदपत्रे लिहिणे असो. (पृ. २९) लेखकाला चालत्या जिन्यावरून जाताना केलेली मदत असो. (पृ. ३७) ह्यामध्ये देवीचा मैत्रभाव प्रकटताना दिसतो. लेखकाकडे कोट आणि टाय नसतात म्हणून गणेश देवी त्यांना विचारतात,'माझ्याकडे एक कोट शिल्लक आहे. तुम्ही घालता का?' (पृ. ५३) लक्ष्मण गायकवाड जेव्हा चीनमध्ये आपले अनुभव कथन करू लागतात. तेव्हा रमाकांत रथ आणि लक्ष्मण गायकवाड ह्यांच्यात वाद निर्माण होतो. 'लक्ष्मणजी आप यह बातें इन लोगों को बोलना बंद करो! यह अपने देश की इज्जत का सवाल है । तुम यहाँ 'हम पिछडे जमात के है' । यह बोलना क्यों चाहते हो ? तुम एक अच्छे लेखक हो इतना परिचय बस हो गया' ह्यावर लक्ष्मण गायकवाड आपलं म्हणणं मांडतात. 'यात काय देशाच्या इज्जतीचा प्रश्न आला? जगाला माहीत नाही का भारतातील जातीव्यवस्था आणि भारतातील दलित वर्गांना दिली जाणारी दुय्यम वागणूक?' ह्या वादात गणेश देवी लक्ष्मण गायकवाड ह्यांची बाजू घेताना दिसतात.' लक्ष्मण गायकवाडचे लिखाण आणि त्यांचे जीवन जगणे हे आपल्या संस्कृतीचेच अंग आहे. ते लपविण्याचे कारण काय?' (पृ. १०७) ह्या दौऱ्यात गणेश देवी नसते तर लक्ष्मण गायकवाड एकाकी पडले असते असे हे चित्र आहे. रमाकांत रथ सारख्या प्रसिद्ध लेखकालाही जातीयतेचा प्रश्न हा देशांतर्गत प्रश्न वाटतो. तो जगाच्या चव्हाट्यावर मांडला जाऊ नये, त्यामुळे आपल्या देशाची प्रतिमा मलिन होते अशी त्यांची प्रामाणिक भूमिका आहे. ही भूमिका एकांगी आणि ठिसूळ आहे. भारतीय संस्कृती आणि समाजव्यवस्थेने हजारो वर्षापासून जोपासलेल्या जाती व्यवस्थेचा देशात आणि देशाबाहेरही जाहीर पंचनामा झाला पाहिजे, अशी दलित लेखकांची भूमिका आहे. लक्ष्मण गायकवाड ह्यांना चीनमधील स्वच्छता, सौंदर्य आणि शिस्त पाहून आपल्या देशातील विषमतेचे वैषम्य वाटू लागते. (पृ. ६४) त्यांना चिनी वृद्धामध्ये आपल्या आजोबाचे दर्शन घडते. (पृ. ११७) चीनमध्ये शिपाई संस्कृती नाही. प्रत्येकाला स्वत:चे काम स्वत:ला करावे लागते. इथला कुलगुरुही स्वत: पाणी घेऊन पिताना दिसतो. (पृ. ७२) इथल्या महिला जीवनाच्या सर्वच क्षेत्रात आघाडीवर आहेत. त्या विमान, टॅक्सी आणि बस चालवताना दिसतात. इथे वाहनात जेवढ्या लोकांना बसण्याची परवानगी आहे तेवढेच लोक बसू शकतात. (पृ. ७५) अधिक किंवा कमी बसू शकत नाहीत. इथे अंगमेहनत करणाऱ्याला अधिक मोबदला दिला जातो. (पृ. ७१) रेल्वे स्टेशन जवळ आले की रेल्वेमधील टॉयलेट बंद केली जातात. (पृ. ८५) चिनी माणसं हळू आणि सावकाश जेवण करतात. इथे हातानी न जेवता काट्याच्या आधारे जेवण केले जाते. (पृ. ४५) चिनी

माणसाला पतंग उडविण्याची हौस आहे. आबालवृद्ध पतंग उडविण्याचा आनंद लुटताना दिसतात. (पृ. ५६) चिनी माणूस गरीब असो की श्रीमंत, तो भोजनाबरोबर टरबूज खाताना दिसतो. (पृ. ११६) पतंग, टरबूज, ड्रॅगन आणि सायकल ही चिनी जीवनाची प्रतीके आहेत. कुलगुरुही सायकलीवर येताना दिसतात. (पृ. ७०) सायकल हे चीनमधले लोकप्रिय वाहन आहे. लक्ष्मण गायकवाड ह्यांनी सायकलस्वारांचे उत्कृष्ट वर्णन केलेले आहे. 'एखाद्या चौकात सिग्नल लागल्यास संपूर्ण रोड पाहील तिथपर्यंत मुंगीच्या रांगेप्रमाणे सायकलीच्या स्पर्धेसाठी हजारो स्त्रीपुरुष सायकलीची रेस करण्यास उभे राहिलेले दिसत होते आणि सिग्नल सुटल्याबरोबर वाऱ्याच्या वेगासारख्या त्या बीजिंगच्या रस्त्यावरून रंगीबेरंगी कपड्यात स्त्री पुरुष पळताना दिसत होते.' (पृ. ४९) चीनची अजस्त्र भिंत, चीनची क्रांती, चिनी शेतकरी, माओ आणि कन्फ्युशिअस ह्याविषयी लेखकाने आपली भावुकता आणि श्रद्धा व्यक्त केलेली दिसते. चीनमध्ये 'बुद्ध' आणि 'हिंदी' चे अस्तित्व पाहून लेखकाचे ऊर भरून येताना दिसते. तिथल्या ग्रंथालयात कालिदास, रविंद्रनाथ टागोर, संत कबीर, डॉ. राधाकृष्णन् सर्वपल्ली ह्यांची पुस्तके आढळून येतात. (पृ. ७८)

लक्ष्मण गायकवाड ह्यांना चीनमधील सामान्य जनजीवन जाणून घेण्याची ओढ आहे. (पृ. ४८) त्यामुळेच लेखक बीजिंग विद्यापीठात गेल्यानंतर तिथली विद्यापीठीय शिक्षणपद्धती जाणून घेण्याऐवजी चिनी शेतकऱ्यांविषयी जाणून घेण्याचा प्रयत्न करताना दिसतो. (पृ. ७४) खरे तर विद्यापीठात गेल्यानंतर तिथल्या शिक्षणाविषयी जाणून घेणे महत्त्वाचे होते. पण लेखकाला शिक्षणापेक्षा शेतकरी महत्त्वाचा वाटताना दिसतो. लेखक बीजिंग विद्यापीठात हिंदीचे अध्यापन करणाऱ्या प्रा. ए. पी. सिंहल ह्यांच्याबरोबर चर्चा करताना दिसतो. चीनमध्येही फसवणारे आहेत. (पृ. १११) भिकारी आहेत. (पृ. ८४) जगाच्या पाठीवर भिकारी नाही आणि चोर नाही असा देश सापडणे कठीणच. शासकीय पाहुण्यांना ह्या वास्तवाचे दर्शन घडत नाही ही शासकीय दौऱ्याची फार मोठी मर्यादा असते.

चिनी मातीतील दिवस - लक्ष्मण गायकवाड, विमुक्त प्रकाशन, मुंबई - ६३
पहिली आवृत्ती - १९९८ पृष्ठे - १२७ किंमत - १२० रुपये

बंद दरवाजा

दया पवारांचे 'बलुतं' आणि लक्ष्मण माने ह्यांचे 'उपरा' ह्या दोन आत्मकथांनी संपूर्ण मराठी विश्व ढवळून काढलं. 'बलुतं' आणि 'उपरा' ही दोन नावं मराठी वाचकांच्या मनावर विराजमान झाली. दया पवार आणि लक्ष्मण माने ह्यांना विपुल प्रसिद्धी मिळाली. अमेरिकेतल्या फोर्ड फाऊंडेशनची दया पवार आणि लक्ष्मण माने ह्यांना शिष्यवृत्ती मिळाल्यामुळे त्यांच्या नावाभोवती एक वलय निर्माण झाले. दया पवारांना पद्मश्री आणि लक्ष्मण माने ह्यांना साहित्य अकादमीचा पुरस्कार मिळाला. त्यांचे अनेक सत्कार झाले. त्यांच्या अनेक सभा झाल्या. ह्या दोघा लेखकांना प्रचंड लोकमान्यता मिळाली. ह्या दोघांमुळे दलित साहित्याच्या विकासाला प्रचंड गती मिळाली. लक्ष्मण माने आपल्या स्फोटक विधानाने आणि आक्रमक शैलीने वादग्रस्त आणि चर्चित ठरत गेले. दया पवारांची मानसिकता ही मध्यमवर्गीय कोंदणात कोंडून राहिली, तर लक्ष्मण माने ह्यांचा पिंड हा कार्यकर्त्याचा असल्याने ते परिवर्तनाच्या लढ्यात अग्रभागी राहिले. 'उपरा' ह्या पुस्तकामुळे एक सामाजिक चळवळ उभी राहिली. भटक्या विमुक्त चळवळीचं नामकरण करण्याचं सर्व

बंद दरवाजा / २०३

श्रेय 'उपरा' ह्या पुस्तकाकडे जाते.

'उपरा' ह्या पुस्तकामुळे लक्ष्मण माने ह्यांना एक लेखक म्हणून जशी प्रसिद्धी मिळाली, तशी भटक्या विमुक्त चळवळीचा नेता म्हणून त्यांची महाराष्ट्राला ओळख झाली. 'उपरा'मुळं महाराष्ट्रातल्या वाचकांचं, पत्रकारांचं, लेखकांचं आणि परिवर्तनवादी चळवळीतल्या असंख्य कार्यकर्त्यांचं त्यांनी लक्ष वेधून घेतलं. 'उपरा' मुळे भटक्या विमुक्तांचे प्रश्न जसे ऐरणीवर आले, तसे भटक्या विमुक्त जमातीतल्या अनेकांना लेखनाचं महत्त्व कळालं आणि निरनिराळ्या जमातीत नवीन लेखक उदयाला आले. त्यांनी आपल्या लेखनातून आपल्या जमातीच्या व्यथा वेदना लोकांपुढे मांडल्या. लक्ष्मण माने ह्यांनी निरनिराळ्या जमातींमध्ये विखुरलेल्या असंख्य कार्यकर्त्यांना एकत्र आणलं. भटक्या विमुक्त जमातीच्या अनेक संघटना एका छत्राखाली आल्या. भटक्या विमुक्तांच्या चळवळीसाठी लक्ष्मण माने महाराष्ट्रभर फिरले, बोलले. त्यांनी अहोरात्र कार्य केले, लेखन केलं. दै. सकाळमध्ये प्रसिद्ध झालेलं 'बंद दरवाजा' मधील लेखन हा त्यांच्या चळवळीचाच एक भाग आहे.

लक्ष्मण माने यांनी आपल्या कार्यकर्त्यांबरोबर अनेक वाड्या-तांड्यांना भेटी दिल्या आहेत. अनेक पालांवर गेले आहेत. असंख्य माणसांबरोबर बोलले आहेत. अनेक जमातींचा त्यांनी परिचय करून घेतला आहे. त्यांना मिळालेली नवी माहिती त्यांनी आपल्या लेखांच्या माध्यमातून त्यांनी वाचकांना दिली आहे. 'बंद दरवाजा' ह्या सदरामुळे वाचकांना घरबसल्या भटक्या विमुक्त जमातींच्या जगण्याची आणि प्रश्नांची माहिती मिळाली आहे. ह्या सदरामुळे भटक्या विमुक्तांच्या बाजूने 'लोकमत' तयार होण्यास मदत झाली आहे, हे ह्या लेखनाचे यश आहे.

लक्ष्मण माने ह्यांचे 'बंद दरवाजा,' रामनाथ चव्हाण ह्यांचे 'वेदनेच्या वाटेवरून' आणि उत्तम कांबळे ह्यांचे 'वाट तुडवतांना' ह्या सदर लेखनाची अभ्यासासाठी निवड केली आहे. लक्ष्मण माने आणि रामनाथ चव्हाण ह्यांनी आजवर अज्ञात आणि मुक्या असलेल्या माणसाच्या वेदनेशी वाचकांची गाठ घालून दिली आहे. त्यांच्या लेखनाचे स्वरूप हे माहितीपर आणि वृत्तांत कथन करणारे आहे. उत्तम कांबळे ह्यांचे लेखन स्वत:भोवती फेर धरणारे आहे. कांबळेंच्या वर्तमानपत्री लेखनालाही वाङ्मयीन दर्जा लाभला आहे. दलित लेखकांनी सदर लेखनाबरोबरच प्रवासवर्णनेही लिहिली आहेत. वाचकांनी दलित लेखकांच्या प्रवास वर्णन आणि सदर लेखनाची म्हणावी तशी दखल घेतल्याचे दिसत नाही. वर्तमानपत्राचा वाचकवर्ग संख्येने खूप मोठा असतो. त्यामुळे सदर लेखन शेकडो, हजारो वाचकापर्यंत पोहचत असले तरी दलित लेखकांच्या आत्मकथनांना वाचकांकडून जो अभूतपूर्व प्रतिसाद मिळाला, तो केवळ अतुलनीय असा आहे.

भटक्या विमुक्तांच्या जगण्याविषयी आणि त्यांच्या प्रश्नांविषयी आस्था असणाऱ्या

वाचकांना हे लेखन गुंतवून ठेवणारे आहे. लक्ष्मण मानेंना आपल्या एका भेटीत जितकं ऐकायला आणि पाहायला मिळालं आहे, त्याच्या आधारे हे लेखन केलं आहे. त्यामुळे ह्या लेखनाला शास्त्रशुद्ध संशोधनाची साधी बैठकही नाही. केवळ वर्तमानपत्री स्वरूपाचं हे लेखन आहे. वर्तमानपत्रातल्या सदरासाठी ठराविक रकान्याची माहिति पुरवणारे लेखन लेखकाने केलेले आहे. लक्ष्मण माने ह्यांनी आपल्या आत्मचरित्रामुळे मिळालेल्या प्रसिद्धीचा भरपूर फायदा ह्या लेखनासाठी करून घेतला आहे. अनेक कार्यकर्त्यांनी लेखकाला निमंत्रण देऊन समाजातल्या विविध भागापर्यंत पोहचवलं आहे. लक्ष्मण माने ह्यांना फोर्ड फाऊंडेशनची शिष्यवृत्ती मिळाली नसती तरीदेखील त्यांच्या कार्यकर्त्यांनी त्यांना समाजातल्या तळापर्यंत पोहचवलं असतं. लक्ष्मण माने ह्यांनी 'उपरा' लिहिलं नसतं, तर भटक्या विमुक्तांच्या जगण्याविषयी इतक्या सर्वस्पर्शी प्रकारचे लेखन करू शकले नसते.

लक्ष्मण माने जन्माने स्वत: भटक्या आणि विमुक्त जमातीतील आहेत. त्यांना पालावरचं उदध्वस्त आणि असुरक्षित जीवन जगलं आहे. अशा अभावग्रस्त आणि सामाजिकदृष्ट्या कलंकित जीवनात कशा प्रकारच्या यातना भोगाव्या लागतात, ह्याचा अनुभव त्यांच्या गाठीशी आहे. लेखक हा गाढवगोती आहे. गाढव आणि पाल हे ह्या जगण्याचे केंद्र आहे. लेखकाचा संपूर्ण भूतकाळ हा उजाड रस्त्यावर घाणी शेजारच्या पालात गेलेला आहे. हा भूतकाळ त्यांना सतत आठवताना दिसतो. (पृ. १८) लेखक पांढरपेशा झाला आहे. त्याची त्याच्या जगाशी असलेली नाळ तुटलेली आहे. त्यामुळे पालामधील अन्न आणि पाणी स्वीकारताना तो नाखूष दिसतो. केवळ फोर्ड फाऊंडेशनचे दोन लाख खर्ची टाकण्यासाठी चार ओळखीच्या कार्यकर्त्यांसोबत टेपरेकॉर्डर घेऊन भटक्या विमुक्तांचं जीवन समजून घेण्याचा प्रयत्न लेखक करताना दिसतो. अशावेळी त्याला आपला भळभळणारा गतकाळ अस्वस्थ करताना दिसतो. (पृ. ३) त्याला आपल्या लोकांमध्ये असुरक्षित वाटताना दिसते. (पृ. ८४) लेखकाच्या स्वभाव आणि प्रवृत्तीमध्ये लोणच्यासारख्या मुरणाऱ्या मध्यमवर्गीय जाणिवा वाचकाला अस्वस्थ करणाऱ्या आहेत. 'उपरा' मधला लेखक आणि 'बंद दरवाजा' मधला लेखक ह्यामध्ये जमीनअस्मानाचे अंतर पडले आहे. लेखक पालातल्या जगण्याची माहिती घेताना त्याला आपल्या बाळाला स्तनपान करणारी नग्न स्त्री दिसते. तिला नेसण्यासाठी अंगभर वस्त्रही नाही, इतके ते भयावह दारिद्र्य आहे. ती अंगाला धुडपं गुंडाळून लेखकापुढे उभी राहते तेव्हा लेखक हादरून जातो आणि आपल्या खिशातले दोन रुपये काढून तिला देतो. अमेरिकेच्या दोन लाखामधले दोन रुपये नाकारताना ती स्त्री म्हणते, ''दादा गाढवाच्या कपाळाला कपाळ घासून नशीब मिळत न्हाय. आमच्या कर्माला आलंय आमी भोगतुया, तू एकदा दिऊन काय हुनार? तुज्या लेकरानला सुकाचं दिस दिसू दे. पन जराकशी कार्डाचं बग. आमाला राकील पायजी. उलीकसा

कामधंदा. जरा आमच्या पाटलाला सांग.' (पृ. ७३) जगातल्या कोणत्याही साहित्यात ह्या तोलामोलाची वाक्ये सापडणार नाहीत. जिला अंगभर नेसायला वस्त्र नाही अशी स्त्री लेखकाने उदार अंत:करणाने दिलेली भीक नाकारते आणि बदल्यात लेखकाच्या मुलांना सुखाचे दिवस यावेत असा आशीर्वाद देते. गाढवाच्या कपाळाला कपाळ घासून नशीब मिळत नाही हे विधान वाचताना तर मी थक्क झालो. ही स्त्री पुढे म्हणते,'आम्हाला रेशनकार्ड नाही. त्यामुळे रॉकेल मिळत नाही. आम्हाला काम हवं आहे. ह्याविषयी तू गावच्या पाटलाला तेवढं सांग.' ह्या स्त्रीच्या मनोगतापुढे जगातलं सगळं तत्वज्ञान मला खुजं वाटू लागतं.

लक्ष्मण माने वाड्या वस्त्यांवर जातात आणि आपली ओळख करून देतात. 'आपन गाढवगोती हाय आन आता ह्या आपल्या भटक्या जमाती संघटनेचं काम करतूय.' (पृ. ५८) अशा प्रकारची आपली ओळख लेखक करून देताना दिसतो. आपलं गाढव गोत्र घेऊन तो सर्वांकडे जातो पण ह्या जमाती लेखकाला आपल्यातल्या मानताना दिसत नाहीत. लक्ष्मण मानेला पाहून ते झाडावरून कावळे जसे उडूनजावेत तसे पसार होताना दिसतात. आणि ओळख पटल्यावर 'मांजरं गेल्यावर उंदरांच्या बिळातनं जसं उंदीर बाहेर येत्याती तसं एक एक जण जमाय लागला.' (पृ. ८३) लक्ष्मण मानेंना ते अनोळखी आणि त्रयस्थ मानताना दिसतात. त्याच्यांपुढे मौन धारण करताना दिसतात. लेखक त्यांच्याकहून आपल्याला हवी असलेली माहिती जाणून घेण्याचा प्रयत्न करताना दिसतो. लोकही हातचं राखून चोरून दबकत बोलताना दिसतात. त्यामुळे लक्ष्मण माने ह्यांच्या लेखनातील माहिती खरी असली तरी परिपूर्ण आणि तंतोतंत असल्याची खातरजमा करता येणार नाही.

भटक्या विमुक्त जमातींच्या चव्वेचाळीस जमाती आहेत. त्यांच्या प्रत्येकाच्या चालीरीती आणि बोलीभाषा वेगवेगळ्या आहेत. त्यांचे एकमेकात रोटी बेटी व्यवहार होताना दिसत नाहीत. ह्या जमाती व्यावहारिक जगापासून आणि आधुनिक ज्ञानापासून मैलोगणती दूर आहेत. भटक्या विमुक्त जमाती स्थिर आणि नागरी जीवन जगताना दिसत नाहीत. त्या सतत भटकताना दिसतात. त्यांना एका जागी स्थिर होऊ दिलं जात नाही. गावकरी आणि पोलिस त्यांच्यावर अन्याय करताना दिसतात. ह्या जमातींचा संशयावरून छळ केला जातो. ह्या जमातीतल्या स्त्रीने नवीन साडी नेसली (पृ. १२८) घरात नवीन चादर आणली (पृ. १२९) त्यांच्याकडे रेडिओ असल्याचे दिसले तरीदेखील पोलिस त्यांना पकडून बेदम मारहाण करतात.'ह्या रांडंच्या गांडीवर एवढं चांगलं लुगडं कुठनं आलं?' असा पोलिसांना प्रश्न असतो. त्यांच्या लेखी ह्या जमाती चोर गुन्हेगार असल्याने साध्या साध्या नवीन वस्तूही त्यांनी चोरून आणल्या असाव्यात म्हणून त्यांची धरपकड केली जाते. अनेक निरपराध लोकांना पोलिस पकडून नेतात. त्यांना मारहाण करतात. अशा मारहाणीमुळे अनेकजण पोलिस

चौकीत मरतात. पोलीस चौकीत जाताना माणूस चांगला असतो, बाहेर मात्र त्याचे प्रेत येते असे सुन्न करणारे हे वास्तव आहे. ह्याचा कोणालाही जाब विचारता येत नाही. कारण ह्या जमाती मुळात गुन्हेगार ठरवल्या आहेत. त्या निरक्षर आहेत. माणसाला जन्मत:च गुन्हेगार ठरवून त्याच्यावर कसा अत्याचार केला जातो ह्याचे वर्णन 'बंद दरवाजा' मध्ये वाचायला मिळते. पोलिस पारध्यांना पकडतात आणि त्यांना बांधण्यासाठी त्यांच्या बायकांच्या अंगावरील लुगडी काढून घेतात. ह्या स्त्रिया कपडे नसल्याने नागव्याच राहतात. हा प्रकार वाचून वाचक हैराण होतो. कायदा आणि न्यायावरचा विश्वासच उडून जावा असे हे वास्तव आहे.

अत्यंत दु:ख आणि दारिद्र्याचं जीवन जगणाऱ्या ह्या जमाती आहेत. प्रचंड अज्ञान आणि अंधविश्वासाच्या चिखलात पूर्ण रुतलेली जुनाट मानसिकता घेऊन जगणारी ही माणसं आहेत. एकीकडे भुकेने त्रस्त झालेल्या, दुसरीकडे छळाने ग्रासलेल्या, सतत भयाच्या दडपणाखाली वावरणाऱ्या ह्या जमाती आहेत. ह्या जमातींचा पोलिस आणि सवर्ण माणसं जसा छळ करतात, तसा जातपंचायतदेखील पाशवी अन्याय करताना दिसते. ह्या जमातीच्या जात पंचायती खल पुरुषासारख्या वागताना दिसतात. जात पंचायतीचा प्रचंड पगडा ह्या जमातींवर आहे. ह्या जात पंचायती अत्यंत रानटी पद्धतीच्या शिक्षा सुनावताना दिसतात. ह्यामध्ये स्त्रिया अधिक भरडल्या जातात. स्वत: लेखक लक्ष्मण मानेही आपल्या जमातीपुढे शरण गेले आहेत. 'उपरा' चा शेवट अशा प्रसंगानेच झालेला आहे. पोलिस, गावकरी, जातपंचायत, अज्ञान, अंधश्रद्धा, प्रतिकूल परिस्थिती, कमालीचे दारिद्र्य, व्यसन, वाईट चालीरीती, कर्ज आणि निरक्षरता ह्यामध्ये ह्या जमाती अक्षरश: भरडल्या जाताना दिसतात. त्यांना चोर गुन्हेगार समजून कोणी काम देत नाही आणि एका जागी स्थिर होऊ देत नाही. ह्या जमातींचे कायद्याने पुनर्वसन करणे आवश्यक आहे. जोवर समाजात 'एक माणूस एक पत' अशी समाजव्यवस्था निर्माण होणार नाही, तोवर 'एक माणूस एक मूल्य' हे तत्त्व बेगडीच ठरणार आहे. ब्रिटिशांनी आपल्या काळात ह्या जमातींचे सक्तीने पुनर्वसन करण्यासाठी अनेक सेटलमेंट स्थापन केल्या. त्यांना नागरी जीवन जगण्याचं प्रशिक्षण दिलं. स्वातंत्र्योत्तर काळात मात्र हे ब्रिटिशानं राबवलेलं धोरणात्मक नियोजन आपल्या शासनानं पुढं चालवलं नाही. ज्यांना साधे रेशनकार्ड मिळत नाही, त्यांना ह्या देशाच्या नागरिकत्वाचे सर्व अधिकार कसे मिळतील? त्यांचा वाली कोणी नाही, ही भळभळणारी जाणीव ह्या संपूर्ण लेखनात जखमेसारखी वाहताना दिसते.

भटक्या विमुक्त जमातींचं जीवन जसं विचित्र आहे, तशा त्यांच्या जगण्याविषयीच्या कल्पनाही विलक्षण वेगळ्या आहेत. त्यांच्या जीवनातील प्रत्येक प्रसंग रडण्याने सुरू होतो. (पृ. ११५) ज्या वैदूकडं कुत्री जास्त तो वैदू श्रीमंत समजला जातो. (पृ. ११९) 'आमच्या बायांचा कासोटा घट, तर त्यांच्या बायांचा कासोटा लई ढिला'

म्हणून जमातीजमातीत भेदभाव केला जातो. वन्य व पशुतुल्य जीवन जगणाऱ्या ह्या जमातीच्या जीवनाला दु:खाची आग लागलेली दिसते. आपल्या अभावग्रस्त आणि अगतिक जगण्यात सुखाचे दोन क्षण यावे म्हणून ह्या जमाती देवीला साकडे घालतात तेही जगावेगळं आहे. देवी प्रसन्न व्हावी म्हणून ते देवीला प्रार्थना करतात. 'जगदंबे तेरा गू खायल, तेरी गांड चाटल.' (पृ. ७६) अशा प्रकारची देवीची प्रार्थना जगात अन्यत्र कोणी करत नसतील. 'आई तुझी माझी जोडी सूर्यचंद्रासारखी होती. मुंगीसुद्धा तुझ्या या घरात राहते. तिला तू सांभाळून घेतेस. मग मला का सांभाळत नाहीस.!' असा देवीला विचारलेल्या प्रश्नही वाचकांना निरुत्तर करणारा आहे. ह्या जमातींची लोकगीतं आशय आणि अर्थसमृद्ध अशी आहेत. त्यांच्या लोकगीतामधली पुढील फँटसी लक्षात राहण्यासारखी आहे.

दिवाळीमाता चांगली गाय दे
ती घोड्यासारखी दिसली पाहिजे.
तिच्या गळ्यात मी हार घालेन
तिचे लांब लांब कान असतील
ती पिपभर तूप देईल
आणि छोट्या तलावाइतकं ताक देईल (पृ. ११५)

सन १९८० नंतर भटक्या विमुक्त जमातीतल्या काही कार्यकर्त्यांनी एकत्र येऊन भटक्या विमुक्तांच्या प्रश्नांवर स्वत:ची चळवळ उभी केली. त्यामुळे भटक्या विमुक्तांच्या प्रश्नांकडं सगळ्या समाजाचं आणि शासनाचं लक्ष वेधलं गेलं. त्यांचं पशुतुल्य जगणं आणि त्यांच्यावर होणारे पाशवी अत्याचार प्रथमच चव्हाट्यावर येत होते. लक्ष्मण मानेंच्या नेतृत्वाखाली एक चळवळ आकाराला येताना दिसते. त्याचबरोबर चळवळीत अविश्वास आणि गैरसमजही पसरताना दिसतात. कार्यकर्त्यांच्या अतिमहत्त्वांकाक्षी वृत्तीमुळे चळवळ खिळखिळी होताना दिसते. ही विषण्ण करणारी स्थिती आहे. चळवळीच्या सुरुवातीलाच शक्तिपात व्हावा, असे हे अस्वस्थ करणारे चित्र आहे. चळवळीला एकत्र बांधून ठेवणारे, चळवळीची स्पंदनं टिपणारे आणि स्थिर समाजाला भटक्या विमुक्तांच्या प्रश्नांची दाहकता जाणवून देणारे 'बंद दरवाजा' हे पुस्तक म्हणूनच दीर्घकाळ स्मरणात राहते.

बंद दरवाजा - लक्ष्मण माने ग्रंथाली, मुंबई - २८, पहिली आवृत्ती - १९८४ पृष्ठे - १९१, मूल्य - १८० रुपये

वेदनेच्या वाटेवरून

अनेक दलित लेखकांनी वर्तमानपत्रांमधून लेखन केलं आहे. ह्यामध्ये दया पवार, लक्ष्मण माने, नामदेव ढसाळ, रामनाथ चव्हाण, उत्तम कांबळे, ज. वि. पवार, शरणकुमार लिंबाळे, अविनाश महातेकर, संजय पवार आदिंचा नामोल्लेख महत्त्वाचा ठरतो. वर्तमानपत्रात लेखन करणं तसं अनेकार्थांनी अवघड असतं. एक तर ठराविक काळात मजकूर लिहून देणं, ठराविक कॉलमइतक्या मजकुरात आपल्याला जे सांगायचं आहे, ते सर्वार्थांनी लिहिणं, वर्तमानपत्रासारख्या लोकप्रिय माध्यमासाठी लेखन करताना आपलं स्वत:चं वेगळंपण कायम राखणं आणि वर्तमानपत्र वाचणाऱ्या असंख्य प्रकारच्या वाचकांना आवाहन करेल अशा प्रकाराचं लेखन करणं ह्याला खूप तयारी लागते. त्या अर्थांनी रामनाथ चव्हाण हे मुरब्बी व कसलेले सदर लेखक आहेत. गेले एक दशकभर त्यांनी विविध वर्तमानपत्रांमधून निरनिराळ्या सदरांसाठी लेखन केल्याचं दिसून येईल. उपेक्षित वर्गातील माणूस आणि समाज ह्यांचा वाचकांना परिचय करून देण्याचं महत्त्वाचं काम त्यांनी मनापासून केलं आहे.

दररोज वर्तमानपत्र विकत घेऊन वाचणारा जो वाचकवर्ग असतो, त्याची आवड, निवड आणि गरज लक्षात घेऊन वर्तमानपत्रातील सदरांचे स्वरूप ठरवावे लागते. शिक्षणाच्या प्रसारामुळे वर्तमानपत्रांचा वाचकवर्ग हा अनेक जाती - वर्गांमध्ये पसरलेला दिसेल. हा वाचकवर्ग अनेक जिनसी असतो. अशा वाचकवर्गाला आकर्षित करण्यासाठी विविध प्रकारांच्या पुरवण्या आणि सदरे सुरू केली जातात. अशा प्रकारच्या लेखनाचं श्रेय हे जितकं त्या लेखकाचं असतं, तितकंच त्या संपादकांचंही असतं. संपादक जेव्हा आपल्या वाचकांसाठी वेगळ्या प्रकारचं लेखन देण्याचं धाडस करतात, तेव्हाच 'वेदनेच्या वाटेवरून' सारखे सदर जन्माला येते. रामनाथ चव्हाण ह्यांनी १९९५ मध्ये पुण्याच्या दैनिक सकाळमध्ये 'वेदनेच्या वाटेवरून' हे सदर चालवले. ह्या सदरामध्ये एकूण पन्नास लेख प्रकाशित झाले. ह्या सर्व लेखांचा समावेश 'वेदनेच्या वाटेवरून' ह्या पुस्तकात करण्यात आलेला आहे. सदर पन्नास लेखांमध्ये पन्नास स्त्रियांच्या आत्मकथाच शब्दबद्ध झालेल्या आहेत. केवळ एका लेखात एका स्त्रीची जीवनकहाणी व्यक्त झाली असली, तरी प्रत्येक स्त्रीच्या जीवनाचा आवाका एका ग्रंथापेक्षाही मोठा आहे. ह्या पुस्तकातील पन्नास नायिकांची नावे वेगळे असली, तरी त्यांची वेदना आणि उपेक्षा एकाच प्रकारची आहे. त्यामुळे निरनिराळ्या पन्नास लेखांमधून व्यक्त होणारा कोरस हा एका विराट वेदनेचे रूप धारण करताना दिसतो.

रामनाथ चव्हाण ह्यांनी पन्नास प्रकारच्या पीडित स्त्रियांना भेटून त्यांची माहिती शब्दबद्ध केलेली आहे. प्रत्येक स्त्रीने आपला भोगवटा आपल्या शब्दात कथन केलेला आहे. ह्या लेखनाचे स्वरूप हे मुलाखतींसारखे वाटत असले तरी प्रत्येक लेख हा एकेका कथेसारखा आला आहे. प्रत्येक लेखाला एक स्वतंत्र कथानक आहे. त्यामुळे हे पुस्तक कथासंग्रहासारखेही वाटते. कथा, आत्मकथा, मुलाखत आणि सदर अशा चौफेर वाङ्मयप्रकारांच्या मिश्रणातून हे लेखन प्रकट झालेले दिसते. प्रत्येक लेखाच्या सुरुवातीला आणि शेवटी लेखकाने मुद्दाम म्हणून मजकूर लिहिला आहे. लेखकाने लिहिलेला मजकूर प्रमाणभाषेतला आणि मुद्दाम लिहिल्याचा जाणवतो. परंतु प्रत्येक लेखातील जीवनकहाणी ही त्या स्त्रीच्या बोलीत आणि शैलीत व्यक्त झाल्यामुळे अकृत्रिम तशीच जिवंत वाटते. ह्या लेखातील स्त्रीने स्वत:विषयी केलेले निवेदन अत्यंत वास्तव व जळजळीत अशा प्रकाराचे झालेले आहे. 'वेदनेच्या वाटेवरून' ह्या पुस्तकातील पन्नास लेखांचा वाचकांच्या मनावर होणारा परिणाम, हा सलग आणि एकसंध अशा प्रकारचा असल्याचे दिसून येईल. ही पन्नास लेखांची शृंखला एका महाकाय वेदनेचा देह धारण करताना दिसते. ह्या पुस्तकात स्त्रियांवर होणारे अन्याय उलगडून दाखवले आहेत. प्रथमच अशा प्रकारच्या स्त्रिया साहित्याचा विषय झालेल्या दिसतील. ह्या स्त्रिया म्हणजे अन्यायाची उदाहरणे आहेत. ह्या पुस्तकात व्यक्त झालेली

स्त्रियांची वेदना, प्रश्न आणि समस्या ह्यांना वगळून ह्या पुस्तकाचे मूल्यमापन करता येणार नाही. रामनाथ चव्हाण ह्यांनी स्त्रियांची बाजू घेणारे लेखन केले आहे. त्यांनी पीडित स्त्रियांना बोलके करून पुरुषांनी केलेल्या अन्यायाला वेशीवर टांगले आहे.

स्त्री सधन वर्गातील असो किंवा निर्धन, तिला पुरुषांनी केलेल्या अन्यायाला बळी पडावे लागते. हा पुरुषही परका नसतो. स्त्रियांवर अन्याय करणारा पुरुष हा सर्रास पतीच्या रुपातला अधिक असतो. कधी कधी तो दीर, सासरा, वडील किंवा भावाच्या रूपातही भेटतो. स्त्रियांवर अन्याय करणारे स्वकीयच अधिक असल्याचे दिसून येते. विवाहित स्त्रियांच्या अन्यायाचे केंद्र हे तिचे स्वतःचे कुटुंबच असते. कुटुंबातील पुरुषाबरोबर सासू, नणंद आणि सवत अशा नात्यातील स्त्रियाही स्त्रीवर अन्याय करताना दिसतात. परके पुरुष स्त्रियांवर बलात्कार आणि विनयभंगासारखे गुन्हे करताना दिसतात. परिस्थितीच्या ओझ्याखाली भरडल्या जाणाऱ्या स्त्रियांच्या ह्या जाचक कथा आहेत. ह्या जाचक कथा जातक कथांचे रूप घेताना दिसतात.

स्त्री म्हणून जन्माला येणे इथपासूनच, स्त्रीच्या गुलामीची कथा सुरू होते. 'वेदनेच्या वाटेवरून' ह्या पुस्तकातल्या अनेक स्त्रिया केवळ मुली झाल्या म्हणून घरातून हाकलून दिल्या आहेत. 'लेकीचं प्याव घालायचं न्हाय आमच्या हितं' (पृ. २५) असं मालू नावाच्या स्त्रीला सांगण्यात आलं आहे. मुलगा झाल्यामुळे होणारा आनंद आणि मुलगी झाल्यामुळे होणारा शोक, ह्यावर विदारक प्रकाश टाकणाऱ्या अनेक कथा ह्या सदरातून वाचायला मिळतात. जणू मुलगी जन्माला घालणे हा गुन्हाच मानला गेला आहे.

केवळ मुलीच होतात म्हणून स्त्रियांना कायमचे घरातून हाकलून दिल्याचे दिसते. मुलगा होण्यासाठी दुसरे लग्न करून, आणखी एक स्त्री घरात आणताना दिसून येते. अनेकवेळा घरात पहिली बायको, तिची मुले असतानाही पुरुष आपल्या हौसेखातर दुसऱ्या स्त्रीला घरात आणताना दिसतो. दुसरे लग्न आणि दुसरी स्त्री ह्यामुळे आयुष्याची वाताहत होणाऱ्या अनेक स्त्रिया आहेत. हुंडा न दिल्यामुळेही विवाहित स्त्रीचा छळ केला जातो. अशा प्रसंगी स्त्रीवर अन्याय केला जातो. 'परवडत असेल तर घरात रहा नाही तर चालू पडा' (पृ. ३०६) अशा प्रकारे विमलाबाईला सांगितले जाते. 'म्या माझ्या लेकाचं दुसरंच लगीन करतो. तुझी तू सोय कर' (पृ. २५८) अशा प्रकारे सासू आपल्या सुनेला धमकावताना दिसते. सासू, सवत, हुंडा आणि मुलगी होणं ह्या दुष्ट चक्रात स्त्री भरडली जाताना दिसते.

स्त्रियांची अनेकवेळा जी हिंसा केली जाते, ती तिच्या चारित्र्यामुळे किंवा सौंदर्यामुळे. स्त्रीचे चारित्र्य आणि सौंदर्य हे तिच्या देहाशी निगडित आहे. अगदी व्यसनी आणि व्यभिचारी नवरादेखील आपल्या स्त्रीच्या चारित्र्याचा संशय घेत असतो. इतकेच नव्हे तर बाहेरख्याली पुरुषही आपल्या रखेलीच्या आयुष्याशी क्रूरपणे खेळत

असतो,'आता तुझी सोय तू कर. ह्या गावात तू राहू नकोस. तुझ्या नादानं माझी अब्रू गेली. तू हितनं कुठेही जा' (पृ. ५७) अशा प्रकारे पुरुष आपल्या रखेलीला बोलताना दिसतो, तर 'जातीत आमचं नाक कापू नगंस' (पृ. १८८) अशा प्रकारे बाप आपल्या मुलीला बजावताना दिसतो. चारित्र्य, पातिव्रत्य, शील आणि सौभाग्य अशा उदात्त कल्पनेच्या नावाखाली स्त्रियांचे शोषण केले जाते. स्त्रीचे चारित्र्य आणि पातिव्रत्य म्हणजे तिच्या शोषणाच्या उभारलेल्या गुढ्या आणि तोरणेच आहेत. असे चारित्र्य, शील, सौभाग्य आणि पातिव्रत्य पुरुषासाठी मात्र नसते. परक्या पुरुषाकडून सुंदर स्त्रियांवर बलात्कारासारखा अपराध घडतो, तर स्वत:च पुरुष सुंदर स्त्रीचा सतत संशय घेऊन तिचा छळ करत असतो. स्त्रीचे सौंदर्य हे अनेक वेळा अन्यायाला आमंत्रण देणारे ठरते. स्त्रीच्या दु:खाचे मूळ हे तिचे स्वत:चे शरीर आहे. अशी ही पुरुषप्रधान व्यवस्था आहे. पुरुषाकडून नाकारली गेलेली स्त्री आयुष्यातून उठते. तिला एकाकी जगणं अवघड होतं. म्हणूनच सावित्री म्हणते,'नवऱ्याबिगर एकट्या बायला जगणं आवघाड हाय'(पृ. ३३) नवऱ्याने सोडून दिलेल्या स्त्रियांचा भोग घेण्यासाठी अनेक गिधाडे टपलेली असतात. अशाही परिस्थितीत स्त्रिया मोडून न पडता धीराने जगताना दितात. सुधा म्हणते,'मी शाळेतल्या मुलांच्या शिकवण्या घेते. स्वत: कमवते. मीही आता स्वाभिमानाने जगते. नवऱ्याला मी केव्हाच विसरून गेले. आता मी खऱ्या अर्थाने स्वतंत्र झालेय.'(पृ. २७०) ज्या स्त्रिया शिकल्या आहेत, त्या स्वत:च्या पायावर उभं राहाण्याचा प्रयत्न करताना दिसतात. खडतर प्रसंगांना सामोरे जाताना दिसतात. ज्या स्त्रिया निरक्षर आणि निराधार आहेत, त्यांच्या आयुष्यात काळोखाचे पहाड उभे असलेले दिसतात. अशा स्त्रियाही न डगमगता परिस्थितीबरोबर दोन हात करताना दिसतात.

'वेदनेच्या वाटेवरून' ह्या पुस्तकातला प्रत्येक मृत्यू, हा एक भरलेले घर उद्ध्वस्त करताना दिसतो. दलित आणि शोषित स्त्रीचा नवरा मेला की तिला वाटेवर यावे लागते. पतीनिधनानंतर तिला विधवा म्हणून समाजात हीन लेखले जाते. तिला सासरचे नाकारतात, 'नवरा मेला असल्याने आता तू तुझ्या माहेरी जा.' अशी भाषा सासरकडून सुरू होते. एखादीने सासरी राहण्याचा मनोदय व्यक्त केल्यास, सासरा किंवा दीर तिच्याकडे वाईट नजरेने पाहू लागतात. पती मेलेली स्त्री गरोदर असेल किंवा तिला मुले असतील तर अशा स्त्रीवर दुर्धर प्रसंग ओढवतो. पती निधनाच्यावेळी गरोदर असलेल्या स्त्रीच्या चारित्र्यावर शिंतोंडे उडवले जातात. तिच्या मर्जीविरूद्ध तिचा गर्भपात केला जातो. विधवा स्त्री जशी सासरी अडचणीची होते तशी माहेरीही. त्यामुळे तिचे एखाद्या विधुर पुरुषाबरोबर दुसरे लग्न लावून दिले जाते. स्त्रीचे जीवन जन्मापासून मृत्यूपर्यंत हे पुरुषकेंद्री बनवण्यात आले आहे. नवऱ्याने आपल्याला सोडून देऊ नये म्हणून स्त्री अनेक तडजोडी स्वीकारते आणि निमूटपणे नवऱ्याबरोबर

राहण्याचा प्रयत्न करते.

घरातल्या कर्त्या पुरुषाच्या मृत्यूचा केवळ स्त्रीवरच परिणाम होतो असे नाही, तर घरातल्या मुलांच्या मनावरही त्याचा वाईट परिणाम हातो. 'वेदनेच्या वाटेवरून' ह्या पुस्तकातली अनेक मुलं आपल्या वडिलांच्या निधनामुळे वेडी झाल्याचे दिसतात. आत्महत्त्या करताना दिसतात. घरातल्या कर्त्या पुरुषाच्या निधनामुळे संपूर्ण संसारच उद्ध्वस्त होतो. ह्याचा सगळ्यात मोठा फटका स्त्रीला बसतो. पतीच्या निधनानंतर स्त्रीला जगण्यासाठी रस्त्यावर यावे लागते. म्हणूनच लक्षी म्हणते,'माझ्या कपाळाचं कातडं न्हाय घिऊन गेला त्यो' (पृ. ७) तर हौसाबाई म्हणते, 'मालक गेलं म्हणून पॉट जातंय व्हय' (पृ. ४) नवऱ्यामागे बायकोला घर चालवावे लागते. मुलांचा सांभाळ करावा लागतो. म्हणून गीताबाई म्हणते, 'घराच्या मोडक्या आड्याला आता म्याच उसं दिऊन उभी हाय.' (पृ. ११७) पतीच्या मृत्यूमुळे किंवा पतीने सोडल्यामुळे स्त्रीला जेव्हा स्वतंत्रपणे जगावे लागते तेव्हा तिला परिस्थितीशी खंबीरपणे सामना करावा लागतो. ह्या संघर्षामुळे तिच्या व्यक्तिमत्वाला झळाळी प्राप्त होते. तिचे घरकोंबडेपण संपून ती स्वत: व्यक्ती म्हणून उभी राहताना दिसते.

'वेदनेच्या वाटेवरून' ह्या पुस्तकातल्या स्त्रिया परिस्थितीपुढे गुडघे टेकताना दिसत नाहीत. त्या धैर्याने जगण्याचा विचार करताना दिसतात. ह्या स्त्रिया आपल्या चारित्र्याला जपताना दिसतात. आपल्या मुलांना आपल्या जिवापाड जपताना दिसतात. ह्या स्त्रियांचं शिक्षणावर प्रचंड प्रेम असल्याचं दिसून येतं. ह्या स्त्रिया स्वाभिमानी आणि आशावादी आहेत. चहूबाजूंनी संकट कोसळले असतानाही त्या डगमगत नाहीत. अत्यंत प्रतिकूल परिस्थितीत त्या जगण्याचा विचार करताना दिसतात. आपल्या हक्कासाठी त्या कोर्टात जाताना दिसतात. त्या कधीच पराभूत वृत्तीच्या दिसत नाहीत. असं ज्वलंत जगणं वाचून वाचकांची जगण्याविषयीची हिंमत वाढल्याशिवाय राहणार नाही. जन्मामुळे मिळणारा स्त्रीदेह, स्त्रीदेहामुळे माहेरी आणि सासरीही मिळणारे दुय्यमपण, पतीने टाकून दिल्यानंतर किंवा त्याच्या निधनानंतर परिस्थितीबरोबर करावा लागणारा संघर्ष ह्यामुळे स्त्रीच्या वयाबरोबर तिच्यावर होणाऱ्या अन्यायाचेही वय वाढताना दिसते. स्त्रियांसाठी अनेकवेळा त्यांचा 'जन्म' आणि 'विवाह' ह्या घटना मंगलमय ठरण्याऐवजी अभद्र ठरताना दिसतात.

म्हणूनच 'वेदनेच्या वाटेवरून' ह्या पुस्तकाला प्रस्तावना लिहिताना राम बापट ह्यांनी म्हटलं आहे,'निवांतपणा ओरबाडून आपल्याला आत्मपरीक्षण करायला भाग पाडणारे' हे लेखन आहे. (पृ. ८) स्वत: रामनाथ चव्हाण ह्यांनीही आपल्या मनोगतामध्ये आपल्या वाचकांच्या प्रतिक्रिया नोंदवताना म्हटलं आहे,'काहींना माझं लेखन मनाला भिडणारं, अस्वस्थ करणारं वास्तववादी वाटत होतं, तर काही वाचक लेख वाचून रविवारची सकाळ मन सुन्न करते असे लिहितात.' (पृ. २७) राम बापट किंवा

रामनाथ चव्हाण ह्यांनी जो अभिप्राय नोंदवलेला आहे, तो वाचकवर्गाचा आहे, ज्यांच्यापर्यंत शिक्षण पोहचलं आहे, अशा वर्गातील वाचकांच्या ह्या संमिश्र प्रतिक्रिया आहेत.

'वेदनेच्या वाटेवरून' हे पुस्तक वाचल्यानंतर एक गोष्ट ठळकपणे जाणवते, ती म्हणजे अजूनही शिक्षणाचा विस्तार, शेवटच्या घटकापर्यंत, परिणामकारकपणे झालेला नाही. ज्ञानाच्या विस्ताराबरोबरच स्वातंत्र्याचा विस्तार होत असतो. निरक्षर आणि निराधार स्त्रियांच्या आयुष्यातील अज्ञानाचा अंध:कार किती भयावह असतो ह्याचे उदाहरण म्हणून 'वेदनेच्या वाटेवरून' ह्या पुस्तकाकडे पाहावे लागेल. केवळ शिक्षणच नाही तर प्राथमिक आरोग्याच्या सोयीदेखील समाजातल्या सर्वहारा वर्गापर्यंत प्रभावीपणे पोहचल्याचे दिसत नाहीत. कुटुंब नियोजनाची साधने न वापरल्याने अनेक स्त्रिया गरोदर राहतात आणि अशा गरोदरपणामुळे त्यांच्या संपूर्ण जीवनाची वाताहत होते. आरोग्याच्या सोयी समाजातल्या शेवटच्या घटकापर्यंत प्रभावीपणे पोहचल्या तर समाजातली अंधश्रद्धा, दैव आणि देव अशा कल्पनांचा जनमानसावरील प्रभाव नष्ट होऊ शकतो. जन्म आणि मृत्यूला जाणतेपणी समजून घेण्याची प्रक्रिया म्हणजे आरोग्यसेवा ही होय. म्हणून स्त्री मुक्तीच्या वाटचालीत शिक्षण आणि आरोग्याच्या सोयी ह्यादेखील महत्त्वाच्या ठरतात. स्त्री शिकली पाहिजे आणि स्वाभिमानी असली पाहिजे ह्याची तीव्रतेने जाणीव करून देणारे हे पुस्तक आहे. 'वेदनेच्या वाटेवरून' ह्या पुस्तकातल्या स्त्रियांविषयी ह्याच पुस्तकातील ओळी मला अत्यंत बोलक्या वाटतात. 'बायांचा जलुम म्हंजी केराकस्पटावानीच हाय. भेटला आडुसातं चिटकून ऱ्हायाचं, न्हाय तं वारा इल तसं व्हल्पटत जायाचं.' (पृ. ३९) ह्या पुस्तकातल्या स्त्रियांच्या व्यथा वाचून वाचकांच्या मनात करूणा निर्माण होते. वाचक अस्वस्थ होऊन विचार करायला लागतो. मला वाटतं, हेच ह्या पुस्तकाचे मूल्य आहे.

वेदनेच्या वाटेवरून - रामनाथ चव्हाण देशमुख आणि कंपनी पब्लिशर्स प्रा. लि., पुणे. आवृत्ती पहिली - २००० पृष्ठे - २३७ किंमत २५० रुपये.

वाट तुडवताना

उत्तम कांबळे ह्यांनी 'ग्रंथ परिवार' ह्या मासिकाच्या 'माझे वाचन माझे जीवन' ह्या सदराकरिता लिहिलेल्या लेखांचा संग्रह 'वाट तुडवतांना' ह्या नावाने पुस्तकरूपात प्रकाशित झाला आहे. हे जरी सदर लेखन असले तरी ते शृंखलात्मक लेखांच्या माध्यमातून लिहिलेले लेखकाचे आत्मकथन आहे. ह्यापूर्वी अशा प्रकारचे लेखन अनेक दलित लेखकांनी केल्याचे दिसेल. प्र. ई. सोनकांबळे ह्यांचे 'आठवणींचे पक्षी' हे आत्मकथन लेखांच्या स्वरूपात अस्मितादर्शमधून क्रमश: प्रकाशित झालेले आहे. कुमुद पावडे ह्यांच्या आत्मकथनाचा बाजही असाच आहे. अनेक दलित लेखकांची आत्मचरित्रे पुस्तकरूपात प्रकाशित होण्यापूर्वी खंडश: किंवा क्रमश: विविध दैनिकांतून, नियतकालिकांमधून प्रकाशित झाल्याची आढळतील. उदाहरण म्हणून रुस्तुम अचलखांब ह्यांच्या 'गावकी आणि शरणकुमार लिंबाळे ह्यांच्या 'अक्करमाशी' ह्या आत्मकथनांचा उल्लेख करावा लागेल.

'अक्करमाशी' हे आत्मकथन पुस्तक रूपाने प्रकाशित होण्यापूर्वी अनेक भाषांमध्ये सदराच्या रूपात क्रमश: प्रकाशित झालेले

आहे. मराठीतून अनुबंध, गुलबर्गा आणि अस्मितादर्श, औरंगाबाद ह्या त्रैमासिकातून प्रकाशित झाले. कन्नडमधून सा. सुद्धीसांगाथी, बंगलोर, गुजराथीमधून सा. दिशा, अहमदाबाद आणि मल्याळममधून सा. मातृभूमी, कोझिकोडे ह्यामधून प्रकाशित झाले. हिंदीमधून संचेतना, नवी दिल्ली ह्या मासिकातून, तर पंजाबीमधून दै. नवा जमाना, जालंदर ह्या दैनिकातून क्रमश: प्रकाशित झाले. दलित लेखकांच्या आत्मचरित्रपर लेखनाला मोठी प्रसिद्धी आणि मोठा वाचकवर्ग लाभतो ह्याचे हे द्योतक आहे. उत्तम कांबळे ह्यांचे 'वाट तुडवताना' ह्यामधील लेखनही ह्याला अपवाद नाही.

उत्तम कांबळे हे एका विशिष्ट प्रकारच्या सदरासाठी लेखन करत होते. 'माझे वाचन माझे जीवन' असं ह्या सदराचं नाव होतं. ह्या सदराच्या नावातच ह्या सदरातील लेखनाचे स्वरूप स्पष्ट झाले आहे. त्यामुळे लेखकाला आपल्या आत्मकथनाच्या प्रत्येक लेखातील भाग ह्या ना त्या कारणाने ग्रंथाच्या दावणीला बांधावा लागला आहे. त्यामुळे आत्मकथनाच्या व्यक्त होण्याला आपोआप मर्यादा पडल्या आहेत. सदर सदराच्या स्वरूपामुळे लेखकाला आपल्या आयुष्यातील पुस्तककेंद्री आठवणींना अधिक उजाळा द्यावा लागला आहे. त्यामुळे आपोआपच लेखकाचे व्यक्तिमत्त्व हे ज्ञानपिपासू आणि ग्रंथप्रेमी अशा प्रकारचे झालेले दिसेल. एक ठराविक मुद्दा घेऊन तो मुद्दाच पुन:पुन्हा मांडत गेल्याने आत्मचरित्रातील अन्य अनुभवांना गौणत्व आले आहे. त्यामुळे संपूर्ण आत्मचरित्र हे ग्रंथाच्या खुंटीला टांगलेल्या सदऱ्याप्रमाणे भासते. इतर दलित आत्मकथनांमध्ये अस्पृश्यतेच्या अनुभवांना अधिक प्राधान्य दिल्याचे दिसते. त्यामानाने 'वाट तुडवतांना' ह्या पुस्तकामध्ये जातिभेदाचे दाहक अनुभव संख्येने कमी असल्याचे दिसतात.

वर्तमानपत्रासाठी लेखन करताना लेखकाला खूप भान ठेवावे लागते. उत्तम कांबळे म्हणतात, त्याप्रमाणे,'वृत्तपत्र वाचणारे शेकडो, हजारो लोक असतात. रोज आपण त्यांच्यापर्यंत पोहचत असतो. आपला वाचकवर्ग राखून ठेवायचा असेल तर सुमार लिहून चालत नाही. एकदा दोनदा वाचक पाहतो आणि तुमचा नाद सोडून देतो.' (पृ. १३७) वाचकाला बांधून ठेवणारं लेखन करणं आवश्यक असतं. आपल्या लेखनातलं सातत्य आणि नाविन्य जपण्यासाठी लेखकाला वाचन - चिंतन - लेखन करणं आवश्यक असतं. उत्तम कांबळे ह्यांनी ज्ञान आणि माहिती मिळवण्यासाठी विपुल प्रकारचे वाचन केल्याचे दिसते. कलावंत हा आपल्या व्यक्तिगत अभिव्यक्तीला सार्वजनिक हिताची आणि महत्त्वाची बाब म्हणून प्रस्तुत करत असतो. हाच विषय जेव्हा जनसामान्यांपर्यंत आणि हजारो माणसांपर्यंत पोहचणाऱ्या संवेदनाक्षम माध्यमांतून व्यक्त करावा लागतो, तेव्हा जीवनमूल्ये आणि कलामूल्ये ह्यांची बेमालूम सरमिसळ करावी लागते. तरच अशी अभिव्यक्ती एकाच वेळेला व्यक्तीच्या आणि समूहाच्या जिज्ञासेला पात्र ठरू शकते. ही पात्रता उत्तम कांबळे ह्यांच्या लेखनात दिसून येते.

उत्तम कांबळे ह्यांनी आपलं संपूर्ण आयुष्य अगदी झोकून आणि समरसून जगलं आहे आणि ते तसंच भरभरून आणि भारावून वाचकांपुढे मांडलं आहे. भावुकता आणि प्रांजळपणा हे उत्तम कांबळे ह्यांच्या लेखनाचे महत्त्वाचे वैशिष्ट्य आहे. त्यांचं संपूर्ण आत्मनिवेदन हे त्यांनी जगण्यासाठी केलेल्या खडतर प्रयत्नांचा आणि त्यातून साकार झालेल्या सुंदर स्वप्नांचा वृत्तांत आहे. पडेल ते काम करणं, कुठल्याच कामांना नकार न देणे, हे मला जमणार नाही अशी कल्पनाही मनाला स्पर्श न करू देणे आणि समोर आलेल्या विषयाला सरळसोट भिडणे ह्या मार्गाने हे आयुष्य घडत गेल्याचे दिसते. ह्या आत्मकथनाचे चार टप्प्यात विभाजन करता येईल. पहिला टप्पा हा लेखकाच्या प्राथमिक शिक्षणापर्यंतचा, जो त्यांच्या कुटुंबात आणि गावात व्यतीत झालेला आहे. दुसरा टप्पा हा हायस्कूल आणि महाविद्यालयीन जीवनाचा आहे. तिसरा टप्पा हा 'समाज'ह्या वृत्तपत्रातल्या लेखकाच्या उमेदवारीचा आणि चौथा टप्पा हा 'सकाळ' मधला चढत्या क्रमाने जबाबदारी पेलण्याचा. 'समाज' ह्या वृत्तपत्रात असताना लेखकाने जगण्याची केलेली धडपड आणि स्वत:ला घडवण्याची धरलेली प्रचंड जिद्द मला महत्त्वाची वाटते. ह्या टप्प्यावरचं लेखन अधिक भावताना जाणवतं. स्वत: लेखकही 'समाज' ह्या वृत्तपत्राविषयी लिहिताना म्हणतो,'समाज ही पत्रकार घडवण्याची जणू शाळाच होती' (पृ. १४५) अशा शाळेचे उत्तम कांबळे हे विद्यार्थी आहेत.

'वाट तुडवतांना' हे आत्मकथन स्वत:ला स्वत:च्या आयुष्याच्या शाळेत पत्रकार म्हणून घडवणाऱ्या संपादकाचं आत्मचरित्र आहे. गावकी, हमाली, मजूर, कंपौंडर, बाईंडर, वृत्तपत्र विक्रेता, प्रुफ रीडर, सेल्समन, बातमीदार, उपसंपादक,वृत्तसंपादक कार्यकारी संपादक आणि संपादक अशा प्रकारची कामं मेहनतीने केल्यामुळे लेखकाचे व्यक्तिमत्त्व तावून सुलाखून निघालेले आहे. काळ्याकभिन्न पाषाणातून सुंदर शिल्प घडवताना त्या पाषाणाचा जो कायापालट होत असतो, तसा एका उपेक्षित जीवनाचा अत्यंत दिमाखदार कायापालट होताना दिसतो. कायापालट होताना निरनिराळ्या टप्प्यांवर लेखकाने जी कात टाकली आहे आणि वाचन, चिंतन, लेखनाच्या वाटेने जे पुढचं पाऊल उचललं आहे, ते वाचकाला मोहवणारं आहे. 'कोणत्याही क्षेत्रात मी अडाणी राहू नये यासाठी परिस्थितीच माझ्या प्रशिक्षणाची काळजी घेत आहे असा विचार करून प्रत्येक कामाला सामोरे जात होतो.' (पृ. १०८) ह्यातून लेखकाचा जीवनविषयक दृढ दृष्टिकोन स्पष्ट होताना दिसतो.

उत्तम कांबळे ह्यांचे आयुष्य खडतर जरी असले तरी ते मनस्वी आहे. लेखक परिस्थितीमुळे जसा घडताना दिसतो, तसे त्याच्या स्वभावानेही त्याला घडवल्याचे स्पष्ट दिसते. लेखकाचा स्वभाव म्हणजे त्याच्या बिकट आयुष्यातून खळाळत वाहणारा प्रवाहच आहे. पुस्तक विकत घेण्यासाठी मेलेलं जनावर ओढणे, दारिद्र्य हटवण्यासाठी

शनी माहात्म्य वाचणे, गुप्तधन मिळवण्यासाठी सरडे मारून जमिनीत पुरणे, वर्गातल्या मुलींवर चिडून फुटाणे फेकणे, ट्युटोरियलमध्ये ट्युटोरियल तपासणाऱ्या प्राध्यापकावरच कविता लिहिणे, स्मगलरलकडून चोरीची सूटकेस विकत घेणे, चोरून चित्रपट पाहाणे, मित्रांबरोबर पान खाणे, तंबाखू खाणे, जुगार खेळणे, कैऱ्या चोरणे, देवाला सोडलेला कोंबडा चोरून कापणे, दादा कोंडकेच्या शूटींगमध्ये चोरून भाग घेणे, पत्रकार परिषदेत जेवणावर तुटून पडणे, नोकरी मिळवण्यासाठी घरातील शेळी विकून पाचशे रुपयांची लाच देणे, मुंबईत गेल्यानंतर हॉटेल ताजमध्ये चहा पिण्यासाठी जाणे, गलगली मॅडमची साडी परवानगी न घेता वापरून खराब करणे, घरातले देव नदीत नेऊन टाकणे, एल. एल. बी. आणि एम. ए. च्या परीक्षा न देणे, नोकरीच्या शोधात भटकणे, स्वप्नं पाहण्याची सवय लावून घेणे ह्या आणि अशा अनेक प्रसंगांमधून लेखकाचा स्वभाव उलगडत जाताना दिसतो. एकीकडे लेखकाच्या आयुष्यात खोड्या, खट्याळपणा व छंदीफंदीवृत्ती दिसून येते, तर दुसरीकडे प्रामाणिकपणा, परिश्रम करण्याची जिद्द आणि मूल्यांवरील निष्ठा दिसून येते. त्यामुळे ह्या आत्मकथनाला एका घुसळणीचे स्वरूप प्राप्त झाले आहे. अभावग्रस्त जगण्यातला हा बिनधास्तपणा विलक्षण आहे.

लेखक पान खाऊन पिचकारी मारतो आणि ती शाळकरी मुलीच्या अंगावर पडते. लेखकाला खूप वाईट वाटते. (पृ. ७७) लेखक आपलं नाव छापून यावे म्हणून संपादकाला त्याच्या अग्रलेखाची स्तुती करणारे पत्र पाठवतो. असे पत्र प्रकाशित झाल्यानंतर लेखकाला वाईट वाटते. प्रसिद्धीसाठी अशा प्रकारचं लेखन करू नये अशी त्याची भूमिका होते. (पृ. ८८) लेखक एका दिवाळी अंकासाठी वेश्याव्यवसायाविषयी लेखन करतो. वाचक तक्रारीची पत्रे पाठवतात, तेव्हा लेखकाला वाटतं की पैशासाठी अश्लील लेखन करू नये. (पृ. १२०) लेखक काव्याक्षता लिहितो. त्याचाही त्याला पश्चात्ताप होतो. केवळ पैशासाठी खोटं, अतिशयोक्ती आणि भाटगिरी केल्यासारखं लिहिणं बरोबर नाही हे लेखकाला पटतं. (पृ. १८७) अशा प्रकारच्या स्वानुभवातून लेखकाचा पिंड घडताना दिसतो. एक मात्र खरे, विचार न करता कृती करणे आणि नंतर मात्र गंभीर विचार करणे असा हा प्रकार आहे. विषप्राशन केलेल्या मुलाच्या मृत्यूची बातमी छापण्याचा प्रसंग असो किंवा 'जय सावित्रीबाई फुले प्रसन्न' असे पत्र पाठवणाऱ्या मुलीची बातमी छापणे हा प्रसंग असो, ह्यामध्ये एक संगती दिसून येते. 'कधी कधी माझ्यावर भावना मात करते आणि भलतंच घडतं.' (पृ. १८८) लेखकाच्या ह्या विधानाचा प्रत्यय ह्या पुस्तकात अनेक वेळा आलेला आहे. भावनाप्रधान माणसाचं हे वाट तुडवणं आहे. त्यामुळे त्याला अनेक वेळा रक्तबंबाळ पावलानं चालावं लागलं आहे. उत्तम कांबळे हे पत्रकार आहेत. ते म्हणतात,'पत्रकाराचे शब्द जेव्हा समाज हलवतात, समाजातील माणुसकी जागी करतात, तेव्हा होणारा आनंद शब्दात व्यक्त

करता येण्यासारखा नसतो.' (पृ. १५७) अशी प्रगल्भ जाणीव घेऊन लेखक लिहिताना आणि जगताना दिसतो.

उत्तम कांबळे हे ग्रंथवेडे आहेत. त्यांनी ग्रंथासाठी शेण वेचलं आहे आणि आपला पगार खर्चला आहे. अनेक चांगल्या लेखकांचे आणि त्यांच्या ग्रंथांचे उल्लेख 'वाट तुडवतांना' ह्या पुस्तकाच्या पानोपानी दिसून येतील. समाजातल्या अत्यंत खालच्या स्तरातील माणसापासून ते व्हीआयपी माणसांच्या भेटीगाठीपर्यंतचे अनेक दाखले ह्या पुस्तकात दिलेले आहेत. जणू पुस्तकांचे आणि माणसांचे प्रदर्शन भरवल्याचे भासत राहाते.

लेखकाच्या स्पर्शाने आपल्या पिण्याच्या पाण्याची घागर विटाळली म्हणून तक्रार करणारी आणि परीक्षेत कॉपी करताना लेखकाचा स्पर्श झाला तरी तक्रार न करणारी सवर्ण विद्यार्थिनी, घागर विटाळली म्हणून बेदम मारणारे गुरुजी, 'एक नंबराने पास हो' म्हणून आशीर्वाद देणारे घोडके सर, मुलींवर फुटाणे फेकले म्हणून लेखकाला बदडून काढणारे मुंगारे सर, चोरून चित्रपट पाहिला म्हणून पंचवीस घागरी पाणी भरण्याची शिक्षा देणारे जी. एच. सर, ट्युटोरियलमध्ये कविता लिहिली तर गुण मिळत नाहीत म्हणून सांगणारे प्रा.भिंगारदिवे, जुगार खेळू नको असं सांगणारा अट्टल जुगारी, 'तुळशीशी लग्न लावू नको. वाया जाशील' असं सांगणारे तायप्पा तात्या, 'खूप शीक, आम्ही तुला मदत करू' म्हणणारे बंडा चौगुले, भोजन करताना ताट कोठे ठेवायचे, तांब्या कोठे ठेवायचा आणि भाकरी कशी मोडायची ही शिकवण देणारी ब्राह्मण बापूची विधवा आई, आपल्या दवाखान्यात कंपौंडरचे काम देणारे डॉ. शहापूरकर, बाईंडिंगचे काम देणारे तावटे, दारुच्या नशेत इंग्रजी पुस्तक वाचून घेणारे लेखकाचे वडील अण्णा, लेखकाने नदीत फेकलेले देव पुन्हा घरात आणून पूजा करणारी आणि आपल्या मुलाला मधुमेह झाल्याचे कळाल्यावर देवाला शिव्या देणारी लेखकाची आई आक्का, 'पँथर' म्हणून लेखकाची उमेद वाढवणारे बापूसाहेब कापसे, लेखकाला मोफत चपला देणारी जुळी भावंडं लवकुश, आपल्यावरील लेख वाचून लेखकाला सफारीचे कापड भेट देणारे अनंत माने, 'शाहू महाराज असते तर आज तुझी हत्तीवरून मिरवणूक काढली असती' असे गौरवोद्गार काढणारे कोल्हापूरचे शहाजी महाराज आणि लेखकाला घडवणारे विजय कुवळेकर अशा असंख्य व्यक्तींनी लेखकाचं जीवन घडवलं आहे. म्हणून लेखक म्हणतो, 'वयोवृद्ध आणि अनुभवी माणसांबरोबर तास दोन तास गप्पा मारणं म्हणजे चार दोन पुस्तके वाचण्यासारखंच आहे.'(पृ. १५३) माणूस, परिस्थिती आणि पुस्तक ह्यांच्याकडून जीवनाचे धडे घेणारा हा लेखक आहे. कांबळेंच्या लेखनात जागरूक पत्रकार, संवेदनशील मन असलेला कवी आणि परिवर्तनासाठी झगडणारा कार्यकर्ता ह्याचा त्रिवेणी संगम झालेला दिसून येतो. अनेक व्यक्तिरेखांनी हे पुस्तक गजबजलेले दिसते. लेखकाचे

भावुक मन आणि प्रखर बुद्धी ह्यातून हे लेखन साकारलेले आहे. उत्तम कांबळे ह्यांचं लेखन जरी वर्तमानपत्री असलं, तरी त्याला सामाजिक आशय आणि वाङ्मयीन मूल्याची जोड लाभली आहे. ओघवत्या भाषेत प्रत्ययकारी वर्णन करणं हे उत्तम कांबळेंच्या लेखनाचे वैशिष्ट्य आहे.

उत्तम कांबळेंच्या आयुष्यातील जिकिरीचे प्रसंग म्हणजे जगण्याचे प्रयोग आहेत. महात्मा गांधीजींच्या 'सत्याचे प्रयोग' सारखेच हे प्रयोग आहेत. लेखकाच्या बुध्दिमत्तेमुळे त्याचे सर्वत्र कौतुक होताना दिसते. 'माझी घागर विटाळली' म्हणणारी मुलगी देखील लेखकाच्या बुध्दिमत्तेपुढे शरण येताना दिसते. लेखकाला आपल्या परिस्थितीचं सतत भान आहे. लेखक आपली आर्थिक परिस्थिती जाणून आईकडे पुस्तक विकत घेण्यासाठी जसे पैसे मागत नाही, तसे 'समाज' ह्या वृत्तपत्राची आर्थिक जुजबीची परिस्थिती पाहून पगारवाढही मागत नाही. सामान्य माणसाची बाजू घेण्यासाठी माहिती अधिकाऱ्याची नोकरी नाकारणारा लेखक पुढे संपादक झाल्यानंतर मात्र आपल्या पत्नीला नोकरी करण्यास सांगताना दिसतो. हे भानदेखील परिस्थितीच्या वाचनातून आलेले आहे. परिस्थिती, पुस्तक आणि माणूस वाचणाऱ्या लेखकाने आपल्या आयुष्याची वाट अत्यंत धैर्याने तुडवली आहे. वाचकांनाही वाट तुडवण्यासाठी बळ देणारं हे पुस्तक आहे.

वाट तुडवतांना - उत्तम कांबळे. शांभवी प्रिंटर्स अँड पब्लिशर्स, औरंगाबाद, पहिली आवृत्ती - मे २००३ पृष्ठे - १९२ मूल्य - १८० रुपये

साहित्याचे निकष
आणि बदलते संदर्भ

मौखिक परंपरेपासून ते आजच्या आधुनिक इलेक्ट्रॉनिक माध्यमांपर्यंत साहित्याचा प्रवाह विकसित झालेला दिसून येतो. आदिमानव असो किंवा आधुनिक मानव असो, तो वेगवेगळ्या प्रकारे व्यक्त झालेला दिसून येईल. व्यक्त होणे ही माणसाची मूलभूत गरज आहे. मुळात माणसाच्या जिवंतपणाचं हे महत्त्वाचं लक्षण आहे. माणसाच्या व्यक्त होण्याच्या गरजेतूनच साहित्य, संस्कृती आणि परंपरांचा विकास झाल्याचे दिसून येईल. माणूस कधी एकटा, तर कधी समूहाने व्यक्त होत असतो. माणसाच्या व्यक्त होण्यातूनच समाज गतिमान होतो, संस्कृतीचे संवर्धन होते, चळवळींचा उदय होतो, इतिहासाला चेहरा मिळतो, साहित्यात स्थित्यंतरे घडून येतात, राजकीय सत्ता पालटतात आणि भविष्याचे अस्तित्व स्पष्ट होऊ लागते. माणसाच्या व्यक्त होण्याला इतके व्यापक संदर्भ आहेत, म्हणून भारतीय संविधानाने अभिव्यक्ती स्वातंत्र्याला मूलभूत अधिकारांचा दर्जा दिलेला आहे.

माणूस आपल्या अभिव्यक्तीचे मनापासून जतन करत असतो. जमीन-जुमल्याप्रमाणेच अभिव्यक्ती ही देखील माणसाची दौलत

असते. जेव्हा अभिव्यक्ती एका ठराविक वर्गाची मालकी बनते, तेव्हा तिच्या सूर, स्वरूप आणि प्रयोजनात एकसूत्रीपणा, शिस्त, सराव आणि परंपरा ह्यांना महत्त्व लाभते. अभिव्यक्तीची मालकी असलेला समाज आपली अभिव्यक्ती इतरांवर लादत असतो. आपली अभिव्यक्ती आपल्या हितासाठी वापरत असतो. आपल्या अभिव्यक्तीमधील आपले हित शोषितांना कळू नये म्हणून, तो आपल्या अभिव्यक्तीला दैवी अधिष्ठान देण्याचा प्रयत्न करत असतो. अशा अभिव्यक्तीचे स्वरूप साचेबंद बनते. लोकशाही अंगीकारलेल्या आणि ज्ञानावर आधारलेल्या समाजात अभिव्यक्तीचा स्वर हा समता, स्वातंत्र्य आणि बंधुतेसाठी व्यक्त होत असतो. त्यामुळेच स्वातंत्र्योत्तर काळातील अभिव्यक्तीला जनप्रवाहांचे स्वरूप लाभलेले दिसून येईल. दलित, ग्रामीण, आदिवासी, स्त्री, कामगार अशा वर्गाच्या अभिव्यक्तीच्या गरजेतून साहित्याचे सृजन झालेले दिसेल. अशा अभिव्यक्तीचा सूर हा 'समूह' स्वरूपाचा आणि प्रतिनिधिक प्रकारचा असतो. तो 'मी' च्या ऐवजी'आम्ही' च्या रूपात व्यक्त होत असतो. हा सूर प्रस्थापित अभिव्यक्तीच्या विरोधात प्रकट होत असतो.

आधुनिक समाज, साहित्य आणि संस्कृतीचे स्वरूप आणि प्रयोजन वेगाने बदलताना दिसतील. आधुनिक ज्ञान, विज्ञान, जीवनाच्या प्रत्येक क्षेत्रात झालेला लोकशाही मूल्यांचा शिरकाव, जग जवळ येण्याच्या जाणिवेतून आलेला उदारमतवाद, अन्न, अभिरूची, पोशाख आणि फॅशन ह्यामध्ये होत असलेला रुचिपालट, माहिती तंत्रज्ञानामुळे मानवी ज्ञानाच्या विस्तारलेल्या कक्षा, व्यापार-उद्योग, पर्यटन, देवाण घेवाण आणि संचार माध्यमांमुळे निर्माण झालेली नवी आधुनिक जाणीव, जागतिकीकरणाच्या रेट्यातून उदयाला येणारे वैश्विक भान, चित्रपट, संगीत, क्रीडा, साहित्य आणि देशी विदेशी चॅनलमुळे निर्माण होणारी नवी मानसिकता, लोकसंख्या आणि शहरीकरणामुळे शिथिल होणारी जुनी बंधने, समता, स्वातंत्र्य आणि बंधुता ह्या मूल्यांच्या प्रसारामुळे माणसांमध्ये निर्माण झालेल्या हक्क अधिकाराच्या जाणिवा, सामाजिक चळवळी, परिवर्तन आणि आधुनिक कायद्यांमुळे शोषितांच्या मानसिकतेमध्ये होणारे बदल, कुपोषण ते छंदीफंदी जगण्यातील गंभीर विषमता, हिंसा, गुन्हेगारी, भ्रष्टाचार, अतिरेकी कारवाया आणि महागाई ह्यामुळे जर्जर झालेली समाजव्यवस्था, सेक्सचा बेसुमार भडिमार, वैश्विकीकरणाच्या झपाट्यात घडून येणारे अपरिहार्य बदल आणि दुर्लक्षित राहिलेली ग्रामव्यवस्था, मूलतत्त्ववादी संघटनांची आक्रमकता आणि दंगलीं ह्याच्या एकत्रित परिणामामुळे आजचे समग्र मानवी जीवन ढवळून निघत आहे. प्राचीन समाज, साहित्य आणि संस्कृती ह्यापेक्षा आधुनिक समाज, साहित्य आणि संस्कृती ह्याचे स्वरूप वेगळे असल्याचे दिसेल. समाज बदलाचा वेगही वाढलेला दिसेल.

स्वातंत्र्योत्तर काळात फुले-आंबेडकरांच्या विचारामुळे मराठी साहित्य-विश्वात

दलितांच्या अभिव्यक्तीमुळे वादळ उठल्याचे दिसेल. हजारो वर्षांपासून दलितांच्या अभिव्यक्तीला दडपलेले होते. दलितांना ज्ञानार्जनाचा आणि व्यक्त होण्याचा अधिकारच नव्हता. दलित समाज मूकपणे आणि निमूटपणे जगत होता. दलितांकडे शोषणाचे साधन म्हणूनही पाहिले जात होते. दलितांना आपल्या शोषणाची जाणीव होऊ नये म्हणून प्रारब्धवाद सांगितला जात होता. फुले-आंबेडकरांनी दलितांना गुलामीची जाणीव करून दिली. त्यामुळे दलितांना गुलामीविरूद्ध व्यक्त होण्याची प्रेरणा मिळाली.

दलितांचं व्यक्त होणं ही सामाजिक प्रक्रिया होती. विषम समाजव्यवस्थेविरूद्धचा तळतळाट, असंतोष आणि त्याविरूद्धचा प्रतिकार अशा भावनांच्या सरमिसळीतून दलितांची अभिव्यक्ती प्रकट होताना दिसून येते. शोषक आणि शोषित ह्यांचे हितसंबंध एकमेकांविरूध्द असतात. कला ही त्यांच्या हित संबंधांचा आविष्कार असल्याने त्यात हा तणाव व्यक्त झालेला असतो. अशा कारणांमुळेच दलित साहित्याने 'समाजात दरी निर्माण होईल, सामाजिक तेढ वाढेल' अशा प्रतिक्रिया व्यक्त झालेल्या आढळतात.

दलित साहित्याची कलावादी मीमांसा करण्याचा आग्रह धरणारे, दलित साहित्यात व्यक्त झालेल्या विचारांकडे जाणीवपूर्वक दुर्लक्ष करण्याचा प्रयत्न करत असतात. दलितांची अभिव्यक्ती ही पारंपारिक अभिव्यक्तीपेक्षा अनेकार्थांनी वेगळी असते. ह्या वेगळेपणाच्या कारणांमध्येच ह्या साहित्याच्या मूल्यमापनासाठी वेगळ्या निकषांची आवश्यकता असल्याचे ध्वनित होते. दलित साहित्याचे वेगळेपण आणि ह्या साहित्याचे वेगळे निकष ह्यांचा मागोवा घेण्याच्या उद्देशाने दलित साहित्यातील काही निवडक कलाकृतींचा अभ्यास केलेला आहे. हा अभ्यास दलित साहित्याच्या निराळेपणाची चर्चा करणारा आहे. दलित लेखकांनी आपल्या लेखनासाठी रूढ वाङ्मयप्रकारांचा वापर केलेला असला, तरी त्यांची अभिव्यक्ती विलक्षण वेगळी असल्याचे दिसून आले आहे. त्याची कारणं पुढीलप्रमाणे असल्याची आढळतील.

अ) दलित लेखकाची जन्मसिद्ध जात

आ) जन्मजातीमुळे दलित लेखकाचा वेगळा ठरलेला अनुभव

इ) आंबेडकरी विचारांची प्रेरणा

ई) दलित लेखकांची बांधीलकी

उ) दलित लेखकाची जातिअंताची विद्रोही भूमिका

ऊ) जातीचे जीवन आणि बोली

ए) वरील कारणांचा दलित लेखकाच्या अभिव्यक्तीवर झालेला परिणाम

ऐ) दलित साहित्याचे सामाजिक योगदान

दलित साहित्याचे मूल्यमापन करताना वरील कारणांचा विचार करावा लागतो. पण कलावादी मीमांसा ह्या कारणांना महत्त्व देताना दिसत नाही. त्यामुळेच दलित साहित्याचे योग्य मूल्यमापन केले जात नाही अशी दलित लेखकांकडून तक्रार होताना

दिसेल. 'दलित साहित्याचे सौंदर्यशास्त्र' ह्या ग्रंथामध्ये मी ह्याचा ऊहापोह केलेला आहे. स्वातंत्र्योत्तर काळात अनेक सामाजिक स्तरांतून नवीन लेखक जसे उदयाला आले, तसा अनेक स्तरांतून फार मोठा वाचकवर्गही निर्माण झाला. नव्याने निर्माण झालेल्या वाचकवर्गाची सांस्कृतिक गरज वेगळी होती. त्यामुळे वाङ्मयीन वर्तुळात एक पोकळी निर्माण झाली. ह्या पोकळीमुळे वारे वेगाने वाहावेत आणि वादळे निर्माण व्हावीत, त्याप्रमाणे नव्या वाङ्मयीन जाणिवांचा उदय होऊ लागला. ह्यामध्ये दलित जाणीव ही खूपच वादग्रस्त ठरल्याचे दिसून येईल. पवित्र धर्मग्रंथांची होळी करणे, मंदिर प्रवेशाची चळवळ उभारणे, जबरदस्तीने सवर्णांच्या पाणवठ्यावर प्रवेश करणे, ईश्वराच्या अस्तित्वाला आणि पावित्र्याला नाकारणे, धर्माचा धिक्कार करून धर्मत्याग करणे अशा प्रकारांच्या दलितांच्या हरकतींमुळे इथल्या सनातन व्यवस्थेचे कंबरडे मोडले. प्रस्थापित व्यवस्थेनं लादलेली हीन दर्जाची कामे दलितांनी नाकारणे सुरू केल्यामुळे, प्रस्थापित व्यवस्थेच्या चिरेबंदी अस्तित्वाला तडे जाऊ लागले. राखीव जागा आणि निवडणुकांमुळे इथला दलितवर्ग अधिकारांच्या आणि सत्तेच्या स्थानांवर आरूढ झाला. त्यामुळे दलितांवर हजारो वर्षांपासून लादलेला एकतर्फी कर्फ्यू ढिला होऊ लागला. गावकुसाबाहेर हालचाल सुरू झाली. तळागाळात स्फोट होऊ लागले. एक प्रचंड जनसमुदाय जागा झाल्यामुळे इथल्या विषम व्यवस्थेचा इमला हादरू लागला. समाजामध्ये असंतोष माजला. सामाजिक तेढ निर्माण झाली. दलितांवर अन्याय अत्त्याचार वाढले. दलितांचा आवाज दडपून टाकण्याच्या दमनकारी दहशती सुरू झाल्या. दलितांच्या झोपड्या जाळणे, दलितांची सामूहिक हत्त्या करणे, सामुदायिक बलात्कार करणे, सामाजिक बहिष्कार टाकणे अशा घटना घडू लागल्या. दलितांनी सवर्णांच्या अन्यायापुढे गुडघे न टेकता, संघटितपणे संघर्षाला सुरुवात केली. ह्या संघर्षातील एक महत्त्वाचे सांस्कृतिक हत्त्यार म्हणून दलित साहित्याकडे पाहिले पाहिजे.

अभिजनांनी अभिजनांसाठी लिहिलेल्या साहित्यावरच बहुजनांच्या कैक पिढ्या पोसल्या गेल्या. ह्या साहित्यामध्ये दलितांचे वास्तव चित्रण झालेले नव्हते. वरिष्ठ वर्गातील लेखकांनी लिहिलेल्या साहित्यामध्ये कनिष्ठ वर्गाच्या हिताचे असे काहीच नव्हते. म्हणून निर्मलकुमार फडकुले म्हणतात,'मराठी साहित्यात व्यक्त झालेले जीवनानुभव केवळ एकाच वर्गाचे आहेत. साहित्याला जीवनाचे दर्पण म्हणून संबोधण्यात किती अतिशयोक्ती आहे ह्याची जाणीव ह्या प्रसंगी होते.[१] दलितांना साहित्यामध्ये आपले प्रतिबिंब आणि आपले प्रश्न हवे होते. इतकेच नव्हे तर सामाजिक परिवर्तनासाठी साहित्याची गरज भासत होती. ह्यासाठी आपणच लिहिले पाहिजे ह्या उद्देशाने दलित लेखकांनी लेखन केल्याचे दिसून येते.[२] त्यामुळेच दलित साहित्यामध्ये समाजरचनेला व प्रस्थापित मूल्यांना आव्हान देणारे एक बंडखोर मन' व्यक्त झाल्याचे दिसेल.[३] ह्या संदर्भात भालचंद्र फडके ह्यांचे मत जाणून घेणे उचित ठरेल. ते म्हणतात,'दलित

साहित्य सांस्कृतिक वारसाच नाकारते आहे. आणि त्याच वेळी ईश्वर, आत्मा, कर्मविपाक, कर्मकांड नाकारत आहे. आणि हिंदू धर्माने अस्पृश्यतेसारख्या अन्यायकारक लादलेल्या रूढीही नाकारत आहे [४] ह्या सगळ्या कारणांचा एकत्रित विचार केल्यास ह्या साहित्याला 'दलित' असे विशेषण का धारण करावे लागले ह्याचा बोध होईल. त्यामुळेच सर्वार्थांनी वेगळे असलेल्या साहित्याच्या मूल्यमापनासाठी रूढ निकष कसे वापरता येतील हा कळीचा प्रश्न ठरतो.

दलितांनी हिंदू धर्म नाकारण्यामागे जी मानसिकता आहे, दलितांनी आपल्यावर लादलली हीन कामे नाकारण्यामागे जी मानसिकता आहे, तीच मानसिकता रूढ निकष नाकारण्यामागे आहे. जेव्हा दलित नकाराची भूमिका घेऊ लागतात, तेव्हा प्रस्थापितांचा अहंकार दुखावू लागतो. अशावेळी प्रस्थापितांकडून स्वसमर्थनाची भाषा ऐकायला मिळते. ह्या संदर्भात राजेंद्र यादव म्हणतात,'दलित साहित्य वह नही है जो दलित लिख रहे हैं, बल्की वह है जो हम बता रहे हैं, क्योकि दलितों के पास न विश्लेषण का शास्त्र है, न पद्धती, न गंभीर विवेचन की भाषा, न कला और सौंदर्य की बारीक पकड और समझ. यानी उत्कृष्टता, दक्षता की सारी कसौटियां मानक और मॉडेल सिर्फ हमारे पास है. वे अपरिवर्तनीय, असंशोधनीय और शाश्वत हैं क्यों कि उन के पीछे शास्त्र और सिद्धांत है।[५] अशा प्रकारच्या दर्पोक्तीचा राजेंद्र यादव ह्यांनी उपहास केलेला आहे. प्रस्थापितांच्या वादविवादाचा सूर हा इतिहासाचा दाखला देणारा असतो. ही मूल्ये शाश्वत आहेत, सर्वसामान्य आहेत, हजारो वर्षे रूढ आहेत, ही परंपरा आहे ही काही सबळ कारणे होऊ शकत नाहीत. अनिष्ट प्रथा हजारो वर्षे टिकून असतात, म्हणून त्यांचे पालन झाले पाहिजे असे म्हणता येणार नाही. हजारो वर्षे हे निकष रूढ होते. कारण ह्या निकषांना दलितांनी आक्षेप घेतलेला नव्हता. मुळातच दलितांनी आक्षेप घेण्याचा इतिहास फुले आंबेडकरांपासून सुरू होतो. त्यामुळे हजारो वर्षांना तसा काही अर्थ उरत नाही. 'सर्वमान्य' ह्याचा अर्थ 'सवर्ण मान्य' असाच होतो. जी व्यवस्था अस्पृश्यांचा स्पर्श, सावली आणि वाणी अपवित्र मानते, ती व्यवस्था दलितांनी नाकारू नये हा कुठला युक्तिवाद आहे? राजेंद्र यादवांप्रमाणेच आनंद यादवही रूढ निकषांचा फोलपणा स्पष्ट करताना दिसतात.[६]

दलित साहित्याची भाषा वेगळी आहे, त्यातील वास्तव वेगळे आहे, ह्या साहित्याने उपस्थित केलेले प्रश्न वेगळे आहेत, ह्या साहित्याचा नायक वेगळा आहे असे नाही, तर ह्या साहित्यामध्ये व्यक्त झालेली जातिअंताची भूमिका आणि दलित लेखकाची बांधीलकीची भावना महत्त्वाची आहे. दलित लेखक आपल्या साहित्याकडे साध्य म्हणून नाही, तर समाज परिवर्तनाचे साधन म्हणून पाहातो. त्यामुळे दलित साहित्याचे जे साध्य आहे, त्याची चर्चा करणे प्रस्तुत ठरते.

दलित साहित्याचा लेखक

दलित लेखक हा कार्यकर्ता कलावंत आहे 'जे जे जगलं, भोगलं, अनुभवलं, ते ते तसंच,' लिहिणारा लेखक आहे ७ अगदी चळवळीत नसलेले अशोक व्हटकर ह्यांच्यासारखे दलित लेखकही सामाजिक जाणिवेने ओतप्रोत भरलेले दिसतील, 'मला समजू लागल्यापासून मी ज्या पद्धतीच्या समाजात राहिलो, वाढलो, शिकलो आणि आता वावरत आहे, त्या समाजाचे यथाशक्ती प्रामाणिकपणे मी चित्रण केलेले आहे.'८ तर बाबूराव बागूल म्हणतात, 'अस्पृश्यता लवकर घालवायची असेल तर खेडी सोडा. नाही तर धर्मव्यवस्थेवर आधारलेली अर्थव्यवस्था मोडा.'९ दलित लेखकांच्या लेखनामागील ह्या सामाजिक भूमिका जाणून घेतल्याशिवाय दलित साहित्याची योग्य मीमांसा करता येणार नाही. 'मला हे सांगायचे आहे, हे माझे प्रश्न आहेत, हे मला नाकारायचे आहे.' अशा स्पष्ट उद्देशाने हे लेखन झालेले असल्याने ते सहेतुक स्वरूपाचे झाले आहे. दलित लेखक एका क्रांतिकारी मानसिकतेने झपाटलेला आहे. तो आपल्या शब्दांना शस्त्रांसारखा परजताना दिसतो. समाजात जेव्हा जेव्हा अत्याचार होतो तेव्हा तेव्हा तो पेटून उठताना दिसतो. दलित लेखकांची मानसिकता ही इतर लेखकांच्या मानसिकतेहून वेगळी आहे.

दलित लेखकांची बांधीलकी

दलित लेखक हा सामाजिक बांधीलकी मानणारा लेखक आहे. त्याच्या लेखनात आवेश व अभिनिवेश व्यक्त होताना दिसतो. त्यामुळे त्याच्या लेखनात तटस्थता दिसून येत नाही, असा त्याच्या लेखनावर आरोप केला जातो. तो आपल्या समाजाचा पक्षकार होऊन लेखन करताना दिसतो, त्याची बांधीलकी सामाजिक जबाबदारीच्या भावनेतून निर्माण झालेली आहे. दलित लेखक 'दलित' ह्या शब्दाची व्याख्या करतांना व्यापक सामाजिक हिताची भूमिका घेताना दिसतो. 'जे जे शोषित, पीडित, अन्यायग्रस्त आहेत, ते ते दलित आहेत' अशी दलित लेखकांची धारणा आहे. अनुसूचित जाती व जमाती ह्या सर्वात जास्त दडपलेल्या असल्याने दलित लेखकाची जन्मनाळ ह्या वर्गाच्या वेदनेशी जखडलेली आहे. दलित लेखकाच्या बांधीलकीमुळेच त्याच्या लेखनाला टोकदार आक्रमकता जशी लाभली आहे, तसे चळवळीचे स्वरूपही प्राप्त झाले आहे.

दलित लेखकाची भूमिका

दलित लेखकाची भूमिका ही फुले आंबेडकरांच्या विचारांची अधिष्ठान असलेली आहे. हिंदू धर्म हा जातिव्यवस्थेवर आधारलेला आहे. हिंदू धर्मातून जातिव्यवस्था वजा केली तर ह्या धर्माचा डोलारा कोसळून पडेल. मुळातच हा धर्म उच्चनीचतेच्या कल्पनेवर आणि स्त्री शूद्रांच्या ज्ञानाच्या शोषणावर आधारलेला आहे. ह्या धर्माने ज्यांचे शोषण केले आहे, ते सर्व वर्ग ह्या धर्माने लादलेल्या गुलामीविरूद्ध बंड करून

उठत आहेत. दलित लेखक हा ह्या बंडखोर संप्रदायाचा सेनापती आहे. माणसाचे अवमूल्यन करणारी यंत्रणा समूळ नष्ट झाली पाहिजे, ह्या भूमिकेतून दलित लेखक लेखन करताना दिसतो.

दलित लेखकाची जातिअंताची भूमिका अन्य लेखकांना अनाठायी, कंठाळी, ऊरबडवी, आक्रस्ताळी आणि वाङ्मयीन मूल्यांची हानी करणारी वाटते. दलित लेखकाचे लेखन हे त्याच्या भूमिकेमुळे 'पोज' घेतल्यासारखे वाटते.

'वर्ल्या अंगाला तुमी पाणी भरायचं
खाल्ल्या अंगाला आमी
कसा सोवळ्यानं शिकवला जातोय पाण्यालाही चातुर्वर्ण्य'

नामदेव ढसाळ - गोलपिठा

'ज्यांनी चूक केली येथे जन्म घेण्याची
त्यांनीच ती सुधारली पाहिजे
देश सोडून अथवा भीषण युद्ध करून.

बाबूराव बागूल

'हे महाकवे
तुला महाकवी तरी कसं म्हणावं
हा अन्याय अत्याचार वेशीवर टांगणारा
एक जरी श्लोक तू रचला असतास
तर तुझे नाव काळजावर कोरून ठेवले असते'

दया पवार

दलित साहित्याकडे सामाजिक लोकशाही प्रस्थापनेची चळवळ म्हणून पाहिले पाहिजे.

दलित लेखकाचा अनुभव

दलित लेखकाचा अनुभव आणि अन्य लेखकाचा अनुभव असा भेद करता येईल का? लेखकाचा अनुभव हा सामान्य माणसाच्या अनुभवांपेक्षा वेगळा असतो का? लेखकाचा कोणता अनुभव वाङ्मयाचे रूप धारण करतो? असे प्रश्न उपस्थित होऊ शकतात. करमणूकप्रधान लेखन करणाऱ्या लेखकाचा अनुभव कल्पनेच्या भराऱ्या घेणारा असतो. ढग भरून येतात, वादळे उठतात, मेघ गर्जना करू लागतात, वनात मोर नाचू लागतात तेव्हा अशा लेखकांना रम्य कल्पना सुचताना दिसतात. 'सरस्वती पुत्र', 'शब्दप्रभू' 'कलेचा पुजारी' म्हणून अशा लेखकांचा गौरव होतो. दलित लेखक मात्र आपल्या प्रतिभेला दैवी देणगी मानताना दिसत नाही. ह्या संदर्भात दया पवार म्हणतात, 'आभाळातून मला केव्हाच कल्पना सुचत नाहीत. किंवा माझ्या हातून

एखादा देवदूत कविता लिहितो ह्या भाकडकथेवर विश्वास बसत नाही.'[१०] दलित लेखक प्रतिभेऐवजी आपल्या प्रेरणेला महत्त्व देताना दिसतो. बाबासाहेब आंबेडकर ही दलित साहित्याची प्रेरणा आहे असे गंगाधर पानतावणे [११] राजा ढाले [१२] यशवंत मनोहर [१३], आणि अर्जुन डांगळे [१४] ह्यांनी म्हटल्याचे दिसेल. 'मी आंबेडकरी प्रेरणेतून लिहितो' अशी दलित लेखकाची भूमिका आहे. त्यामुळे 'सरस्वती पुत्रांचे' आणि 'आंबेडकरी प्रेरणे'चे कधीच जमताना दिसत नाही. आंबेडकरी प्रेरणा ही जातिअंताच्या संघर्षातून दलितांना प्राप्त झालेल्या स्वाभिमानाची प्रचिती आहे.

दलित लेखकाचा अनुभव हा जातिविशिष्ट अनुभव आहे. दलित लेखकाच्या लेखनात जात एक महत्त्वाचा घटक असते. मुळात दलित साहित्य वादग्रस्त ठरण्याचे कारण दलित लेखकाच्या जन्मात आहे. जन्माने दलित असलेला माणूस व्यवस्थेला आव्हान देतो, हे न रूचणारे सत्य आहे. आंबेडकरी विचार आणि दलित लेखकाचा भोगवटा ह्या रसायनातून 'दलित जाणीव' जन्मली आहे. ही जाणीवच दलित लेखकाच्या अनुभवाला मूर्त स्वरूप देत असते.

दलित लेखकाचे साहित्य

बाबासाहेब आंबेडकरांनी सुरू केलेल्या नियतकालिकांमधून दलित लेखकांचे साहित्य प्रकाशित झालेले दिसते. दलित साहित्याचा हा पायाभरणीचा काळ होता. ह्या काळात बंधुमाधव, शंकरराव खरात आणि अण्णाभाऊ साठे ह्यांचे विपुल लेखन प्रकाशित झालेले दिसेल. तथापी बाबूराव बागूलांच्या विद्रोही कथांमुळेच दलित साहित्याची विद्रोही ओळख झाली. त्यानंतर नामदेव ढसाळांच्या कवितेनं दलित साहित्याचे विद्रोही चारित्र्य घडविले.

दलित साहित्याच्या आरंभीच्या काळात दलित कविता मोठ्या प्रमाणात लिहिली गेली. त्यामुळे दलित साहिंत्याचा आरंभ विस्तारल्याचे दिसून येईल. दलित कविता दलितांच्या समग्र मानसिकतेची जळजळीत अभिव्यक्ती बनली. ह्या कवितेमध्ये वेदना, विद्रोह आणि नकाराची तीव्र भावना तिखटपणे व्यक्त झाल्याचे दिसते. अटीतटीच्या लढाईसारखी ही कविता आहे. दलित कवितेचा स्वभाव हा सळसळणाऱ्या त्वेषासारखा आहे. अत्यंत तप्त आणि जहाल भावनांचा उद्रेक दलित कवितेत व्यक्त झाल्याचे दिसून येईल. दलित कविता ज्या आवेगाने आणि आवेशाने व्यक्त झाली, ती अभिव्यक्ती रूढ अभिरूचीला प्रचंड धक्के देणारी ठरली. दलित कवितेतला तळतळाट, अश्लील शिव्यांची लाखोली, प्रचंड आक्रोश, नकाराची तीव्र झोंबणारी भाषा, विद्रोहाचा अनावर आविष्कार, आजवर नाकारल्या गेलेल्या समाजाचे जीवघेणे वास्तव प्रश्न ह्यामुळे दलित कवितेने वाचकांचे लक्ष वेधून घेतले. दलित कवितेला नामदेव ढसाळांसारखा हाडाचा कार्यकर्ता असलेला कवी सेनापती म्हणून लाभला. नामदेव ढसाळांमुळे 'दलित कविता' आणि 'दलित पँथर' ही संघटना चर्चित ठरली. 'गोलपिठा' ह्या

कवितासंग्रहामुळे ढसाळांची ख्याती पसरली. ढसाळांचे जग आणि जाणिवा ह्या इथवरच्या मराठी कवितेत व्यक्त झालेल्या नव्हत्या.[१५] ढसाळांमुळे दलित कवितेला तेजाची आणि त्वेषाची झळाळी लाभली. संपूर्ण दलित कविता ढसाळांच्या प्रभावाने जशी दिपून गेली आहे, तशी ती ढसाळांच्या उत्तुंग उंचीजवळ थबकूनही गेली आहे. ढसाळ म्हणजे एक महाकाय पर्वत आहेत. ढसाळांनंतरच्या अनेक कवींनी हा महाकाय पर्वत ओलांडण्याचा प्रयत्न केला नाही, उलट ढसाळी शैलीचे अनुकरण करण्यातच दलित कवी स्वत:ला विद्रोही मानू लागले. त्यामुळे दलित कविता विद्रोहाच्या वर्तुळातच व्यक्त होत राहिली. दलित कविता एका प्रचंड मोडतोडीच्या कारवाईगत व्यक्त होत राहिली.

यशवंत मनोहरांची कविता प्रचंड संघर्षाने ओतप्रोत भरलेली आहे. ढसाळी शैलीला मनोहर रूप देण्याचं काम यशवंत मनोहरांच्या कवितेनं केलं. भुजंग मेश्रामांच्या कवितांना आदिवासीत्वाची जन्मखूण लाभलेली दिसते. लोकनाथ यशवंतांची कविंता ही आत्मनिवेदनाच्या अंगाने, तर राम दोतोंडे ह्यांची कविता आत्मटीकेच्या स्वरूपात उलगडताना दिसून येते. दलित कविता ही विधानांची कविता आहे. ही कविता संघर्षप्रधान आहे. दलित कवी आपल्या भूतकाळाला कधीच विसरू शकत नाहीत. त्यांच्या कवितेत त्यांनी जगलेला भूतकाळ सतत डोकावताना जाणवतो. दलित साहित्याच्या उदयकाळी लिहिल्या जाणाऱ्या नवसाहित्यापेक्षाही दलित साहित्याचे वेगळेपण लक्षणीय होते. ह्या संदर्भात सदा कऱ्हाडे म्हणतात, 'नवसाहित्यातून व्यक्त झालेल्या अनुभवांपेक्षाही दलित साहित्यात व्यक्त झालेल्या अनुभवात अपूर्वता होती. या अर्थाने की मराठी साहित्याच्या सातशे वर्षाच्या परंपरेत असे अनुभव कधी व्यक्त झालेच नव्हते.'[१६] त्यामुळे दलित साहित्य चर्चित ठरले.

दलित कवितेबरोबरच दलित कथेने दलित साहित्याचा प्रवाह अधिक सशक्त करण्याचा प्रयत्न केला. कविता आणि कथा हे वाङ्मयप्रकार आकाराने छोटे आहेत. दलित कवी आणि कथाकारांनी ह्या वाङ्मयप्रकारांनाच हात घातला. कविता आणि कथा ह्या वाङ्मयप्रकारांना दीर्घ परंपरा आणि जनाधार लाभलेला आहे. दलित कवितेमध्ये जसा नामदेव ढसाळांचा दबदबा राहिला तसे दलित कथाप्रांतात बाबूराव बागूलांचे वर्चस्व अबाधित राहिल्याचे दिसून येते. बागूलांच्या कथांमुळे दलितांचे जीवन ऐरणीवर आले. बागूलांची पात्रे आक्रमक, रक्तपात करणारी आणि भडक माथ्याची आहेत. बागूलाच्या कथांविषयी शिरीष पै ह्यांनी लिहिलं आहे. 'अंत:करणातील आग भडभडून चौफेर फेकावी तसे ते लिहितात. प्रक्षोभकारक उपमा वापरत ते कथेतील भाव तीव्र करीत जातात.'[१७] बागूलांनी केवळ दलितच नव्हे, तर शोषित पीडितांची बाजू घेऊन आपली लेखणी उचलल्याचे दिसते. स्त्री-शूद्रांवर होणाऱ्या अन्यायाविरूद्ध तीव्र संताप व्यक्त करण्यासाठी बागूलांनी कथा-लेखन केलेलं आहे.

बागूलांच्या कथेत स्त्रीदेहाची विटंबना करणारे वर्णन विपुलपणे व्यक्त झाले आहे. स्त्रीची नागवी धिंड काढणे, तिचे नाक, स्तन कापणे, तिच्यावर बलात्कार करणे अशा प्रसंगांची भडक वर्णने बागूलांच्या कथांमध्ये आलेली आहेत. पुरुषांनी स्त्रियांवर केलेल्या अन्यायाला वाचा फोडण्यासाठी बागूलांनी अशा प्रकाराचं वर्णन केलेलं आहे. त्यांच्या 'विद्रोह' ह्या कथेतील मैला वाहाणारा तरुण देखील सामाजिक परिवर्तनाची भाषा बोलताना दिसेल. बागूलांनी आपल्या कथांमधून सामान्य माणसाला बंडखोरपणे उभे केल्याचे दिसेल. बागूलांबरोबरच अमिताब आणि वामन होवाळ ह्यांनी दलित कथेला समृद्ध केल्याचे दिसेल.

दलित कविता आणि कथांमुळे चर्चित ठरलेला दलित साहित्याचा प्रवाह दलित आत्मकथनांमुळे व्यापक झाला. बाबूराव बागूल, नामदेव ढसाळांनंतर दया पवारांनी दलित साहित्याला अधिक चर्चित केलं. दया पवारांच्या 'बलुतं' ह्या आत्मकथेनं दलित साहित्याला व्यापक लोकमान्यता मिळवून दिल्याचे दिसेल. दलितांच्या आत्मकथा वास्तव आणि सत्य होत्या. दया पवार ह्यांचे 'बलुतं' आणि मलिका अमर शेख ह्यांचे 'मला उद्धवस्त व्हायचंय' ह्या आत्मकथनांनी दलितांचं उभं आयुष्य ढवळून काढलं, तर लक्ष्मण माने ह्यांचे 'उपरा' व लक्ष्मण गायकवाड ह्यांचे 'उचल्या' ह्या आत्मकथनांनी भटक्या विमुक्तांच्या जीवघेण्या प्रश्नांना वाचकांपुढे मांडले. किशोर काळे ह्यांचं 'कोल्हाट्याचं पोर', अशोक पवार ह्यांचं 'बिराड' उत्तम बंडु तुपे ह्यांचं 'काट्यावरची पोटं' आणि दादासाहेब मोरे ह्यांचं 'गबाळ' ही आत्मचरित्रे वाचली की माणूस हादरून जातो. दलितांचं जीवन परिस्थितीच्या ओझ्याखाली कसं भरडलं जातं, ह्यांची ही जिवंत उदाहरणे आहेत. मुळात दलित साहित्य म्हणजे प्रतिकूल परिस्थितीच्या विरूद्ध झुंज देणाऱ्या माणसाचं चरित्र आहे.

दया पवार आपल्या पत्नीच्या चारित्र्याचा संशय घेऊन तिला सोडून देतात, तर उत्तम बंडु तुपे आपल्या पत्नीचे इतरांबरोबर संबंध होते हे पत्नीने कबूल केल्यानंतरही तिला सोडून देत नाहीत. तुपेंना आपली पत्नी परिस्थितीची बळी वाटते. दलित आत्मकथांमध्ये व्यक्त झालेला निर्भयपणा आणि प्रांजळपणा ह्यामुळे दलित आत्मकथनांनी वाचकांचे लक्ष वेधून घेतलेले दिसते. ह्या संदर्भात उत्तम कांबळे म्हणतात,'सारीच आत्मचरित्रे माझ्या जीवनाशी मिळणारी, जुळणारी, मला रडवणारी आणि जिद्दीनं चालत राहा अशी सांगणारी होती.'[१८]

दलित आत्मकथनांना मिळालेल्या प्रचंड प्रतिसादाच्या दडपणाखाली दलित कविता आणि कथा जशी दुर्लक्षिली गेली, तशी दलित कादंबरीही उपेक्षित ठरली. दलित कादंबरी आजही अण्णाभाऊ साठे ह्यांच्या 'फकिरा'पलीकडे पोहचू शकली नाही. अण्णाभाऊ साठेंनी आपल्या कादंबऱ्यांमधून दलित समाजाचं लढाऊ चित्र रंगवलं आहे. दलित आत्मकथेच्या प्रभावकाळातच दलित रंगभूमीने आपले अस्तित्व

सिद्ध केले. खरे तर, आंबेडकरी जलशानंतर लुप्त झालेला हा वाङ्मयप्रकार दलित रंगभूमीच्या रूपात प्रेक्षकांपुढे प्रकट झाला. दलित रंगभूमीचा अतिशय सशक्त प्रारंभ करून देणारे नाटक म्हणून भि. शि. शिंदे ह्यांच्या 'काळोखाच्या गर्भात' ह्या नाटकाचा उल्लेख करावा लागेल. मराठी रंगभूमी व्यावसायिक 'हिट अँड हॉट' नाटकाच्या हाऊसफुल्ल गर्दीत वाहून जात असताना दलित नाटककारांनी रंगभूमीला जीवनवादी नाटकाचे जीवदान दिले.

ढसाळांच्या 'गोलपिठ्याने', बागूलांच्या 'जेव्हा मी जात चोरली होती' ने, दया पवारांच्या 'बलुतं' ने, भि. शि. शिंदे ह्यांच्या 'काळोखाच्या गर्भात' ने, लक्ष्मण माने ह्यांच्या 'उपरा' ने आणि उत्तम बंडु तुपे ह्यांच्या 'झुलवा' ने दलित साहित्यप्रवाहाला ऊर्जा दिल्याचे दिसते.

नामदेव ढसाळांनी कविता, कादंबरी आणि सदर लेखन केले असले, तरी त्यांचे वाङ्मयीन मुरब्बीपण हे एकाच वाङ्मयप्रकारात दिसून येते. ढसाळांची ख्याती ही कवी म्हणूनच आहे. बाबूराव बागूलांनी कथा, कादंबरी आणि समीक्षा लेखन केलं असलं, तरी त्यांना कथाकार म्हणूनच नावलौकिक प्राप्त झालेला आहे. दया पवारांनी कविता, कथा, आत्मकथा आणि सदर लेखन केलं असलं, तरी त्यांना त्यांच्या आत्मचरित्रामुळे 'बलुतंकार' म्हणूनच ओळखलं जातं. म्हणूनच दया पवार म्हणतात,'कोंडवाडा' आणि 'बलुतं' च्या बोलबाल्यामुळं माझ्या कथांना अंग चोरून बसावे लागले.'[११] काही मोजक्याच लेखकांनी सर्व प्रकारच्या वाङ्मयप्रकारात लेखन केले असले, तरी त्यांना सर्वच वाङमयप्रकारात सारखंच यश प्राप्त झाल्याचं दिसत नाही. शंकरराव खरात, केशव मेश्राम आणि शरणकुमार लिंबाळे ह्यांनी आपल्या लेखनासाठी अनेक वाङमयप्रकार हाताळल्याचे दिसून येईल.

दलित साहित्य हे दलितांच्या चळवळीवर पोसलेले साहित्य आहे. बाबासाहेब आंबेडकरांच्या महानिर्वाणापासून ते पुढला सगळा काळ हा दलित साहित्याने संचारल्याचे दिसून येईल. दलित साहित्यामध्ये आंबेडकरी चळवळीचे साद-पडसाद उमटलेले दिसतील. चवदार तळ्याचा सत्याग्रह, मनुस्मृती दहन, काळाराम मंदिर प्रवेशाचा सत्याग्रह, रिपब्लिकन आणि दलित पँथरची चळवळ ह्याचा दलित साहित्यावर प्रभाव जाणवतो. भारतीय संविधान, लोकशाही, समता, स्वातंत्र्य आणि बंधुता ह्याचा ह्या साहित्यात अनेक वेळा उल्लेख झालेला दिसतो.मानवी मूल्यांची उच्चरवाने उद्घोषणा करणारे हे साहित्य आहे. दलित लेखक बाबासाहेब आंबेडकर आणि आईवर मनापासून प्रेम करताना दिसतो. 'धर्मान्तर' आणि 'नामान्तर' ह्या दोन महान चळवळी होत्या, ज्यामुळे संपूर्ण दलित समाज चळवळमय झाला आणि ह्याचा दलित लेखकाच्या लेखनावर परिणाम झाला. राखीव जागा, शिक्षणाचे महत्त्व, संघर्षाची आणि संघटनेची गरज, आंतरजातीय विवाह आदी विषयांवर दलित लेखकांनी लेखन केल्याचे दिसते.

दलितांवर आणि स्त्रियांवर होणाऱ्या अन्यायाविरूद्ध दलित लेखकांनी तीव्र निषेधाच्या भावना व्यक्त केलेल्या दिसतात. हिंदू धर्म, देवदेवता आणि जातिव्यवस्था ह्याविरूद्ध दलित लेखकांनी संताप व्यक्त केलेला दिसून येतो. दलित साहित्यातील अनुभवच वेगळे आहेत, असे नाही तर ह्या अनुभवांकडे पाहाण्याचा लेखकांचा दृष्टिकोनही वेगळा असल्याचे जाणवते. दलितांची प्रारंभिक अभिव्यक्ती ही आक्रोशाची, माणुसकीची मागणी करणारी, आपल्याविषयी इतरांच्या मनात कणव निर्माण करणारी होती. पुढल्या काळात वेदनेबरोबरच नकाराचा सूर व्यक्त होऊ लागला. केवळ माणुसकीची भाषा बोलून आपले प्रश्न सुटणार नाहीत, म्हणून संपूर्ण प्रस्थापित व्यवस्था देवाधर्मासह नाकारण्याची भूमिका दलित लेखकांनी घेतली. दलितांचा नकार हा एकसुरी नव्हता. दलितांनी विषम व्यवस्था नाकारत असताना समतेवर आधारित नव्या समाजव्यवस्थेचं समर्थन केल्याचं दिसेल. नवी समाजरचना अस्तित्वात येण्यासाठी केवळ नकार पुरेसा ठरत नाही, तर त्या पुढे जाऊन कृतिशील पाऊले उचलावी लागतात. विद्रोह पुकारावा लागतो. तरच आपल्याला अभिप्रेत असलेली समाजव्यवस्था अस्तित्वात येऊ शकते, ही भूमिका घेऊन दलित लेखकांनी विद्रोहाचा सूर आळवला. 'आपण माणूस आहोत आणि माणसाचे सारे हक्क आपल्याला मिळायला हवेत या जाणिवेतून विद्रोह जन्माला आला' असे भालचंद्र फडके ह्यांनी विद्रोहाचे जन्मकारण सांगितलेले दिसते.[२०] वेदना, विद्रोह व नकार ही दलित साहित्याची त्रिसूत्री आहे, जी ह्यापूर्वी अन्य साहित्यामध्ये ह्या प्रकारे प्रकट झाल्याचे दिसून येत नाही.

दलित साहित्याचा वाचक

दलित साहित्याचा वाचकवर्ग हा अनेक जाती-जमातींमध्ये पसरलेला आहे. तो जसा दलित आहे, तसा दलितेतरही आहे. म्हणूनच ह्या संदर्भात रा. ग. जाधव ह्यांनी म्हटलं आहे, 'दलितांच्या व्यथा वेदना दलित समाजाला जशा व ज्या तीव्रतेने जाणवत आहेत त्या तशा व त्याच तीव्रतेने दलितेतरांना जाणवतील असे मानता येणे कठीण आहे.'[२१] ह्या संदर्भात दया पवारांनी आपला अनुभव पुढील शब्दात व्यक्त केलेला आहे, 'ग्रामीण पातळीवर नवा सुशिक्षित वर्ग मोठ्या संख्येने येतो आहे. तेथील हायस्कूल, कॉलेजच्या पातळीवर माझे कवितावाचन हा तर न विसरणारा अनुभव. पहिली रात्र, सभा अशा कवितांना श्रोत्यांनी डोक्यावर घेतलेले. त्याचबरोबर निराशाजनकही अनुभव. मराठीचा प्राध्यापक वर्ग नाके मुरडतो आहे तर पवई येथील आयआयटीच्या विद्यार्थ्यांपुढेही कविता वाचताना थंड गोळ्यासारखे वाटते आहे. बर्फावर सुरी फिरवावी तसा अनुभव.'[२२] दलित साहित्य वाचतांना जातीय अंहकार बाजूला ठेवूनच हे साहित्य वाचले पाहिजे. प्रेमानंद गज्वी ह्यांचे 'तनमाजोरी' हे नाटक पाहून प्रेक्षकांनी काढलेले उदगार अत्यंत बोलके आहेत, 'शीऽ हे काय आयुष्य? असं नाटक बघून आम्ही आमची शांत झोप का मोडावी?' [२३] अशीच प्रतिक्रिया

रामनाथ चव्हाण ह्यांच्या 'वेदनेच्या वाटेवरून' ह्या पुस्तकातही व्यक्त झाल्याची दिसेल.[२४] म्हणूनच यशवंत मनोहर म्हणतात,'समतेची मूल्ये मान्य नसलेल्या वाचकाला दलित साहित्य सौंदर्यप्रत्यय देऊ शकणार नाही.'[२५] वाचकाच्या मनावर कायमचे कोरले गेलेले जातीय संस्कार नव्या प्रवृत्ती आणि जाणिवा जाणून घेताना अडसर ठरू शकतात. ह्या संदर्भात निर्मलकुमार फडकुले म्हणतात,'अनेक पिढ्यांपासून कळत नकळत जे ग्रह आणि आग्रह व काही दुराग्रह आपण जपून ठेवलेले असतात; ते आपल्या वाङ्मयीन आकलनावर आपली छाया पाडतात.' [२६] आपण जन्मत:च दलितांपेक्षा श्रेष्ठ आहोत अशी दृढ समजूत असणाऱ्या वाचकांना दलितांचा अनुभव झोंबणारा व आततायी स्वरूपाचा वाटू शकतो. प्रत्यक्षात मात्र दलित साहित्याचं वाचकांनी उदंड कौतुक केल्याचं दिसून येतं. ह्यामध्ये प्रगतिशील विचाराच्या लेखक-समीक्षकांनी दलित साहित्याच्या समर्थनाची बाजू घेतल्याचेही दिसेल.

- तिच्यातले (नामदेव ढसाळांच्या कवितांमधले) अनेक शब्द, प्रतिमा न कळूनही ती मला अस्सल, कसदार आणि अस्वस्थ करणारी (कविता) वाटली.
  विजय तेंडुलकर - प्रस्तावना
  (नामदेव ढसाळ-गोलपिठा)
- बाबूराव बागूलांची कथा ज्या ज्या वेळी मला वाचायची संधी मिळते, त्या त्या वेळी माझ्या मनाला एकाच वेळी आनंद आणि भय या दोन्ही भावनांचा प्रत्यय येतो.
  शिरीष पै - प्रस्तावना
  (बाबूराव बागूल - जेव्हा मी जात चोरली होती)
- अमिताबच्या कथांतून प्रगटलेलं दलित समाजाचं आक्रंदणारं मन वाचकांना अस्वस्थ करून टाकतं. हे कथानुभव सर्वच सहृदय वाचकांना अंतर्मुख होऊन विचार करायला लावणारे आहेत. अपराधबोधाची ज्वलंत जाणीव ते सारखी देत राहतात, हेच त्यांचे साहित्यिक मूल्य आहे.
  लीला बांदिवडेकर - पुस्तक परीक्षण
  (राजधानी, मार्च २१, १९८२)
- विद्रोही साहित्याचा आस्वाद घेताना रसिकतेच्या भावना का दुखावतात?
  यशवंत मनोहर - बांधीलकी आणि साहित्य- पृ. २४

विजय तेंडुलकरांना नामदेव ढसाळांच्या कवितेतील शब्द, प्रतिमा आणि प्रतीके न कळली तरी त्यांना ढसाळांची कविता अस्सल, कसदार आणि अस्वस्थ करणारी वाटते. शिरीष पै ह्यांना बाबूराव बागूलांची कथा वाचतांना आनंद आणि भय

वाटते, तर लीला बांदिवडेकर ह्यांना अमिताबच्या कथा अस्वस्थ करणाऱ्या आणि वाचकांना अपराधबोधाची जाणीव करून देणाऱ्या वाटतात. ह्या सगळ्या प्रतिक्रिया आणि अभिप्राय आपण जाणून घेणे आवश्यक आहे. दलित साहित्य एकाच वेळी आनंदही देते आणि अस्वस्थही करते. दलित साहित्य वाचकांना अंतर्मुख करते, अपराधबोधाची जाणीव करून देते आणि विचारप्रवृत्त करते. दलित साहित्य वाचून निखळ आनंद होत नाही. हा आनंद अस्वस्थ करणारा, अपराधबोधाची जाणीव करून देणारा, मनात भय निर्माण करणारा, वाचकाला विचारप्रवृत्त आणि अंतर्मुख करणारा आहे, हे लक्षात घेतले पाहिजे.

दलित साहित्य वाचून वाचकाच्या मनात अस्वस्थ आनंद का निर्माण होतो? समाजात केवळ दलितांवर अन्याय अत्याचार होतात असे नाही. समाजातली अनेक माणसं अनेक प्रकाराचा अन्याय सहन करत असतात. दुःख भोगत असतात. प्रतिकूल परिस्थितीविरूद्ध संघर्ष करत असतात. अशा माणसाला दलित साहित्य आपले वाटते. दलितांचा अन्यायाविरूद्धचा चिवट संघर्ष वाचून वाचकांना आपले दुःख, दैन्य, शोषण, अवमान, अगतिकता, गुलामी आणि लाचारी ह्याची जाणीव होते. मानवाधिकाराची परिभाषा कळते. दलित साहित्य म्हणजे आत्मसन्मानासाठी संघर्ष करणाऱ्या सामान्य माणसाचे सांस्कृतिक चित्र आहे. जातिव्यवस्थेमुळे भारतीय समाजाचे कसे नुकसान झाले आहे, जातीच्या नावावर माणसानेच माणसावर कसा अमानुष अत्याचार केला आहे ह्याची जाणीव दलित साहिंत्य करून देत असते.

दलित साहित्याचे योगदान

दलित साहित्याने मराठी साहित्याला नवा नायक दिला, मराठी साहित्य समीक्षेचे क्षितिज विस्तारले, अभिरूचीला अंतर्मुख केले, मराठी भाषेला समृद्ध केले अशा प्रकारची विधानं दलित साहित्याच्या संदर्भात केलेली आढळतील. उदाहरणादाखल बाबूराव गायकवाड ह्यांचं विधान घेता येईल. ते म्हणतात,'मराठी साहित्याला श्रीमंत बनवणारा दलित साहित्याचा एक मोठा प्रप्रात येऊन मिळाला.'[२७] अशी विधानं अर्ध्यसत्यावर आधारित असतात. एका मर्यादित वाचकवर्गासाठी लिहिल्या जाणाऱ्या, मर्यादित वर्गातील लेखकांकडून त्या मर्यादित वर्गाचेच चित्रण केले जात असते. शिक्षणाच्या प्रचार आणि प्रसारामुळे ही मर्यादा भंग पावते. त्यामुळे अनेक वर्गांचे अनुभव आणि त्यांची भाषा साहित्यात प्रकट होऊ लागते. ह्या कारणाने एका वर्तुळात बंदिस्त झालेल्या वाङ्मयविश्वाला दुसऱ्या वाङ्मयविश्वाचे परिमाण लाभल्याने साहित्याच्या परिघाचा विस्तार होत असतो, हे जरी खरे असले, तरी ते पूर्ण सत्य नव्हे. दलित साहित्याचा उदय केवळ महाराष्ट्र आणि मराठी भाषेतच झालेला आहे असे नाही. संपूर्ण भारतीय भाषांमध्ये दलित साहित्याची लाट निर्माण झाली आहे.

मराठीतल्या दलित साहित्याचा अन्य भारतीय भाषांत अनुवाद झाला. विशेषतः

राष्ट्रभाषेत दलित साहित्याचा विपुल अनुवाद झाला. विसाव्या शतकाच्या शेवटच्या दशकात महाराष्ट्र आणि केंद्र शासनानेही बाबासाहेब आंबेडकरांच्या समग्र साहित्याचे प्रकाशन आणि वितरण सुरू केल्यामुळे संपूर्ण भारतातल्या दलितांमध्ये आंबेडकरी विचार आणि कार्याचा झपाट्याने प्रसार झाला. भारतातल्या सर्वच राज्यांमध्ये दलित चळवळ आणि दलित साहित्य ह्यांची जोरदार हालचाल सुरू झाली.

मराठी दलित साहित्याने भारतीय दलित साहित्याच्या आणि प्रत्येक भाषेतल्या दलित साहित्याच्या उदयासाठी ऊर्जा पुरवली. मराठी दलित साहित्याने भारतातल्या दलितांच्या चळवळींना वैचारिक रसद पुरवली. मराठी दलित साहित्याने भारतीय साहित्यामध्ये स्वत:चे एक वेगळे स्थान निर्माण केले. भारतातल्या आणि भारताबाहेरच्या निरनिराळया भाषेतल्या लेखकांचे, प्रकाशकांचे आणि अभ्यासकांचे लक्ष आपल्याकडे केंद्रित केले. मराठी दलित साहित्याला अन्य भाषिक दलित लेखकांनी व समीक्षकांनी मॉडेल म्हणून स्वीकारले. भारतातल्या प्रगतिशील विचारांच्या लेखकांना समविचारी मैत्रीचे नवे अधिष्ठान दलित साहित्यामुळे लाभले. भारतीय समाजजीवनात शोषितांच्या उद्‌गाराला एक नवा आयाम मिळाला. भारतातल्या दलितांमध्ये एकतेची आणि संघर्षाची जाणीव वर्धमान झाली. दलित साहित्याच्या उदयामुळे अनेक सामाजिक स्तरांतही साहित्यिक घडामोडींना वेग आला. दलित साहित्याचे हे खरे योगदान म्हणावे लागेल.

दलित लेखकाची जात वेगळी. त्याचा जातिधिष्ठित अनुभव वेगळा. त्या अनुभवामागची भाषा वेगळी. ह्या भाषेमागील बांधीलकी वेगळी. ह्या बांधीलकीतून व्यक्त झालेला विचार वेगळा. ह्या विचाराने प्रेरित झालेली जाणीव वेगळी. ह्या सगळ्या वेगळेपणाचे मिश्रण दलित साहित्यात व्यक्त झाले आहे. अशा प्रकारच्या दलित साहित्याच्या मूल्यमापनासाठी रूढ निकष वापरता येणार नाहीत. कारण साहित्याचे केंद्र बदलले आहे, वाचकांची मानसिकता बदलली आहे, सामाजिक परिस्थिती बदलली आहे, लेखकाच्या भूमिका बदलल्या आहेत. असे असताना निकष कसे बदलणार नाहीत?

संदर्भ

१. फडकुले निर्मलकुमार - साहित्यवेध, पृ. १११
२. खरात शंकरराव - दलित वाङ्मय : प्रेरणा आणि प्रवृत्ती
३. मांडे प्रभाकर - दलित साहित्याचे निराळेपण, पृ. १०
४. फडके भालचंद्र - डॉ. आंबेडकर आणि दलित साहित्य - पृ. ३६
५. यादव राजेंद्र - हंस, अगस्त २००४, नई दिल्ली, पृ. ६
६. यादव आनंद - काट्यावरची पोटं - उत्तम बंडू तुपे, प्रस्तावना
७. माने लक्ष्मण - उपरा, मनोगत

८. व्हटकर अशोक - मेलेलं पाणी, मनोगत

९. बागूल बाबूराव - जेव्हा मी जात चोरली होती, कथा

१०. पवार दया - कोंडवाडा, मनोगत

११. पानतावणे गंगाधर - विद्रोहाचे पाणी पेटले आहे, मनोगत

१२. ढाले राजा - अस्तित्वाच्या रेषा संपा. ज. वि. पवार - पृ. ८७

१३. मनोहर यशवंत - दलित क्रांती , मार्च १९७७, पृ. ५

१४. डांगळे अर्जुन - दलित साहित्य : एक अभ्यास, पृ. २

१५. तेंडुलकर विजय - गोलपिठा, प्रस्तावना

१६. कऱ्हाडे सदा - वारसदार (कथासंग्रह), वामन होवाळ, पृ. ७

१७. पै शिरीष - जेव्हा मी जात चोरली होती - बाबूराव बागूल - प्रस्तावना, पृ. ६

१८. कांबळे उत्तम - वाट तुडवतांना, पृ. ११५

१९. पवार दया - विटाळ, मनोगत

२०. फडके भालचंद्र - दलित साहित्य : वेदना आणि विद्रोह, पृ. ६७

२१. जाधव रा. ग. - नव वाङ्मयीन प्रवृत्ती व प्रमेये, पृ. १

२२. पवार दया - कोंडवाडा, मनोगत

२३. गज्वी प्रेमानंद - तनमाजोरी, मनोगत

२४. चव्हाण रामनाथ - वेदनेच्या वाटेवरून, पृ. २७

२५. मनोहर यशवंत - दलित साहित्य चिंतन, पृ. ९६

२६. फडकुले निर्मलकुमार - साहित्यवेध, पृ. ९९

२७. गायकवाड बाबूराव - दृष्टिक्षेप, पृ. ३९

_____